பிரபாகரன்

வாழ்வும் மரணமும்

பிரபாகரன்

வாழ்வும் மரணமும்

பா. ராகவன்

கிழக்கு

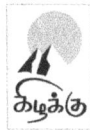

பிரபாகரன் வாழ்வும் மரணமும்
Prabhakaran Vaazhvum Maranamum
by Pa. Raghavan
R. Ramya ©

First Edition: May 2009
208 Pages
Printed in India.

ISBN: 978-81-8493-150-1
Title No: Kizhakku 392

Kizhakku Pathippagam
177/103, First Floor,
Ambal's Building, Lloyds Road
Royapettah, Chennai 600 014.
Ph: +91-44-4200-9601

Email : support@nhm.in
Website : www.nhm.in

Author's Email : writerpara@gmail.com
Images Courtesy: puligalin kural, defence.lk

Kizhakku Pathippagam is an imprint of New Horizon Media Private Limited

அன்புடன்

சகோதரிகள்
சந்திராவுக்கும் சுஜாதாவுக்கும்

பொருளடக்கம்

சில குறிப்புகள்

குமுதம் ரிப்போர்ட்டர் இதழில் ஈழப் போராட்டத்தின் சரித்திரத்தை (யுத்தம் சரணம்) தொடராக எழுதத் தொடங்கிய சமயம் பிரபாகரனைப் பற்றிப் பல தகவல்களை வாசிக்கவும் கேட்டறியவும் நேர்ந்தது. எனக்குக் கிடைத்த அனைத்துத் தகவல்களையும் அந்தத் தொடரில் அளிக்க வாய்ப்பில்லாத சூழலில் (ஏனெனில் அது ஈழத் தமிழர் பிரச்னையின் வரலாறு. விடுதலைப் புலிகள் அல்லது பிரபாகரனின் சரித்திரம் அதில் ஒரு பகுதியாக மட்டுமே இருக்க முடியும்.) பிரபாகரனைப் பற்றிய ஒரு தொடரைக் குமுதத்தில் எழுத முடியுமா என்று அதன் ஆசிரியர் ப்ரியா கல்யாண ராமன் கேட்டார்.

இந்தப் புத்தகத்தின் சில பகுதிகள் S/o வல்வெட்டித்துறை திருவேங்கிடம் வேலுப் பிள்ளை என்ற தலைப்பில் குமுதத்தில் தொடராக வெளிவந்தன. பிறகு பிரபாகரன் இலங்கை ராணுவத்தால் சுட்டுக்கொல்லப் பட்டபோது, நான் குமுதம் ரிப்போர்ட்டர் இதழில் எழுதிய சில கட்டுரைகள் இந் நூலின் இறுதி அத்தியாயங்களை வடி வமைக்க மிகவும் உதவின. ரிப்போர்ட்டர், குமுதம் இரு இதழ்களின் ஆசிரியர்களுக்கும் நன்றி.

இது பிரபாகரனின் முழுமையான வாழ்க்கை வரலாறல்ல. அவரது போராட்ட வாழ்க்கை, தனி வாழ்க்கை, அவர் நடத்திய யுத்தங்கள், அடைந்த வெற்றி தோல்விகள் பற்றியெல்லாம் முழுமையான தகவல்களைக் கொண்டிருக்கிறதா என்றால், இல்லை. சம்பவங்களின் காலவரிசையைக் கூட நீங்கள் இதில் எதிர்பார்க்க இயலாது. நான்கு ஈழ யுத்தங்களில் எது ஒன்றைப் பற்றியும் இதில் விவரிக்கவில்லை.

எனில் இந்நூலின் நோக்கம்தான் என்ன?

கால் நூற்றாண்டுகளுக்கு மேலாக ஒரு போராளி இயக்கத்தின் தலைவராக இருந்து படைகளையும் மக்களையும் வழிநடத்திக் கொண்டிருந்த ஒரு மனிதரைப் பற்றி முழுமையானதொரு பதிவை இன்னொருவர் ஒருக்காலும் எழுத இயலாது. ஒன்று அவரே எழுதியிருக்கவேண்டும். அல்லது நிழல்போல் அவருடனேயே இருப்பவர் யாராவது எழுதவேண்டும்.

இரண்டுமே இனி சாத்தியமில்லாத சூழலில் அங்குமிங்குமெங் கும் சிதறிக்கிடக்கும் அவரைப் பற்றிய தகவல்களைச் சேர்த்துக் கட்டி அவரைப் புரிந்துகொள்ளுமளவுக்கு ஓர் உருவத்தைச் சமைக்க முடியுமா என்று பார்க்கிற முயற்சி மட்டுமே இது.

ஏராளமாகப் படிக்க வேண்டியிருந்தது. பலருடன் மணிக்கணக் கில், நாள் கணக்கில் பேசவும் செய்தேன். முன்னாள் போராளி கள். புலம் பெயர்ந்த ஈழத் தமிழர்கள். இந்திய அமைதிப்படை யில் பணியாற்றச் சென்ற சிலர்.

பிரபாகரனைப் பற்றிப் பலபேருக்குப் பல விஷயங்கள் தெரிந் திருக்கின்றன. நேரடித் தகவல்களாகவோ, கேள்விப்பட்டவை யாகவோ, வெறும் வதந்திகளாகவோ அந்த விஷயங்களை அவர்கள் தமக்குள் வைத்திருக்கிறார்கள். ஆனால் வெளிப்படை யாகப் பேசவோ, தமது அடையாளத்தை வெளிப்படுத்தவோ பெரும்பாலும் மறுத்துவிடுகிறார்கள். இதனாலேயே ஆதாரம் குறிப்பிட்டு எழுத இயலாதபடியால் பல தகவல்கள் இன்னமும் எழுதப்படாமலேயே உள்ளன.

வாசிக்கக் கிடைக்கும் புத்தகங்களைப் பொருத்த அளவில் - பக்கச் சார்புப் பிரதிகள்தான் என்றாலும் ஆண்டன் பாலசிங்கத்தின் எழுத்துகள் பிரபாகரனைப் பற்றிய தெளிவான அறிமுகத்தை நமக்குத் தருகின்றன. சுய அனுபவங்களாகப் பதிவு செய்யப்

பட்டிருக்கும் அடேல் பாலசிங்கத்தின் 'சுதந்தர வேட்கை' என்னும் நூலில் பிரபாகரன் பற்றிய இன்னும் விரிவான தனித் தகவல்களைக் காண முடிகிறது. முற்றிலும் எதிர்த் தரப்பிலிருந்து எழுதப்பட்ட (ஈ.பி.ஆர்.எல்.எஃப்) புஷ்பராஜாவின் 'ஈழப் போராட்டத்தில் எனது சாட்சியம்' என்னும் நூலில் பிரபாகரன் மீதான விமரிசனங்கள், அச்சம் கலந்த தோழமை உணர்வுடன் வைக்கப்பட்டிருப்பதை உணரலாம்.

சுப்பிரமணியன் சுவாமி, ஜே.என். தீக்ஷித், கார்த்திகேயன் ஐ.பி.எஸ்., பி.ராமன் (முன்னாள் ரா அதிகாரி) போன்ற இந்தியர் களின் எழுத்தில் அவரவர் சார்பு நிலைப்படியே பிரபாகரனைப் படம் பிடித்திருக்கிறார்களே தவிர, உணர்ச்சிவசப்படாமல் யாரும் பிரபாகரனை அணுகியிருப்பதாகத் தெரியவில்லை. இந்த வரிசையில் தமிழக அரசியல்வாதிகள், விடுதலைப் புலி ஆதர வாளர்களின் சித்திரிப்புகளை, அனுபவங்கள் என்று அவர்கள் எழுதியவை எதையும் நான் கருத்தில் கொள்ளவில்லை. ஆதரவு அல்லது எதிர்ப்பு நிலையைக் காட்டிலும் மிகைப்படுத்தப்பட்ட பிம்பத்தை வழங்குவதில் எப்போதும் பிரச்னை இருக்கிறது.

பிரபாகரன் இறந்ததாக அறிவிக்கப்பட்ட கணம் முதல், அவர் இறந்ததை புலிகள் அமைப்பின் சர்வதேசத் தொடர்பாளர் பத்மநாதன் உறுதி செய்தபிறகும்கூட தமிழ் உணர்வாளர்கள் அதனை ஏற்க மறுத்து, பிரபாகரன் உயிருடன்தான் உள்ளார் என்று கூறிவந்ததை நினைவுகூர்கிறேன். யாருக்கும் எவ்விதப் பலனும் தராத இம்மாதிரியான அர்த்தமற்ற நம்பிக்கைகள் பரிதாபத்தையே தோற்றுவிக்கின்றன.

நான் பிரபாகரனுக்கு ரசிகனோ, விடுதலைப் புலிகளுக்கு ஆதர வாளனோ அல்ல. அதே சமயம் கண்மூடித்தனமான புலி எதிர்ப்பு என்பதும் எனக்குச் சாத்தியமில்லாதது. புலிகளை ஒழித்துவிட்டு ஈழத்தில் அமைதி என்னும் இந்திய அரசின் புராதனமான ரகசியச் செயல்திட்டத்துடன் (இன்று அது வெளிப்படையான செயல் திட்டம்) எனக்கு உடன்பாடு கிடையாது. விடுதலைப் புலிகள் போர்க்களத்தில் வலுவிழந்துபோன சூழலுக்கு இலங்கை ராணுவத்தைவிட, இந்திய அரசின் சில ரகசிய நடவடிக்கைகளே முக்கியக் காரணம் என்று நினைக்கிறேன்.

ராஜதந்திர ரீதியில் இது இந்தியாவின் வெற்றி என்று அரசும் புலி எதிர்ப்பாளர்களும் கருதலாம். ஆனால் ஒரு புராதனமான

இனத்தையே அழித்தொழிக்கும் நடவடிக்கையில் பங்கு பற்றிய தாக சரித்திரம் இதனைப் பதிவு செய்துகொள்ளுமே என்கிற கவலை - ஓர் இந்தியனாக, எனக்குண்டு.

தமிழன் என்றில்லை. எந்த தேசத்தில் எந்த இனம் ஒடுக்கப்பட்டா லும் அழிக்கப்பட்டாலும் பதறக்கூடிய மனம் கொண்டோருக்கு இலங்கையில் நிகழ்ந்த - நிகழும் அவலங்கள் நிச்சயம் வேதனை யளிக்கும். உலகின் வேறெந்தப் பகுதியிலும் இத்தனை மோச மான, நீண்டகால யுத்தங்களும் அழித்தொழிப்புகளும் நிகழ்ந்த தில்லை. பிரபாகரன் என்னும் தனி மனிதர், தன் இறுதி மூச்சுவரை தூக்கிப் பிடித்த கொள்கைகளுக்கும் கோரிக்கைகளுக்கும் எதிராக முப்பதாண்டு காலமாக நிகழும் எதிர்த்தாக்குதல்கள் இவை.

பிரபாகரனது நியாயங்கள் முற்றிலும் சரியானவையாக இல்லாது போயிருந்தால் அரசாங்கங்கள் வேண்டாம், மக்களே நிராகரித் திருப்பார்கள். அவை அர்த்தமுள்ள கோரிக்கைகளாக இருப்பத னால்தான் இன்றுவரையிலும் உலகெங்கும் வாழும் தமிழர்களில் பெரும்பான்மையானோர் அவரை ஆதரிக்கிறார்கள், அவரது மரணத்தைக்கூட ஜீரணிக்க முடியாமல் தவித்துத் தத்தளிக்கிறார் கள். அதே சமயம் அவர் புரிந்த பிழைகளையும் யாரும் கருத்தில் கொள்ளத் தவறுவதில்லை.

நோக்கம், விளைவு என்னும் இரு எல்லைகளுக்கு நடுவே செயல்பாடு என்னும் மிக நீண்ட ஒருவழிப் பாதை ஒன்றுண்டு அல்லவா? இந்த நூல், பிரபாகரனின் செயல்பாடுகளைத்தான் மறைமுகமாக ஆராய்கிறது. சரியான முடிவுகளும் தவறான கணிப்புகளும் இல்லாத மனித வாழ்க்கை இல்லை.

நமது சரியான முடிவுகளும் தவறான கணிப்புகளும் நம்மை மட்டுமே பெரும்பாலும் பாதிக்கின்றன. பிரபாகரனைப் பொருத்தவரை, அது ஈழத் தமிழர்கள் அத்தனை பேரையும் பாதித்துவிட்டது.

அதுதான். அது ஒன்றுதான் வித்தியாசம். அதைத்தான் சுட்டிக் காட்டுகிறது இந்நூல்.

இதனை உருவாக்கத் தேவையான அனைத்து உதவிகளையும் வழங்கிய நண்பர்கள் அனைவருக்கும் என் நன்றி.

பா. ராகவன்
26.05.2009

11

1. பெருமாள் சாட்சி

கொன்றுவிடலாம், ஒரு பிரச்னையும் இல்லை. ஆனால் பொன்னாலையில் வேண்டாமே என்றார் காண்டீபன்.

'அந்தோனியார் கோயிலுக்கு அவன் வருவான். அங்கே வைத்துத் தீர்ப்பது சுலபம். தப்பிப்பதும் எளிது. என்ன சொல்கிறாய்?' என்று இன்பம் கேட்டார்.

கோயில், தேவாலயம் எல்லாம் வேண்டாம். அவனை அவனது அலுவலகத்தில் வைத்துக் கொல்வதுதான் சரி. அலுவலகமெல்லாம் சரிப் படாது. நடு வீதியில் நாயைச் சுடுவதுபோல் சுட்டுத் தள்ளவேண்டும். வீட்டுக்கே போய் வேலையை முடித்துவிடலாம். காரில் போகும்போது சுட்டு விடலாம். ஏதாவது விழாவுக்கு வருவான். மேடையில் முடித்துவிடலாம்...

இடம், தேதி, தருணம் தீர்மானித்து, ஒரு திரைக்கதை எழுதி முடிக்கப்பட்டுவிட்ட விவரம் தெரியாமல் நண்பர்கள் லொக்கேஷன் குறித்து விவாதித்துக் கொண்டிருந்தார்கள். அவர்கள் எல்லோருக்கும் ஒரு கோப்பை தேநீர் போதும். குடித்துவிட்டு மணிக் கணக்கில், சமயத்தில் முழுநாள் கூட உட்கார்ந்து விவாதிப்பார்கள். பேச்சில் சூடு பறக்கும். சிந்திக் கும் கணத்திலேயே செய்து முடிக்கும் வெறி கண்ணில் ஒரு மின்னல்போல் வெட்டும். எதைச் செய்யலாம், எப்படிச் செய்யலாம் என்பதில் கருத்து

வேறுபாடுகள் ஏராளம் இருந்தாலும், ஏதாவது செய்தாக வேண்டும் என்பதில் யாருக்கும் இரண்டாவது எண்ணமில்லை.

ஏதாவது செய்வதற்கு ஒரு தொடக்கம் வேண்டும். முந்தைய தலைமுறையின் 'ஏதாவதுகள்' எதுவுமே பிரயோஜனமில்லை. அவர்கள் உண்ணாவிரதம் இருந்தார்கள். ஊர்வலம் போனார்கள். கறுப்புக் கொடி காட்டினார்கள். மேடை போட்டுப் புலம்பி னார்கள். கைதாகி, அடிபட்டு, எலும்பு முறிந்து படுத்தார்கள். என்றாவது ஒருநாள் ஏதாவது நடக்கும் என்கிற வண்ணமயமான கனவைச் சாப்பிட்டபடி வாழ்ந்து முடித்துவிட்டு ஓய்வு பெற்று விட்டார்கள்.

இனி அந்த வழி உதவாது. மறு கன்னத்தைக் காட்டிய பெரியவர் களே, உங்களை மதிக்கிறோம். ஆனால் பின்பற்றுவதற்கில்லை. அறவழிப் போராட்டங்கள் மனிதர்களுக்குப் புரியும். சிங்களர் களுக்குப் புரியாது. எங்கள் பாதை வேறு. எங்கள் பயணம் அபாயகரமானது. பணத்தையல்ல; எங்கள் உயிரை நாங்கள் முதலீடு செய்கிறோம். நாளைய சந்ததிக்கு சுதந்தரம் அசலாகவும் நிம்மதி வட்டியாகவும் கிடைத்துவிட்டுப் போகட்டும்.

இதோ, தொடக்கம். ஆனால் துரதிருஷ்டவசமாக துரையப்பா விலிருந்து ஆரம்பிக்கவேண்டியிருக்கிறது. ஆல்ஃப்ரட் தங்கராஜா துரையப்பா. தமிழர்தான். ஆனால் தொகுதியில் எந்தத் தமிழரோடும் உறவற்றவர். பிறகு எப்படி வோட்டு வாங்கி 1960 முதல் 65 வரை யாழ்ப்பாணம் தொகுதியின் எம்.பி.யாக இருந்தார் என்று உடனே கேட்பீர்கள். தேர்தலில் போட்டியிட்ட தமிழரசுக் கட்சியும் தமிழ் காங்கிரஸ் கட்சியும் தோல்வியடைய, சுயேச்சையாக நின்ற துரையப்பா வெற்றி பெற்றது எப்படி என்பீர்கள். அடுத்த ரவுண்டில் மேலும் எப்படி மேயரானார் என்பீர்கள்.

நாங்கள் அரசியல்வாதிகளல்லர். ஆனால் அருவருப்பு அரசியலின் ஆணிவேர் வரை எங்களுக்குத் தெரியும். கோட்டைக்குப் போகும் வேட்கையில், வோட்டுக்குப் பேசும் பேச்சுகளின் அபத்தம் சாத்வீகிகளுக்குப் புரியாதிருக்கலாம். அந்தத் தலைமுறைதான் அவனை நம்பி உட்காரவைத்தது. எங்களிடம் அது பலிக்காது.

எத்தனைபேர் முயற்சி செய்திருக்கிறார்கள்! அமைதியல்ல; ஆயுதமே தீர்வு என்று முடிவு செய்து களமிறங்கிய தலைமுறை

14

1954 நவம்பர் 26ம் தேதி பிறந்த பிரபாகரன், ஆல்ஃப்ரட் துரையப்பாவை பாயிண்ட் ப்ளாங்க் ரேன்ஞ்சில் சுட்டுக் கொன்றபோது வயது 21. அவரது நண்பர்களுக்கும் கிட்டத்தட்ட அதே வயதுதான். அவர்களுக்கெல்லாம் செய்யவேண்டும் என்கிற எண்ணம் இருந்தது. செய்து முடிக்கும் வல்லமை பிரபாகரனுக்கு இருந்தது.

யின் முதல் நபர் தொடங்கி அன்றைக்கு அத்தனை பேருக்குமே அதுதான் முதல் கனவாக இருந்தது. துரையப்பாவைக் கொல்ல வேண்டும். சிவகுமாரன் முயற்சி செய்திருக்கிறார். சத்தியசீல னுக்கு அந்த எண்ணம் இருந்திருக்கிறது. அவரது தமிழ் மாணவர் பேரவையில் இருந்த அத்தனை பேரும் ஆசைப்பட்டார்கள். பேரவைக்கு வெளியே இருந்த இளைஞர்களிடையேயும் அது கனவாக இருந்தது. இது கொலையல்ல; களையெடுப்பு.

யாராலும் முடியவில்லை. சந்தர்ப்பம் அமையவில்லை. துரை யப்பா லேசுப்பட்ட ஆளில்லை என்பதும் ஒரு காரணம். மாநகரத் தந்தை. பாதுகாப்பு பந்தோபஸ்துகள் அதிகம். அரசியலின் மேல்மட்டம்வரை தொடர்புகள் உண்டு. கொழும்பு செல்வாக்கு அதிகம். ஆனாலும் யாழ்ப்பாணம்தான் அவரது தலைநகரம். அங்கே இங்கே நகரமாட்டார். எதிரே யாரும் வந்தாலும் சரி, வராவிட்டாலும் சரி. போகிற வழியெல்லாம் மூக்குக்கு நேரே இரு கைகளையும் உயர்த்திக் கும்பிட்டபடி போகிற பழக்கம் வந்துவிட்டது. அத்தனை மக்களுக்கும் நண்பன் என்று சொல்லிக் கொள்வார். வடக்கில் இருக்கும் ஒவ்வொரு தமிழ்க்குடும்பமும் தனக்கு உறவு என்பார். கிறிஸ்தவர் என்றாலும் ஹிந்து கோயில்களுக்குப் போவார். கடவுள் ஒரு பொருட்டில்லை என்றாலும் அது ஒரு கம்பீரம். ஆஹா, மத நல்லிணக்கவாதி. நம்மில் ஒருவர். நமக்காக இருப்பவர்.

அவருக்குத்தான் கட்டம் கட்டினார்கள். நாங்கள் கொலை செய்யப் போவதில்லை. கொசு மருந்தடிக்கப் போகிறோம். கொசு மருந் தடிப்பது கொலை என்றால் இதுவும் அப்படியே ஆகுக.

'சீக்கிரம் சொல். எங்கே செய்யப் போகிறோம்?' காண்டீபன் கேட்டார். அவர் அமிர்தலிங்கத்தின் மகன். எனவே அப்பாவின் வட்டுக்கோட்டை தொகுதிக்கு உட்பட்ட பொன்னாலை வேண்டாம் என்று நினைத்தார்.

இது ஒரு பிரச்னை. பெரிய பிரச்னை. ஒரு பொதுக்காரியம் என்று எடுத்துக்கொண்டுவிட்ட பிறகு சொந்த விருப்பு வெறுப்புகள் குறுக்கே வருவது அடுக்காது. இங்கேதான் தடுக்கும். இதுதான் காலை வாரும். இதற்கு உண்ணாவிரதம் தேவலை. ஊர்வலமே போதும். பொதுக்கூட்டம் இதனினும் பெரிது. ஏன் நண்பர்களே உங்களுக்கு இது புரியவில்லை?

போட்டுவைத்த திட்டத்துக்கு மாற்றாக வந்த அனைத்து யோசனைகளையும் அந்த இளைஞன் நிராகரித்தான். காண்டீபன், நீங்கள் விலகிக்கொள்ளுங்கள். இன்பம், நீங்களும். நமது நட்பு எப்போதும் தொடரும். ஆனால் கடைசி நேரத்தில் திட்டத்தை மாற்றுவது காரியத்தைக் கெடுக்கும். நாம் பேசித்தான் முடிவெடுத்தோம். ஆயிரம் முறை பேசலாம். ஆனால் முடிவு என்பது ஒருமுறை எடுப்பது. இன்னொரு விஷயம். நம்மில் சிலர் இந்தத் திட்டம் பற்றி வெளியே பேசுகிறார்கள் என்று கேள்விப் பட்டேன். வேண்டாம், அவர்களும் விலகிக்கொள்ளட்டும். ஒரு துளி பயம் என்பது ஒரு துளி விஷத்துக்குச் சமம். எனக்கு அது இல்லை. எனவே நான் முடித்துவிடுகிறேன்.

1954 நவம்பர் 26ம் தேதி பிறந்த பிரபாகரன், ஆல்ஃப்ரட் துரையப்பாவை பாயிண்ட் ப்ளாங்க் ரேன்ஞ்சில் சுட்டுக் கொன்ற போது வயது 21. அவரது நண்பர்களுக்கும் கிட்டத்தட்ட அதே வயதுதான். அவர்களுக்கெல்லாம் செய்யவேண்டும் என்கிற எண்ணம் இருந்தது. செய்து முடிக்கும் வல்லமை பிரபாகரனுக்கு இருந்தது.

திட்டத்தில் அவர் எந்த மாறுதலையும் ஒப்புக்கொள்ளவில்லை. அதே வட்டுக்கோட்டை தொகுதி. பொன்னாலை வரதராஜ பெருமாள் கோயில் வாசல். வெள்ளிக்கிழமை தோறும் துரையப்பா அங்கே வருவார். மாலை வேளை பூஜைகளில் தவறாமல் கலந்துகொள்வார்.

அன்றைக்கும் வந்தார். பிரபாகரன் காத்திருந்தார். உடன் சில நண்பர்கள். கிருபாகரன், கலாபதி, பற்குணம்.

துளி பதற்றமில்லை. பயமில்லை. கரங்கள் உதறவில்லை. நான் இதைச் செய்யப்போகிறேன். ஒரே சாட்சி, பொன்னாலை வரதராஜப் பெருமாள். அவ்வளவுதான். காரிலிருந்து இறங்கிய துரையப்பா, பிரபாகரனால் சுடப்பட்டார்.

இறந்து விழுந்தவரை இழுத்துப் போட்டார்கள். அருகே கிடந்த துண்டு அட்டை ஒன்றை எடுத்து பிரபாகரன் வேகமாக ஏதோ கிறுக்கினார். அதைத் தூக்கி துரையப்பாவின்மீது போட்டார். அதில் TNT என்றிருந்தது. அவர் வந்த காரிலேயே ஏறிக்கொண் டார்கள். பற்குணம் வண்டியை ஓட்டினார்.

நேரே சுன்னாகம் போய், பஸ் ஸ்டாண்டில் இறங்கி, 769ம் நம்பர் பஸ்ஸுக்காகக் காத்திருந்து ஏறி, யாழ்ப்பாணம். இறங்கியதும், 'சரி பாப்பம்' என்று பிரபாகரன் விடைபெற்றார். இன்னொரு பஸ் பிடித்து வல்வெட்டித்துறைக்குப் போனார்.

வீட்டில் அப்பா திருவாசகம் படித்துக்கொண்டிருந்தார். பார்த் ததும் புன்னகை செய்தார். அப்பா என்றால் அன்பு. அப்பா என்றால் புன்னகை. அப்பா என்றால் சாந்தம். சாப்பிட்டீர்களா அப்பா?

பிரபாகரன் சாப்பிட்டுவிட்டுப் படுத்தார். நிம்மதியாகத் தூங்கி னார். செய்தது பற்றிச் சிந்தனை ஏதுமில்லை. இனி செய்ய வேண்டியது பற்றித்தான்.

2. வேறு தலைமுறை

ஐந்து வயதுப் பையன்கள் யாரும் அந்த மாதிரி மணிக்கணக்கில் பொறுமையாக உட்காரமாட்டார் கள். கலவரம், உயிரிழப்பு, கண்ணீர், சோகம் என்று பெரியவர்கள் கதறுவதை உணர்ச்சிவசப்படாமல் உற்றுநோக்க மாட்டார்கள். குடியுரிமைச் சிக்கல் தொடர்பான விவாதங்களை உன்னிப்பாக கவனிக்க மாட்டார்கள். மொழியால், இனத்தால், கலாசாரத் தால் முற்றிலும் வேறுபட்ட இரண்டு இனங்களின் பிரச்னையைக் காதுகொடுத்துக் கேட்டுக்கொண்டு இருக்க உள்ளபடியே விரும்பமாட்டார்கள்.

அவர்களுக்கு விளையாட வேண்டும். பள்ளிக்கூடம் போகவேண்டும். வீட்டுக்கு வந்தால் தாய்மடி. நல்லதாக நாலு கதை கேட்டுப் படுத்தால் தீர்ந்தது விஷயம். சூழலின் சூடு ஓரளவு தாக்கியிருப்பினும் அடிப்படை விருப்பங்களில் பெரிய மாறுதல்கள் இருக்காது.

ஆனால் அந்தப் பையன் முற்றிலும் வேறு மாதிரி இருந்தான். அவனது ஆர்வங்கள் இன்னது என்று அவனது பெற்றோருக்குச் சரியாகப் புரியவில்லை. படிக்கிறாயா? படிக்கிறேன். கோயிலுக்குப் போகிறாயா? போகிறேன். விளையாடுகிறாயா? விளையாடுகிறேன். அதோடு நிறுத்திக்கொள்ள வேண்டியதுதானே? ஆனால் ஏன் அடிக்கடி தனியே போய் உட்கார்ந்து யோசிக்கிறாய்? என்ன ஓடுகிறது உன் புத்தியில்? இந்த வயதில் என்ன சிந்தனை?

18

பெரியவர்கள் பேசுமிடத்தில் நீ வந்து நிற்பதை அவ்வப்போது பார்க்கிறேன். உன்னால் தொந்தரவில்லை. குறுக்கே பேசுபவனில்லை நீ. ஆனாலும் இந்தப் பேச்சில் உனக்கு என்ன புரியும்?

பதில் சொல்லமாட்டான். கணப்பொழுதுப் புன்னகை. ஓடியே விடுவான். ஆனால் திரும்பி வருவான். அதே மாதிரி ஒதுங்கி நின்று வேடிக்கை பார்ப்பான். என்ன ஆர்வம் இது? என்ன மாதிரியான அக்கறை இது? அக்கறைதானா? ஏதாவது புரியுமா இவனுக்கு?

அன்றைக்கு அப்படித்தான் அவனது அப்பாவும் நண்பர்களும் வீட்டு வாசலில் பேசிக்கொண்டிருந்தார்கள். கலவரத்தில் கொளுத்தப்பட்ட பாணந்துறை குருக்கள் பற்றி. நல்லவர். மிகவும் சாது. ஈ, எறும்புக்குக் கூடக் கெடுதல் நினைக்காதவர். கோயிலில் புகுந்த கலவரக்காரர்கள், குருக்களை இழுத்து வந்து நிறுத்தி உயிரோடு கொளுத்திவிட்டார்கள். யார் என்ன செய்ய முடியும்? ஊரே பற்றி எரிகிறது. கண்மூடித்தனமாக அடிக்கிறார்கள். கட்டி வைத்து எரிக்கிறார்கள். பார்த்த இடத்தில் உயிரைப் பறிக்கிறார்கள். வீட்டை விட்டு, ஊரை விட்டு ஓடலாம். நாட்டை விட்டல்லவா ஓடச் சொல்கிறார்கள்? விதி. வேறென்ன சொல்வது?

பெரியவர்கள் சொந்த சோகத்தில் புலம்பிக்கொண்டிருந்தபோது அந்தச் சிறுவன் முதல் முறையாக வாயைத் திறந்தான். அப்பா, ஒரு நிமிடம். தாக்கத்தான் வருகிறார்கள் என்று தெரியுமல்லவா? அவர் ஏன் திருப்பித் தாக்கவில்லை?

தூக்கி வாரிப் போட்டது வேலுப்பிள்ளைக்கு. வல்வெட்டித்துறையில் அந்தக் காலகட்டத்தில் அப்படியொரு கேள்வியை யாராலும் கேட்டிருக்க முடியாது. பிரபாகரன் கேட்டான். சிறுவன். மிகவும் சிறுவன். தெரிந்துதான் கேட்கிறானா? தற்செயலாக வந்துவிட்ட கேள்வியா?

எந்தவித அச்சுறுத்தல்களுக்கும் அடங்க மறுத்து சிலிர்த்து எழுந்த அத்தனை பேரையும் அவனுக்குப் பிடித்தது. என் மண்ணில், என் விருப்பப்படி அலைந்து திரியவும் வாழ்ந்து மகிழவும் இன்னொருவன் எப்படித் தடைபோடலாம்?

வாய்ப்பே இல்லை. வேலுப்பிள்ளையின் மகன் அப்படியெல் லாம் சிந்திக்கக்கூட முடியாது. எத்தனை சாது! எப்பேர்ப்பட்ட ஒழுக்க சீலர். அதிர்ந்து ஒரு வார்த்தை பேசத் தெரியாத அணில் குஞ்சு அவர். அவர் மனைவி பார்வதி, அவருக்கு மேல். அவர்களுக்குத் தெரிந்ததெல்லாம் கோயில், கடவுள், பதிகம். கொஞ்சம் வெளியே வந்தால் தமிழரசுக் கட்சி. தந்தை செல்வா. அவரது அறவழிப் போராட்டங்கள். தந்தை சொன்னால் சரி. தந்தை செய்வது சரி. பேப்பரைப் பார். அவர் என்ன பேசியிருக்கிறார் இன்றைக்கு?

திருமேனியார் குடும்பம் என்பார்கள். வல்வெட்டித்துறையில் அவர்கள் மிகவும் பிரபலம். வேலுப்பிள்ளையின் பாட்டனார் திருமேனி வெங்கடாசலம் கட்டிய வைத்தீஸ்வரன் கோயில் இன்றளவும் வல்வெட்டித்துறையில் பிரபலமானது. தான் கட்டிய கோயிலுக்கு மட்டுமல்ல. யார் வந்து கேட்டாலும் கோயில் பணி என்றால் அள்ளிக்கொடுக்கும் வம்சம் அது. அரசாங்கத்தை நம்பிப் பயனில்லாதபோது ஆண்டவனைத்தான் நம்பியாகவேண்டியிருக்கிறது.

என்றாவது விடியும் என்ற ஒற்றை நம்பிக்கை அவர்களிடம் மிச்சமிருந்தது. நிம்மதியாக ஒரு வாழ்க்கை. சுதந்தரமாக ஒரு வாழ்க்கை. கலவரமில்லாத ஒரு வாழ்க்கை. படுத்தால், யார் கதவு இடிப்பார்களோ என்று அஞ்சாமல் உறங்க ஒரு வாழ்க்கை. இரவிருந்தால் பகலிருக்கும் என்கிற நம்பிக்கையில் இருந்தவர் கள் அவர்கள். எல்லாம் ஆண்டவன் பார்த்துக்கொள்வான் என்கிற நம்பிக்கை. அந்த நம்பிக்கையின் ஆணி வேரைத்தான் சிறுவன் பிரபாகரனின் கேள்வி அன்றைக்கு முதல் முறையாக அசைத்துப் பார்த்தது.

குருக்கள்தானே? தினசரி கோயில் திருப்பணி செய்கிறவர்தானே? கடவுளா காப்பாற்றினார்? அல்லது நீங்கள்தான் காப்பாற்றினீர் களா? யாரால் என்ன முடிந்தது? தாக்க வந்தவர்களை அவர் திருப்பித் தாக்கியிருக்கவேண்டும். நிச்சயமாக, தாக்க முயற்சியாவது செய்திருக்க வேண்டும். எதிர்ப்புக் காட்டாமல் கட்டுண்டு, பற்றி எரிந்து இறந்தவரைப் பற்றிப் பரிதாபம் பேசி என்ன பயன்?

அதிர்ந்து போனார் வேலுப்பிள்ளை. திருப்பித் தாக்குவதா?

ஆம். அதிலென்ன தவறு என்று பிரபாகரன் கேட்டபோது வல்
வெட்டித்துறை மட்டுமல்ல; இலங்கையின் வடக்கு, கிழக்கு
மாகாணங்கள் முழுவதுமே அறவழிப் போராட்டத்தில் மட்டும்
நம்பிக்கை கொண்டிருந்தது. தந்தை செல்வா என்கிற எஸ்.ஜே.வி.
செல்வநாயகத்தின் தமிழரசுக் கட்சிதான் ஒரே நம்பிக்கை.
இலங்கை தமிழ் காங்கிரஸ் இருந்தாலும் செல்வா மட்டுமே
செல்லுபடியாகக் கூடியவர். ஊர்வலங்கள், பொதுக்கூட்டங்கள்,
உண்ணாவிரதங்கள், மறியல்கள், அறிக்கைகள் மற்றும் அழுகைகள்.
ஆயுதம் என்று சிந்திக்கக்கூடிய தலைமுறை அப்போது இல்லை.

அது அப்போதுதான் பிறந்திருந்த தலைமுறை. பிரபாகரன் அதில்
முதல் செட்.

'தம்பி, இதோ பார். இதுதான் இந்தியா. நமக்கு வடக்கே
இருக்கும் தேசம். கூப்பிடு தூரம். ஒரு காலத்தில் நம் ஊரிலிருந்து
மதியம் புறப்பட்டுப் படகில் போய் மாலைக்காட்சி சினிமா
பார்த்துவிட்டு இரவு ஊருக்குத் திரும்பி வந்துவிடுவார்
கள்.எத்தனை பாகவதர் படங்கள், சின்னப்பா படங்கள், எம்.கே.
ராதா படங்களெல்லாம் பார்த்திருக்கிறோம் தெரியுமா? யாரும்
பாஸ்போர்ட் கேட்டதில்லை. விசா கேட்டதில்லை. அத்தனை
இணக்கமான தேசம். நம் மக்களுக்கு அங்கே வியாபாரத்
தொடர்புகள் இருந்தன. நம் ஊரிலேயே பல குடும்பங்கள்
அங்கே பெண் எடுத்திருக்கின்றன. நடுவில் இருப்பதை ஒரு
கடலாகவே யாரும் நினைத்ததில்லை. சற்றே பெரிய கால்வாய்.
அவ்வளவுதான். ஆனால் எல்லாம் ஒரு காலம். இப்போது
இல்லை. நான் சொல்ல வந்ததும் அது இல்லை. இந்தியாவில்
ஒரு சுதந்தரப் போராட்டம் நடந்தது. ஆ, அதற்கு முன்னால் நான்
உனக்கு மகாத்மா காந்தியைப் பற்றிச் சொல்ல வேண்டும்...'

பிரபாகரன் காந்தி கதையை அப்பாவிடம் கேட்டுக்கொண்டா
லும் தனியே எடுத்துப் படித்த புத்தகங்கள் சுபாஷ் சந்திர
போஸைப் பற்றியதாகவே இருந்தன. அந்த வயதில் அவனுக்கு
சுபாஷின் சாகசங்கள் பிடித்திருந்தன. பிரிட்டிஷார் கண்ணில்
மண்ணைத் தூவிவிட்டு தேசம் விட்டுத் தப்பிப் போன சுபாஷ்.
ஜெர்மனியில் ஹிட்லரைச் சந்தித்த சுபாஷ். நீர்மூழ்கிக் கப்பலில்
ஜப்பானுக்குத் தப்பிய சுபாஷ். தனி மனிதனாக ஒரு ராணு
வத்தையே உருவாக்க முடிந்த அவரது பேராற்றல்.

பிறகு பகத் சிங்கைத் தெரிந்துகொண்டான். எந்தவித அச்சுறுத்
தல்களுக்கும் அடங்க மறுத்து சிலிர்த்து எழுந்த அத்தனை

பேரையும் அவனுக்குப் பிடித்தது. என் மண்ணில், என் விருப்பப் படி அலைந்து திரியவும் வாழ்ந்து மகிழவும் இன்னொருவன் எப்படித் தடைபோடலாம்?

அப்பா, நான் காந்தியை மதிக்கிறேன். ஆனால், இந்தியாவின் கதை வேறு. நமக்கிருக்கும் பிரச்னைகள் அவர்களுக்கு இருந்ததில்லை. வெள்ளைக்காரன் ஆட்சியைப் பிடித்ததுதான் அங்கே பிரச்னை. இந்தியர்களைப் பூண்டோடு ஒழித்துக் கட்டவா பார்த்தான்? அங்கே ஒரே ஒரு ஜாலியன் வாலாபாக். இங்கே ஊருக்கு ஊர் சொக்கப்பனை. எப்படி ஒப்பிடுவீர்கள்? பிரிட்டிஷாருக்கு அங்கே அதிகாரம் செலுத்துவது ஒன்றே குறி. இனப்படுகொலை அல்ல. எந்தப் பாணந்துறை குருக்கள் அங்கே உயிரோடு கொளுத்தப்பட்டார்? நேற்றைக்கு அத்தை வந்திருந் தாரே, அவரது கணவரை அடித்தே கொன்ற கதையைச் சொல்லி அழுதாரே. அதற்கு ஏதாவது காரணம் இருந்திருக்க முடியுமா? அத்தையின் கணவருக்கும் அரசியலுக்கும் ஏதேனும் தொடர்பு உண்டா? நமது போராட்ட வழிகளை நாம் தீர்மானிப்பதில்லை அப்பா. நம் எதிரிகள்தான் தீர்மானிக்கிறார்கள்...

வேலுப்பிள்ளை கலவரமடையவில்லை. ஆனால் கவலைப் பட்டார். இது வேறு தலைமுறை. வேறு விதமாகச் சிந்திக்கிறது. மாவட்டக் காணி அதிகாரியாக உத்தியோகம் பார்த்து, செய்தித்தாள் அரசியலில் திருப்தியுற்று, கோயில் பணிகளில் கவலை கரைக்கும் தன்னைப் போலில்லை தன் மகன். சிந்திக்கிறான். ஆனால் வேறு விதமாக. ஆபத்தாக ஏதும் வராத வரை பிரச்னையில்லை. பார்வதி, தம்பி எப்போதும் படித்துக் கொண்டிருக்கிறானே, என்னவென்று எப்போதேனும் பார்த்தாயா?

பெற்றோருக்கும் இரண்டு மூத்த சகோதரிகள் மற்றும் ஒரு சகோதரனுக்கும் மட்டுமல்ல. திருமேனியார் வீட்டுக் கடைக் குட்டி, ஊருக்கே தம்பி. பின்னாளில் ஈழத் தமிழ் மக்கள் அத்தனை பேருக்கும்கூட அதுவே உறவு முறையாக இருக்கும் என்று வேலுப்பிள்ளை நினைத்திருக்க மாட்டார் அப்போது.

22

3. தலையணையும் பாயும்

பந்தல் போட்டிருந்தார்கள். பெரிய பந்தல். வீட்டுக்குப் பக்கத்திலேயே, காம்பவுண்டுக்கு உள்ளேயே. நீரில் நனைத்து மாவிலைக் கொத்து சொருகி, இரண்டு வாழை மரங்களை நிமிர்த்தி வைத்துக் கட்டினார்கள். உறவுக்காரர்களும் நண்பர்களும் வண்டி கட்டிக்கொண்டு வாசலில் வந்து இறங்கியபோது ஊரே திரண்டு நின்று வரவேற்றது.

வேலுப்பிள்ளை வீட்டுத் திருமணம் என்பது ஊர்த் திருவிழா மாதிரி. ஒப்புக்குக் கூடப் பத்திரிகை என்று ஏதும் அச்சடிக்கவில்லை. எல்லாம் வாய்வார்த்தை தான். அதை யாரும் எதிர்பார்க்கவில்லை என்பது தான் விஷயம். அழைத்தால் கலந்துகொள்ளும் வைபவமா அது? அத்தனை பேரும் தங்கள் மகள் திருமணமாகவே நினைத்தார்கள். பெரிய பெரிய கோலங்களால் வீதியை நிறைத்து, முகத்தில் புன்னகை ஏந்தி நல்வரவு சொன்னார்கள்.

வேலுப்பிள்ளைக்கு மட்டும் கவலையாக இருந்தது. தம்பியைக் காணோம். எங்கே போனான்? அதுகூட முக்கியமில்லை. என்றைக்குப் போனான்?

மனைவியிடம் கேட்டுப்பார்த்தார். பதிலில்லை. பிரபாகரனின் அண்ணனிடம் கேட்டார். தெரிய வில்லை. மூத்தவளிடம் கேட்டார். ம்ஹூம். வினோதினி, உன்னிடமாவது சொல்லிவிட்டுப் போனானா?

தெரியவில்லையே அப்பா என்றார் கல்யாணப்பெண்.

அலங்காரம் நடந்துகொண்டிருந்தது. மாப்பிள்ளை ராஜேந்திரன் கொழும்புவில் வேலை பார்க்கிறவர். ஒரு ஏற்றுமதி - இறக்குமதி நிறுவனத்தில் நல்ல உத்தியோகம், பெரிய சம்பளம். கௌரவ மான குடும்பம். சம்பந்தம் அமைந்தது தெய்வச் செயல்.

திருமணத்துக்கு வந்து இறங்கியதிலிருந்து மாப்பிள்ளை வீட்டார் கேட்டுக்கொண்டே இருக்கிறார்கள். எங்கே உங்கள் கடைசிப் பிள்ளை பிரபாகரன்? கண்ணிலேயே தென்படவில்லையே?

வேலுப்பிள்ளைக்குக் கவலையாக இருந்தது. சில காலமாகவே பிரபாகரனின் நடவடிக்கைகள் அவருக்குக் குழப்பம் தந்தன. படிப்பில் ஆர்வம் இல்லை. சுத்தமாக இல்லை. ஆனால் நிறையப் படிக்கிறான். என்னென்னவோ புத்தகங்கள், பெரும் பாலும் வரலாறுகள். மணிக்கணக்கில் இடத்தைவிட்டு அசை யாமல் உட்கார்ந்து படிக்கிறான். அந்த ஆர்வத்தில் அரைக்கால் சதம்கூடப் பள்ளிப் புத்தகங்களில் காட்ட ஏன் மறுக்கிறான்?

தெரியவில்லை. யார் யாரோ நண்பர்கள் என்று வருகிறார்கள். ரகசியமாகப் பேசுகிறார்கள். வழியனுப்புவது போல் வெளியே செல்பவன் பலமணி நேரம் கழித்துத்தான் திரும்பி வருகிறான். மாணவர் பேரவைக் கூட்டத்தில் பார்த்ததாக யாரோ வந்து சொல்லிவிட்டுப் போகிறார்கள். இரண்டாம் குறுக்குத் தெரு தமிழரசு காரியாலயப் பக்கம் கண்டதாகச் சிலர் சொல்வார்கள். யாழ்ப்பாணம் ரயில்வே ஸ்டேஷனை ஒட்டிய அப்பு சைக்கிள் கடையின் பின்புறம், தண்டவாளத்தில் தனியே அமர்ந்திருந்தான் என்று சொல்வார்கள். அதெல்லாம் கூடப் பரவாயில்லை. சி.டி.பி. மணியண்ணன் வீட்டில் இவனுக்கென்ன வேலை? அவர் போக்குவரத்துக் கழக ஊழியர். அரசுக்கு எதிராக என்னென்னவோ திட்டம் தீட்டுகிற கூட்டத்தைச் சேர்ந்தவர் என்று பேச்சு.

வேலுப்பிள்ளை சற்றே கலங்கித்தான் இருந்தார். அரசியல் ஆர்வம் இருந்தால் சரி. தடுப்பதற்கில்லை. பிரபாகரன் வயதை ஒத்த அத்தனை பிள்ளைகளுக்கும் இருக்கிற விஷயம். அவர்கள் மாணவர்கள். அரசால், புதிய கல்வித் துறைக் கொள்கைகளால் வஞ்சிக்கப்பட்டவர்கள். சிங்கள மாணவர்களுக்குச் சிறப்புச் சலுகைகள் தருவதற்கென்றே தமிழ்ப் பையன்களை பலி கொடுக்கும் சட்டம் கொண்டு வந்திருக்கிறார்கள். சும்மா

உயரம் சற்று மட்டுத்தான். ஆனால் உறுதியான தேகம். எதையும் தாங்கும் என்பது போல. கையைப் பிடித்துக் குலுக்கும்போது லேசாக வலித்த மாதிரி இல்லை? பலசாலி போலிருக்கிறது. ஆனால் முகத்தில் என்ன ஒரு வசீகரப் புன்னகை. கண்ணில் தீப்பொறி மாதிரி ஏதோ ஒன்று.

இருந்துவிட முடியாது. ஒரு கட்டத்தில் பல்கலைக்கழகமே போகாத தலைமுறை ஒன்று உருவாகிவிடும்.

அதுதான் அரசின் விருப்பம். பெரிய விளைச்சலற்ற வடக்கு மாகாணத்தின் வளமை முழுதும் கல்வியால் வந்தது. அதில்தான் கைவைக்கிறார்கள். நீ படிப்பது அபாயம். எங்கள் சிங்களப் பிள்ளைகள் படிக்காதிருந்தால் அபாயம். ஒதுங்கு. இவனுக்கு வழி விடு. நீ தொண்ணூறு எடுத்தால் உனக்கு சீட். இவன் அறுபது எடுத்தாலே சீட்.

தமிழ் இளைஞர்கள் அத்தனை பேரும் கொதித்துப் போயிருந்த காலம் அது. பிரபாகரனும் கொதித்திருக்கலாம். தப்பில்லை. ஆனால் போராட்டம் என்று வேலுப்பிள்ளை அறிந்ததெல்லாம் ஜனநாயக வழிப் போராட்டங்கள்தாம். ஊர்வலம். பேரணி. உண்ணாவிரதம். மேடைப்பேச்சு. அறிக்கைகள். அதைத்தான் தந்தை செல்வா சொல்லிக்கொடுத்திருக்கிறார்.

ஆனால் இந்தப் பிள்ளையின் நடவடிக்கைகளில் ஏன் இத்தனை பூடகம்? கூட்டங்களை அறிவிக்கும் போஸ்டர் ஒட்டப் போகிறான் என்றால் வீட்டில் சொல்லிவிட்டே போகலாமே? தம்பி, நீ போஸ்டர்தானே ஒட்டுகிறாய்?

புன்னகைதான் பதில். அப்பா, கவலைப்படாதீர்கள். இரவு வீட்டுக்கு வந்துவிடுவேன்.

சில நாள் சொன்னபடி பிரபாகரன் வீட்டுக்கு வந்துவிடுவார். சில நாள் வர முடியாமல் போய்விடும். முதலில் கவலைப்படுவார் கள். பிறகு பழகிவிட்டார்கள். ஆனால் சகோதரியின் திருமணத் துக்கு முதல்நாள் கூடவா?

தம்பி வந்துவிட்டானா? மாப்பிள்ளை வீட்டார் நாலைந்து முறை கேட்டுவிட்டுப் போய்விட்டார்கள். இன்னும் ஆளைக் காணோம். எங்கே போய்விட்டாய், தம்பி?

25

வேலுப்பிள்ளை கவலையுடன் பின்புறம் சமையல் நடந்து கொண்டிருக்கும் பந்தலுக்குப் போனார். ஊர்ப் பெண்கள் எல்லோரும் கூடி கறிகாய் நறுக்கிக்கொண்டிருந்தார்கள். கொதிக்கும் உலையிலிருந்து வாசனை மிதந்து வந்தது. இங்கே சாம்பார். அங்கே பாயசம். பச்சடி தயார். பொறியல் தயார். ரசம் தயார். யாரப்பா, வடை மாவில் உப்பு போட்டாகிவிட்டதா?

ஐயா, தம்பி வந்துவிட்டான். யாரோ சொன்னார்கள். ஆண்டவனே என்று ஒரு கணம் கண்ணை மூடி மனத்துக்குள் வணங்கிவிட்டு வேகமாக உள்ளே போனார் வேலுப்பிள்ளை.

பிரபாகரன், மாப்பிள்ளை ராஜேந்திரனின் அறையில் நின்று கொண்டிருந்தார். வணக்கம். பயணமெல்லாம் சுகமாயிருந்தது தானே?

உயரம் சற்று மட்டுத்தான். ஆனால் உறுதியான தேகம். எதையும் தாங்கும் என்பது போல. கையைப் பிடித்துக் குலுக்கும்போது லேசாக வலித்த மாதிரி இல்லை? பலசாலி போலிருக்கிறது. ஆனால் முகத்தில் என்ன ஒரு வசீகரப் புன்னகை. கண்ணில் தீப்பொறி மாதிரி ஏதோ ஒன்று. படித்தவர்களுக்கு மட்டுமே வரக்கூடிய ஒன்று. பிரபா, நீங்கள் என்ன படித்திருக்கீங்கள்? கேட்க நினைத்தார். ஏனோ மறந்துவிட்டது. இன்னொன்றும் கேட்க நினைத்தார். அக்கா கல்யாணத்துக்குக் கூட பக்கத்தில் இல்லாமல் அப்படியென்ன வேலை? அதையும் கேட்கவில்லை. கேட்க முடியவில்லை என்பதுதான் சரி.

சில நிமிடங்களே பிரபாகரன் அந்த அறையில் இருந்தாலும் கணப்பொழுதையும் வீணாக்காமல் மரியாதை வெளிப்படப் பேசவேண்டிய அனைத்தையும் பேசி முடித்துவிட்டு வெளியே போய்விட்டார்.

மாப்பிள்ளை, தம்பி வந்திருந்தானா? அரக்கப் பரக்க ஓடி வந்தார் வேலுப்பிள்ளை.

பாலா என்கிற ராஜேந்திரன் சிரித்தார். நல்ல அப்பா. நல்ல பிள்ளை.

ஒரு பொறுப்புள்ள தம்பியாக, அந்தத் திருமணச் சடங்குகள் நிறைவடையும் வரை பிரபாகரன் பிறகு உடனிருந்தார். வேலுப்பிள்ளைக்கு நிம்மதி. வினோதினிக்கு சந்தோஷம். அம்மாவுக்குப்

பெருமிதம். என்ன இருந்தாலும் பிள்ளை பக்கத்தில் இருப்பது ஒரு பலம் அல்லவா? இப்படியே இருந்துவிட்டால் தேவலை. அப்படித்தான் எல்லோரும் நினைத்தார்கள்.

ஆனால் பிரபாகரன் அதிக சமயம் எடுக்கவில்லை. 1972ம் ஆண்டு ஏதோ ஒரு மாதம், ஏதோ ஒரு தினம். நியாயமாக சரித்திரம் அந்தத் தேதியைப் பதிவு செய்திருக்க வேண்டும். ஏனோ தவறிவிட்டது. அப்போது அவருக்கு வயது சரியாகப் பதினாறு. அதில் சந்தேக மில்லை.

இரவு சாப்பிட்டுவிட்டு அனைவரும் படுத்துவிட்டார்கள். அதிசயமாக அன்றைக்குப் பிரபாகரனும் நேரத்தோடு வந்து சாப்பிட்டுவிட்டு, குடும்பத்தாரோடு சிறிது நேரம் பேசிக் கொண்டிருந்துவிட்டுப் படுத்திருந்தார்.

இருள் பிரியாத அதிகாலைப் பொழுதில் வீட்டு வாசலில் ஏதோ சத்தம் கேட்டது. இந்த நேரத்தில் யார் வந்திருப்பார்கள்? ஒருவர் இருவர் மாதிரி தெரியவில்லை. ஏழெட்டுப் பேர்? பத்திருபது பேர்? அல்லது அதற்கும் மேலே? படுக்கையில் இருந்தபடி கண்ணைத் திறக்காமல் வேலுப்பிள்ளை குழம்பிக்கொண்டிருந் தார். மெல்லத் திரும்பிப் பார்த்தபோது மனைவியும் மகனும் சற்றுத்தள்ளிப் படுத்திருப்பது தெரிந்தது. நல்லவேளை, பிரபாகரன் இருக்கிறான்.

சில நிமிடங்களில் வெளியே கேட்ட சத்தம் வலுத்தது. பேச்சு சத்தம் மட்டுமல்ல. இப்போது நிறைய பூட்ஸ் சத்தமும் கேட்டது. எனவே, போலீஸ்.

அடக்கடவுளே, இந்த நேரத்தில் போலீஸுக்கு இங்கே என்ன வேலை?

வேலுப்பிள்ளை எழுந்துகொண்ட அதே சமயம் வீட்டின் வெளிக்கதவை அவர்கள் தட்டத் தொடங்கிவிட்டார்கள். யார் உள்ளே? கதவைத் திற. வந்திருப்பது போலீஸ்.

வேலுப்பிள்ளை சற்றே கலங்கியவராகத் தன் மனைவியைப் பார்த்தார். வழியில்லை. கதவைத் திறந்துதான் ஆகவேண்டும். என்ன விபரீதம் என்று புரியவில்லை. 'பிரபாகரனை எழுப் பட்டுமா?'

பார்வதி கேட்டார். 'வேண்டாம். தம்பி நன்றாகத் தூங்குகிறான். நாமே பேசி அனுப்புவோம், வா' என்று அவர் முகத்தைத் துடைத்துக்கொண்டு வெளியே வந்தார்.

கதவை அவர் திறந்ததுதான் தாமதம். தடதடவென்று இருபது, இருபத்தி ஐந்து போலீசார் வீட்டுக்குள் நுழைந்து அங்குமிங்கும் தேடத் தொடங்கிவிட்டார்கள்.

'ஏய், என்ன நடக்கிறது? இங்கே என்ன செய்கிறீர்கள்? நான் வேலுப்பிள்ளை. மாவட்ட நிலவள அதிகாரி. நீங்கள் தேடும்படியாக என் வீட்டில் ஏதுமில்லை.'

இன்ஸ்பெக்டர் ஒருவர் மெல்ல அவர் அருகே வந்து நிறுத்தி நிதானமாகக் கேட்டார். 'எங்கே உங்கள் பிள்ளை பிரபாகரன்?'

திக்கென்றது வேலுப்பிள்ளைக்கு. உள் அறையில் தூங்கிக் கொண்டிருக்கிறான். என்ன தவறு செய்திருப்பான்? கடவுளே.

பேச்சு வராமல் உள்ளே கைகாட்டினார். முன்னால் போன காவலர்களுடன் அவரும் சென்றார்.

'எங்கே பிரபாகரன்?'

இன்ஸ்பெக்டர் மீண்டும் கேட்டார்.

வேலுப்பிள்ளை அப்போதுதான் பார்த்தார். தம்பி தூங்குகிறான், எழுப்பாதே என்று சொல்லிவிட்டு வந்த இடத்தில், ஒரு தலையணையும் பாயும்தான் இருந்தன. தம்பி இல்லை.

4. சர்க்கரை வள்ளிக்கிழங்கு

அவ்வளவுதான். இனி வீட்டுக்குத் திரும்பப் போகமுடியாது என்று பிரபாகரன் சொன்னார். ஒரு முறை போலீஸ் வந்துவிட்டால், தொடர்ந்து அங்கே இருப்பது சிக்கல். தனக்கல்ல. பெற்றோருக்கு. சகோதரனுக்கு. சகோதரிகளுக்கு. மற்ற உறவினர்களுக்கு. வந்து போகும் அப்பாவின் நண்பர்களுக்கு. தன் பொருட்டு அவர்களுக்கு சிரமம் வேண்டாம் என்று அவர் நினைத்தார். எனவே நண்பர்களிடம் விஷயத்தைச் சொல்லி விட்டுக் கொஞ்சநாள் தலைமறைவாக இருக்க ஓரிடம் பார்க்கச் சொன்னார்.

வல்வெட்டித்துறையில் அப்போது இருபது இருபத்தி ஐந்து இளைஞர்கள் ஒரு குழுவாகச் செயல்பட்டுக்கொண்டிருந்தார்கள். பெரும்பாலும் பிரபாகரனைக் காட்டிலும் வயதில் மூத்தவர்கள். இரண்டு நண்பர்கள் அவர்களை வழிநடத்திக்கொண்டிருந்தார்கள். ஒருவர், நடராஜா தங்கதுரை. இன்னொருவர், செல்வராஜா யோகச்சந்திரன். துடிப்பானவர்கள். ஏதாவது செய்யவேண்டும் என்கிற தணியாத தாகம் கொண்டவர்கள். தரப்படுத்துதல் என்கிற பெயரில் தமிழ் மாணவர்களை அரசாங்கம் பழிவாங்கிக்கொண்டிருப்பதில் வெறுப்புற்றிருந்தவர்கள். தமிழ் அரசியல்வாதிகளால் பத்து பைசாவுக்குப் பிரயோஜனமில்லை என்று வருந்திக் கொண்டிருந்தவர்கள்.

பெரிய அளவில், யாருமே எதிர்பார்க்க முடியாத விதத்தில் ஒரு புரட்சியை நடத்திக் காட்ட அவர்கள் விருப்பம் கொண்டிருந் தார்கள். ஆயுதப் புரட்சி. அவர்கள் எந்தச் சித்தாந்தத்தாலும் உந்தப்பட்டவர்கள் அல்லர். தினசரி சமூக - அரசியல் நிகழ்வு களால் வெதும்பிக் கிடந்தவர்கள். தமிழர்களின் மீட்சிக்கு ஆயுதம் ஒன்றே இறுதி வழி என்று முடிவு செய்து, களம் இறங்கி யிருந்தார்கள்.

ஆனால் அது அத்தனை சுலபமாக இல்லை. ஆயுதம் கிடைப்பது. வெடிபொருள்கள் கிடைப்பது. கிடைத்ததெல்லாம் இரண்டாம் தரம். உடைந்த துப்பாக்கிகள். துருப்பிடித்த பிஸ்டல்கள். கெஞ்சிக் கூத்தாடினால் ஏழெட்டு ரவைகள் கிடைக்கும். சுடுவதற்குப் பயிற்சி வேண்டாமா? பயிற்சிக்கு ரவைகளை வீணாக்கினால் புரட்சிக்கு என்ன செய்வது?

தவித்துக்கொண்டிருந்தார்கள். ஒரு மெக்கானிக்கை நட்பாக்கிக் கொண்டு, கிடைத்த உடைந்த துப்பாக்கிகளைக் கொடுத்து ரிப்பேர் செய்யச் சொல்லியிருந்தார்கள். குழுவின் இளம் உறுப்பினராகச் சேர்ந்திருந்த பிரபாகரனுக்கு அந்த மெக்கானிக் கின் அசிஸ்டெண்டாக வேலை பார்க்க வாய்ப்புக் கிடைத்தது.

துருப்பிடித்த பிஸ்டல்களைக் கழற்றிப் போட்டு ரிப்பேர் செய்யும் மெக்கானிக்கின் கைவிரல்களையே இமைக்காமல் பார்த்துக் கொண்டிருப்பார் பிரபாகரன். எண்ணெய் போட்டுத் தேய்த்துத் தேய்த்து மெருகேற்றி, பகுதி பகுதியாக மீண்டும் இணைத்து, ஒரு நல்ல உருப்படியாக மாற்றி வைத்துவிட்டு மெக்கானிக் எழுந்து போனதும் பிரபாகரன் அதனைக் கையில் எடுப்பார். மீண்டும் பகுதி பகுதியாகக் கழற்றிப் போட்டுவிட்டு, மெக்கானிக் செய்தது போலவே திரும்ப இணைத்துப் பார்ப்பார்.

அதுதான் ஆரம்பம்.

தங்குமிடம்தான் பெரும் பிரச்னையாக இருந்தது. டீக்கடைகளின் பின்புறம். ரயில்வே லைன் ஓரத்து புதர் மறைவுகள். நண்பர் களின் வீடுகள். கோயில் திண்ணைகள். பள்ளிக்கூடத் திண்ணைகள். உலகம் உறங்கும் வரை விழித்திருந்துவிட்டு, ஒதுங்கிப் படுப்பார். ஊர் விழிப்பதற்கு முன்னால் எழுந்து போய் விட வேண்டும். எந்த இடமானாலும் சரி. இதுதான் விதி. இதுதான் வாழ்க்கை.

வயல் காட்டில் எங்கே கிழங்கு பயிரிட்டிருக்கிறார்கள் என்று பார்ப்பார். சர்க்கரை வள்ளிக் கிழங்கு. இருட்டில் தடவிப் பார்த்து செடியை உணர்ந்து, கிழங்கைத் தோண்டி எடுத்துக்கொள்வார். மேலும் நடந்து மிளகாய்த் தோட்டம் பக்கமாகப் போய் நாலைந்து பச்சை மிளகாய்களை வேலியோரம் நின்று பறித்துக்கொள்வார். எங்காவது கால்வாய் அல்லது குளத்தில் கிழங்கைக் கழுவி, கையாலேயே தோலைச் சீவிவிட்டு பச்சையாக அப்படியே உண்பார். தொட்டுக்கொள்ளப் பச்சை மிளகாய்.

ரொம்பக் கஷ்டமாக இருக்கிறதா தம்பி? தங்கதுரை ஆதரவாகக் கேட்பார். பிரபாகரன் சிரிப்பார். என்ன சாப்பிட்டாய்? அடுத்த கேள்வி அநேகமாக அதுவாகத்தான் இருக்கும்.

பொதுவாக அந்நாள்களில் பிரபாகரன் உட்கார்ந்து வயிறாரச் சாப்பிட்டது வெகு அபூர்வம். வசதியில்லாமல் இல்லை. இட மில்லை என்பதுதான் விஷயம். போலீஸ் தேடத் தொடங்கி விட்டது என்பது தெரிந்ததுமே தலைமறைவாகியிருக்க வேண்டும். வீடுவரை வந்துவிட்டபின் தப்பித்தது சற்றே பிழை. இன்னும் கொஞ்சம் முன்கூட்டி யூகித்திருக்க வேண்டும். இப் போது தேடுதல் தீவிரமடைந்திருக்கும். எங்கும் கண்காணிப்புக் கழுகுகள் வட்டமிட்டபடியேதான் இருக்கும்.

இத்தனைக்கும் அன்றைய பிற தமிழ் இளைஞர்கள் செய்தது போல் அப்போது அவர் வங்கிக்கொள்ளை எதிலும் ஈடுபட வில்லை. குண்டு வைக்கவில்லை. சுட்டுவிட்டு ஓடவில்லை. யாழ்ப்பாணத்திலிருந்து பாயிண்ட் பெட்ரோவுக்குப் போகும் பேருந்து ஒன்றில் தீ வைக்க பிரபாகரனின் நண்பர்கள் முடிவு செய்திருந்தார்கள். மக்கள் இல்லாமல் ஷெட்டுக்குப் போய்க் கொண்டிருந்த பேருந்து. டிரைவரும் கண்டக்டரும் மட்டும் இருந்தார்கள். மரியாதையாக அவர்களை இறங்கி நடந்து போகச் சொல்லிவிட்டு வண்டியைக் கொளுத்தினார்கள். பிரபாகரனும் இருந்தார். பேருந்து எரியத் தொடங்கியதும், புறப்பட்டுப் போய்விட்டார்கள்.

வெறும் ஆர்வம். ஏதாவது செய்யும் ஆர்வம். கவன ஈர்ப்பில் ஆர்வம். அரசாங்கத்தைப் பதறச் செய்யமாட்டோமா என்கிற

தவிப்பு. அப்படியாவது தமிழர்களுக்கு ஏதாவது செய்ய மாட்டார்களா என்கிற எதிர்பார்ப்பு.

பிரபாகரன் கவனித்துக்கொண்டிருந்தார். அனைத்தையும். அனைவரையும். அவருக்கும் ஏதாவது செய்யவேண்டும் என்கிற எண்ணம் இருந்தது. ஆனால் இவர்கள் செய்வதுபோல் உதிரித் தனம் தெரிய எதையும் செய்யக்கூடாது என்கிற தீர்மானம் இருந்தது. ஏதாவது ஒரு புள்ளியில் தொடங்கத்தான் போகிறேன். ஆனால் இதுவல்ல. இப்படியல்ல.

எனில் எது? எப்படி?

யோசித்துக்கொண்டிருந்தார். இரவுப் பொழுதுகளில் வயல் வெளியில் இறங்கி வெகுதூரம் நடப்பார். வயல் காட்டில் எங்கே கிழங்கு பயிரிட்டிருக்கிறார்கள் என்று பார்ப்பார். சர்க்கரை வள்ளிக் கிழங்கு. இருட்டில் தடவிப் பார்த்து செடியை உணர்ந்து, கிழங்கைத் தோண்டி எடுத்துக்கொள்வார். மேலும் நடந்து மிளகாய்த் தோட்டம் பக்கமாகப் போய் நாலைந்து பச்சை மிளகாய்களை வேலியோரம் நின்று பறித்துக்கொள்வார்.

எங்காவது கால்வாய் அல்லது குளத்தில் கிழங்கைக் கழுவி, கையாலேயே தோலைச் சீவிவிட்டு பச்சையாக அப்படியே உண்பார். தொட்டுக்கொள்ளப் பச்சை மிளகாய்.

ஒருநாள் இருநாள் அல்ல. அநேகமாக அடுத்த சில வருடங் களுக்கு அதுதான் பிரபாகரனின் முக்கிய உணவாக இருந்தது. அதுவும் நள்ளிரவு மட்டுமே சாத்தியமாகக்கூடிய உணவு. பகலில் கிழங்கு பறித்தால் அடிக்க ஆள் வந்துவிடும். இரவில் பறிப் பதைச் சேகரித்து வைத்துக்கொள்ள இடம் கிடையாது.

கஷ்டம்தான் இல்லை? யோகச்சந்திரன் என்கிற குட்டிமணி கேட்பார். இல்லையே என்பார் பிரபாகரன். பச்சை சர்க்கரை வள்ளிக்கிழங்கும் பச்சை மிளகாயும் வெகு விரைவில் அவரது இஷ்ட உணவாகிவிட்டிருந்ததுதான் காரணம்.

வீட்டை விட்டு வெளியேறி எத்தனை நாளானது என்பதே நினை வில்லை. வாழ்க்கை அதன் போக்கில் காட்டாறாக ஓடிக் கொண்டிருந்தது. திடீரென்று ஒருநாள் பிரபாகரன் மறைந்திருந்த இடத்துக்கு வேலுப்பிள்ளை வந்து நின்றார்.

அதிர்ந்து போய்விட்டார் பிரபாகரன். அப்பா, நீங்களா? இங்கேயா?

போலீஸ்காரன் தேடுவது பிழைப்புக்கு. அவனிடம் சிக்காதிருக்க முடியும். பெற்றவன் தேடுவது அப்படியா? தம்பி, என்ன இது? என்ன செய்துகொண்டிருக்கிறாய்? ஏன் இப்படியெல்லாம் ஆகிறது? உன் அம்மா எத்தனை கவலைப்பட்டுக்கொண்டிருக் கிறாள் தெரியுமா?

பிரபாகரன் உடனே பதில் சொல்லவில்லை. வெகுநேரம் யோசித்தார். பிறகு சொன்னார். அப்பா, உங்களுக்கு முழுக்கப் புரியுமா என்று தெரியவில்லை. என்னால் உங்களுக்கு இனிப் பயனில்லை. என்னை விட்டுவிடுங்கள்.

தலைமறைவுக் காலத்தில் பிரபாகரனைச் சுற்றி ஒரு சிறு குழு சேர்ந்திருந்தது. தங்கதுரை, குட்டிமணி குழுவிலிருந்தவர்கள் அல்லர். இது வேறு குழு. வேறு இளைஞர்கள். பிரபாகரனைப் போலவே ஆர்வமும் துடிப்பும் மிக்க இளைஞர்கள். அவரைப் போலவே போலீஸால் தேடப்பட்டுக்கொண்டிருந்தவர்கள். வல்வெட்டித்துறையைச் சேர்ந்தவர்கள். பக்கத்து ஊர் பருத்தித் துறைக்காரர்கள். காங்கேசன்துறைக்காரர்கள். அதிகமில்லை. பத்துப் பதினைந்து பேர் இருக்கலாம். ஒரு குழுவாகச் செயல் படலாம் என்று முடிவு செய்திருந்தவர்கள். பிரபாகரனைத் தங்கள் தலைவராக ஏற்றுக்கொண்டிருந்தவர்கள். தமக்குள் பேசி தங்கள் இயக்கத்துக்குப் 'புதிய தமிழ்ப் புலிகள்' என்று பெயரிட்டிருந்தார்கள்.

வெளியில் யாருக்கும் தெரியாது. பெயர் அல்ல; அப்படியொரு குழு உருவானது கூட. தலைமறைவு வாழ்க்கை எப்போது முடிவுக்கு வரும் என்று தெரியவில்லை. கொஞ்சம் வெளிச்சத் தில் நடமாட முடிந்தால் ஏதாவது செய்யலாம் என்று எண்ணி யிருந்தார்கள்.

ஆனால் துரதிருஷ்டவசமாக, பிரபாகரன் பதுங்கியிருந்த இடம் அவரது தந்தைக்குத் தெரிந்தது போலவே போலீஸுக்கும் தெரிந்து போனது. அடுத்த இடம் தேடும் அவசரத்தில் அப்போது இருந்தார் பிரபாகரன். அப்போதுதான் வேலுப்பிள்ளை வந்திருந்தார்.

சொல் தம்பி. என்ன செய்யப்போகிறாய்?

இந்தியாவுக்குப் போய்விடலாம் என்று தங்கதுரை சொன்னார். குட்டிமணியும் ஆம் என்றார். குழுவில் பெரியஜோதி என்று இன்னொரு இளைஞர் இருந்தார். பிரபாகரனுக்கும் அவரைத் தெரியும். நால்வரும் ஒரு தோணி பிடித்து இந்தியாவுக்குக் கொஞ்சநாள் போய்விடுவது என்று முடிவு செய்தார்கள்.

பிரபாகரன் குழுவினர் மட்டுமல்ல. அன்றைக்கு வடக்கு மாகாணத்தில் போலீசால் தேடப்பட்டுக்கொண்டிருந்த பல இளைஞர் குழுக்களுக்கு அந்த எண்ணம்தான் இருந்தது. தமிழகத்து சொந்தச் சகோதரர்கள். நேரில் போய்ச் சந்திப்போம். பேசிப்பார்ப்போம். இலங்கையில் நடப்பது குறித்து அவர் களுக்கு எவ்வளவு தெரியும்? அதிகம் தெரிந்திருக்க வாய்ப் பில்லை. நாம் போய்ப் பேசிப் புரியவைப்போம். முடிந்தால் சில தலைவர்களைச் சந்திக்கலாம். முக்கியமாகப் பெரியார். அப்புறம் அண்ணாத்துரை.

தங்கதுரையும் குட்டிமணியும் ஒரு தோணி பிடித்தார்கள். நால்வரும் ஒரு நள்ளிரவுப் பொழுதில் ஏறி உட்கார்ந்தார்கள்.

வேதாரண்யத்துக்கு அவர்கள் வந்து சேர்ந்தபோது விடிந்திருக்க வில்லை.

5. புதிய முகம்

'சேலத்துக்குப் போய்விடலாம்' என்று குட்டிமணி சொன்னார். அவர் தயாராக இருந்தார். தங்க துரைக்கும்கூட அதுதான் அப்போது விருப்பம். சேலத்தை அவர்கள் தேர்ந்தெடுக்கக் காரணம் என்னவென்று சரியாகத் தெரியவில்லை. நண்பர்கள் அங்கே இருந்திருக்கலாம். வேறு ஏதாவது பணிகள் இருந்திருக்கலாம். பாதுகாப்புக் காரணங்களுக்காக வும் இருந்திருக்கலாம்.

ஆனால் பிரபாகரனுக்கு விருப்பமில்லை. சேலம் சென்று என்ன செய்வது? வெறுமனே ஊர் சுற்றுவது தவிர வேறு எந்தப் பயனுமில்லை. தப்பித்து வந்தது, பதுங்கியிருப்பதற்காக என்று அவர் கருதவில்லை. செயல், செயல் முக்கியம். ஏதாவது செய்தாக வேண்டும். மிகத் தீவிரமாக இயங்கவேண்டிய தருணம் என்று தனக்குள் திரும்பத் திரும்பச் சொல்லிக் கொண்டார். ஒரு தாற்காலிக ஏற்பாடாகவே தமிழகப் பயணத்தை அவர் எண்ணினார். சில நாள்கள். சென்னைக்குச் சென்று தலைவர்களைச் சந்திப்பது அவரது முக்கிய நோக்கமாக இருந்தது. யாராவது உதவ வேண்டும் அதற்கு. யார்?

சரி, அதை நான் பார்த்துக்கொள்கிறேன், ஆனால் சேலத்துக்கு மட்டும் நிச்சயம் வரவில்லை என்று சொன்னார். தங்கதுரையும் குட்டிமணியும் சேலத்துக்குப் புறப்பட்டுப் போனார்கள். தோணியில் வந்து இறங்கிய நான்கு பேரில் இன்னொருவரான பெரியஜோதிக்குச் சேலம்

35

செல்லும் எண்ணம் இல்லை என்றாலும், வேறு திட்டங்களும் பெரிதாக இருக்கவில்லை. எனவே அவர் சிலகாலம் வேதா ரண்யத்திலேயே தங்கலாம் என்று நினைத்தார்.

பிரபாகரனும் பெரியஜோதியும் வேதாரண்யத்தில் சிலநாள் சுற்றிக்கொண்டிருந்தார்கள். அதிக சமயமில்லை. பிரபாகரன் புறப்பட்டுவிட்டார்.

ஒரு செய்தி வந்திருந்தது. அனுராதபுரம் சிறைச்சாலையிலிருந்து தப்பித்த செட்டி தனபாலசிங்கம் மயிலாப்பூரில் வசித்துக் கொண்டிருக்கிறான்.

அடடே அப்படியா என்றார் பிரபாகரன். செட்டியை அவருக்குத் தெரியும். வெகு நன்றாகத் தெரியும். அவனது சகோதரன் செல்லக் கிளியையும் தெரியும். செட்டியின் பெற்றோர், உறவுக்காரர்கள் அனைவரையும் தெரியும்.

செட்டி ஒரு மாதிரியான ஆள். ஒரு மாதிரி என்றால், உள்ளூர் கிரிமினல் என்று பொருள். கொள்ளைத் திட்டங்களில் ஆர்வம் கொண்டவன். அவனது வயதை ஒத்த தமிழ் இளைஞர்கள் பலர் விடுதலை வேட்கையுடன் ஆயுதம் ஏந்திய சமயம், எந்த வங்கி யில் கைவைக்கலாம் என்று மட்டுமே பார்த்துக்கொண்டிருந்த வன். போராளி இளைஞர்கள் தமது செயல்பாடுகளின் ஒரு பகுதியாக அரசு வங்கிகளில் கொள்ளையடிப்பதை தமக்குத்தாமே அனுமதித்துக் கொண்டதைச் சாதகமாகப் பயன்படுத்திக் கொண்டு, அவர்களுடன் நட்பு ஏற்படுத்திக்கொண்டு வரிசை யாகக் கைவரிசை காட்டுவதில் மும்முரமாக இருந்தவன்.

விடுதலை, தமிழர் நலன், மேலான சகவாழ்வு, சுதந்தரக் காற்று குறித்தெல்லாம் செட்டிக்கு எக்காலத்திலும் அக்கறை கிடை யாது. போராளி இளைஞர்கள் வங்கிக்கொள்ளைகளில் ஈடுபடு கிறார்களா? நல்லது. அவர்கள் கொள்ளையடித்த பணத்தில் ஆயுதம் வாங்கிக்கொண்டு போகட்டும். நான் கூடச் சென்று என் பங்குக்குக் கொஞ்சம் அடித்துக்கொள்கிறேன். எனக்கு ஆயுதம் வாங்க வேண்டாம். ஆனால் ஆகவேண்டிய காரியங்கள் வேறு பல உண்டு.

பிரபாகரனுக்கு இது தெரியும். செட்டி அப்படித்தான். அவனைத் திருத்த முடியாது. அது வேறு வார்ப்பு. ஆனாலும் பழகுவதற்கு

பிரபாகரனிடம் இயல்பாக ஒரு வழக்கம் உண்டு. அவரால் எந்தக் கூட்டத்திலும் சகஜமாக இருக்கமுடியும். ஆனால் எந்தக் கூட்டத்தின் சட்டைச் சாயமும் தன்மீது ஒட்டாமல் பார்த்துக்கொள்வார்.

நல்லவன். பலமுறை உடன் உட்கார்ந்து பேசியிருக்கிறான். போராளி இளைஞர்களின் பல காரியங்களுக்கு அவ்வப்போது உதவிகூட செய்திருக்கிறான். யாழ்ப்பாணத்தில் அவனைத் தெரியாத போராளிகள் கிடையாது. குட்டிமணி, தங்கதுரை தலைமுறையைச் சேர்ந்தவர்களிலிருந்து பிரபாகரன் தலை முறைக்காரர்கள் வரை அனைவர் மத்தியிலும் அவன் பிரபலம். மாணவர் பேரவை, இளைஞர் பேரவை உறுப்பினர்களுக் கெல்லாம் கூட அவனைத் தெரியும்.

தெரியுமே தவிர யாரும் மதிக்கமாட்டார்கள். பார்த்தால் ஒரு வணக்கம். நீ சுகமா, நான் நலம். தீர்ந்தது விஷயம். சற்று ஒதுங்கியே இருப்பது வழக்கம்.

பிரபாகரனும் அப்படித்தான். ஆனாலும் இந்தச் சமயத்தில் மைலாப்பூரில் செட்டி வந்து தங்கியிருப்பது ஒரு முக்கியமான செய்தி. சென்னைக்குப் போகும் எண்ணத்தில் இருந்த பிரபாகரனுக்கு அது ஒரு நல்ல செய்தியாகவும் பட்டது. குறைந்தபட்சம் தங்கிக்கொள்ள ஓரிடம். போதாது?

பிரபாகரன் வேதாரண்யத்திலிருந்து பஸ் ஏறிப் புறப்பட்டு மைலாப்பூர் வந்து சேர்ந்தார்.

அதற்குள் அவர் செட்டியுடன் சென்று சேருவது பற்றி, பெரிய ஜோதி சேலம் சென்றிருந்த தங்கதுரைக்கும் குட்டிமணிக்கும் தகவல் சொல்லி விட்டார்.

அவர்கள் அதிர்ந்து போனார்கள். உடனே பிரபாகரனைத் தொடர்புகொண்டார்கள். தம்பி வேண்டாம். அவன் ஆபத்தான வன். தவிரவும் உன்னுடைய நோக்கத்துடன் ஒத்துப்போக முடியாதவன்.

அப்படியா? செட்டி பிரபாகரனுடன் வேறு விதமாகத்தான் பேசிக்கொண்டிருந்தான். நீங்கள் எல்லோரும் என்னைத் தவறாகப் புரிந்துகொண்டிருக்கிறீர்கள். எனக்கும் அக்கறை

இருக்கிறது. எனக்கும் போராட்டத்தில் ஈடுபாடு இருக்கிறது. நம் மக்களின் நல்வாழ்வின்மீது ஈடுபாடு இருக்கிறது. யாழ்ப்பாணம் திரும்பியபிறகு நீ வேறு செட்டியைப் பார்க்கப் போகிறாய், பார்.

பிரபாகரனிடம் இயல்பாக ஒரு வழக்கம் உண்டு. அவரால் எந்தக் கூட்டத்திலும் சகஜமாக இருக்கமுடியும். ஆனால் எந்தக் கூட்டத்தின் சட்டைச் சாயமும் தன்மீது ஒட்டாமல் பார்த்துக்கொள்வார். பின்னாளில் 'டெலோ'வாக உருப்பெற்ற தங்கத்துரையின் நண்பர் வட்டத்தில் இருந்தபோதும் பிரபாகரன் தனது தனித்துவத்தை விட்டுக்கொடுத்ததில்லை. செட்டி போன்ற கிரிமினல்களுடன் தொடர்பு இருந்தாலும் தனது லட்சியத்தை மாற்றிக்கொண்டதில்லை.

இதோ பார் செட்டி, வங்கிக்கொள்ளை உனக்கு மிகுந்த கிளுகிளுப்பு தருகிறது என்பதை நான் அறிவேன். கொள்ளையடிப்பது என் நோக்கமல்ல. ஆனால் இயக்கம் நடக்கப் பணம் வேண்டும். வங்கியில் இருப்பது மக்கள் பணமல்லவா என்று கேட்காதே. அது அரசாங்க வங்கி. கொள்ளையுடன் நீ தேங்கிப் போவதால் நீ கிரிமினல் என்று கருதப்படுகிறாய். பணமே இல்லாது போனாலும் என் செயல்பாடு நிற்கப்போவதில்லை. வித்தியாசம் புரிகிறதா?

நிறையப் பேசினார்கள். யாழ்ப்பாணத்துக்குத் திரும்பிய பிறகு என்னவெல்லாம் செய்யவேண்டும் என்று பேசிப்பேசித் திட்டமிட்டார்கள். திட்டங்கள் செயல்படுத்தப்படத் தேவையான பணத்துக்குத் தானே பொறுப்பு என்று செட்டி சொன்னான். வேறென்ன? வங்கிக்கொள்ளைதான்.

1974ம் ஆண்டு மத்தியில் பிரபாகரன் மீண்டும் இலங்கைக்குத் திரும்பிச் சென்றார். பரபரவென்று காரியங்கள் நடைபெறத் தொடங்கின. சாத்வீகிகள் அங்கே தபால் தலைப் போராட்டம் என்று ஒன்றை நடத்திக்கொண்டிருந்த போது, பிரபாகரன் தனது நண்பர்களை அழைத்தார்.

காத்திருந்தது போதும் நண்பர்களே. நாம் தொடங்கலாம் என்று சொன்னார். ஒரு பக்கம் வங்கிக்கொள்ளைகள் ஆங்காங்கே நடைபெற்றன. பொறுப்பு செட்டியுடையது. பிரச்னையே அங்குதான். இயக்கப் பணிகளுக்காக என்று சொல்லிவிட்டு நடத்திய கொள்ளைகளில் பாதி பணம் வந்து சேரவே இல்லை. அடடே, செட்டி கார் வாங்கிவிட்டானாமே? அப்படியா? அவன்

பளபளவென்று சில்க் சட்டை போட்டுக்கொண்டு போகிறான், கமகமவென்று செண்ட் அடித்துக்கொண்டு வருகிறான் என்று ஆளுக்கொரு தகவல் சொன்னார்கள்.

பிரபாகரனுக்கு வெறுப்பாக இருந்தது. ம்ஹூம். சிலரைத் திருத்தமுடியாது. அதற்காக வருத்தப்பட்டுக்கொண்டு உட்கார்ந் திருப்பதில் அர்த்தமில்லை. சரி, நாம் குண்டு வைக்கலாம் என்று எழுந்தார்.

ஒரே நாள். ஒரே சமயம். யாழ்ப்பாணத்தின் முக்கியமான ஒரு கடைவீதி, ரயில்வே ஸ்டேஷன், ஒரு போலீஸ் ஸ்டேஷன் என்று தேர்ந்தெடுக்கப்பட்ட சில இடங்களில் பிரபாகரன் வைத்த குண்டுகள் வெடித்தன. சிரிமாவோ பண்டாரநாயகா திரும்பி உட்கார்ந்து வடக்கிருக்க ஆரம்பித்தார்.

உண்மையில் பிரபாகரனுக்கு அப்போது பொது அமைதிச் சீர்குலைவு நோக்கமாக இருக்கவில்லை. அவரது இலக்கு வேறு. ஒரு பெரும் படுகொலையைத்தான் தொடக்கப்புள்ளியாக மனத்தில் குறித்து வைத்திருந்தார். முதல் அத்தியாயத்தில் பார்த்த ஆல்ஃப்ரட் துரையப்பா. நிச்சயமாக ஒழிக்கப்படவேண்டிய கிருமி என்று தீர்மானம் செய்திருந்தார்.

அந்த வருடம் ஜனவரியில் யாழ்ப்பாணத்தில் நடைபெற்ற நான்காவது உலகத் தமிழாராய்ச்சி மாநாட்டின் இறுதி நாளன்று காவல் துறையும் நகர மேயரான துரையப்பாவும் இணைந்து நடத்திய களேபரத்தில் ஒன்பது தமிழர்கள் சுட்டுக்கொல்லப் பட்டிருந்தார்கள். நூற்றுக்கணக்கானவர்கள் படுகாயமடைந் திருந்தனர். தமிழர்கள் அத்தனை பேரின் வெறுப்பும் அவர் பக்கம் திரும்பியிருந்தது.

பிரபாகரனைப் போலவே பல இளைஞர்கள் துரையப்பாவைக் கொல்வதற்குச் சமயம் பார்த்துக்கொண்டிருந்தார்கள். உரும்பி ராய் சிவகுமாரன் என்னும் இளைஞர் முயற்சி செய்து தோற்றிருந் தார். அவரைப் பற்றித் தனியே சொல்லவேண்டும். அவர் வேறு பலருக்கும் குறி வைத்துத் தோற்றவர். முக்கியமாக அந்தத் தமிழ் மாநாட்டுப் படுகொலைகளுக்கு நேரடிக் காரணமான போலீஸ் அதிகாரி சந்திரசேகரா. கோப்பாய் என்னும் ஊரில் ஒரு வங்கிக்கொள்ளையில் ஈடுபட்டு அவர் போலீசிடம் பிடிபட்டார். சயனைட் அருந்தி உயிர் விட்ட முதல் போராளி அவர்தான்.

சிவகுமாரன் முயற்சி செய்து முடியாமல் போன துரையப்பாவின் கணக்கைத் தீர்த்ததுதான் பிரபாகரனின் வெளியே தெரிந்த முதல் செயல். அதன்பிறகு அவரது 'புதிய தமிழ்ப் புலிகள்' புதிய வேகம் கொண்டு இயங்க ஆரம்பித்துவிட்டது. 1976 மே 5ம் தேதி பிரபாகரன் இயக்கத்துக்கு வேறு பெயர் வைத்தார். தமிழீழ விடுதலைப் புலிகள். புதிய விதிமுறைகள் வகுத்தார். புதிய ஒழுக்கங்கள் அறிமுகப்படுத்தப்பட்டன.

பழைய அமைப்பில் இருந்த பிசிறுகள் அனைத்தும் சரி செய்யப்பட்டன. சரி செய்ய முடியாதவை களையப்பட்டன. செட்டியைப் போல.

6. பூந்தோட்டக் காவல்காரன்

சரியான இருட்டுக் காடு. யாரும் அத்தனை சுலபத்
தில் பொடிநடையாக உள்ளே வந்துவிட முடியாத
அளவுக்கு அடர்த்தியும் அபாயங்களும் நிறைந்த
காடு. அபாயத்தில் பெரிய அபாயம், கால் வைக்கும்
இடங்கள். அடடே காய்ந்து கிடக்கிறதே என்று அடி
யெடுத்து வைத்தால் அப்படியே உள்ளே போய்விட
வேண்டியதுதான். புரையோடிய சதுப்பு நிலம்.
மேலே தரை போலவும் கீழே பல அடி ஆழத்துக்குச்
சேறுமாகப் பல இடங்களில் இருக்கும். சுற்றிலும்
கனத்த மரங்கள். முட்புதர்கள். என்னவென்று பெயர்
தெரியாத காட்டுச் செடிகள். பகலில் கூடப் பல
இடங்களில் இருட்டாகவே இருக்குமளவுக்கு
அப்படியொரு அடர்த்தி.

கஷ்டப்பட்டு அந்தப் பிரதேசத்தைக் கடந்துவிட்டால்
சுமார் ஐம்பது ஏக்கர் பரப்பளவில் நல்ல தரை உண்டு.
அருமையான விவசாய நிலம். பயிர் செய்யலாம்.
குடிசை போட்டு சுகமாக வாழலாம். மனித வாச
னையே கிடையாது. யானை வாசனை மட்டும்தான்.

பிரமாதம், இங்கேயே நாம் கூடாரம் அமைக்கலாம்
என்று பிரபாகரன் சொன்னார். அது புகழ்பெற்ற
வவுனியா கானகத்தின் ஒரு பகுதி. எந்தப் பக்கத்து
மெயின் ரோடிலிருந்து வந்தாலும் ஏழு கிலோ
மீட்டர் தூரத்துக்கு நடந்தாக வேண்டும். அதிர்ஷ்டம்
இருந்தால் உயிருடன் அந்த ஐம்பது ஏக்கர்
நிலப்பகுதிக்கு வந்து சேர்ந்துவிடலாம்.

41

ஏதாவது ஒரு பெயர் வைக்கலாம். இந்த இடத்துக்குப் பொருத்தமான பெயராக இருக்கவேண்டும். என்ன பெயர்? உட்கார்ந்து யோசித்தார்கள். பிரபாகரன், பூந்தோட்டம் என்று சொன்னார். அதுவே அந்த இடத்தின் பெயரானது.

தோழர்கள் பரபரவென்று நிலத்தைச் சீராக்கி விவசாயம் செய்ய ஆரம்பித்தார்கள். தக்காளி விதைக்கலாமா? வெண்டைக்காய்? கத்திரி கூட நன்றாக விளையும். ஆளுக்கொன்று ஆசைப்பட்டார் கள். கொஞ்சம் அரிசி கூட முயற்சி செய்து பார்க்கலாமே?

சத்தியமாகத் தங்களைத் தேடிக்கொண்டு காவல் துறையினர் வந்துவிட முடியாத இடம் என்பது உறுதியான சந்தோஷத்தில் அவர்கள் உற்சாகமாக விவசாயம் செய்தார்கள். உத்வேகத்துடன் துப்பாக்கி சுடப் பழகினார்கள். மணிக்கணக்கில் ஓடவும் எகிறிக் குதிக்கவும் சரேலென்று பதுங்கவும் பாயவும், ஓடியபடி சுடவும், சுட்டுவிட்டுத் தப்பிக்கவும் அக்கறையுடன் பயிற்சியெடுத்தார்கள்.

யானைகள் நிறைந்த அந்தக் கானகத்தின் நடுவே சுமார் இருபது புலிகள் பிறந்து வளர்கின்றன என்று சொன்னால்கூட அப்போது யாரும் நம்பியிருக்க மாட்டார்கள். யாழ்ப்பாணம் முழுதும் இளைஞர்கள் பல்வேறு குழுக்களாகவும் உதிரிகளாகவும் ஆயுதப் புரட்சி குறித்து கனவு கண்டுகொண்டிருந்த சமயத்தில் முறை யான பயிற்சி, அதன்பிறகு செயல் என்று தீர்மானமாகக் களமிறங்கிய முதல் நபர் பிரபாகரன்.

'நண்பர்களே, ஒரு விஷயம். ஓர் இயக்கம் ஒழுங்காக வளர்வதும் வாழ்வதும் சாதிப்பதும் அத்தனை எளிதான செயலல்ல. நம்மிடையே மிகச் சிறந்த கட்டுப்பாடுகள் இருந்தாலொழிய நமது போராட்டம் வெல்லாது. உங்களில் எத்தனை பேர் வீடு, குடும்பம், காதல், திருமணம் போன்ற சிந்தனைகளை முற்று முழுதாகத் துறக்கத் தயாராக இருக்கிறீர்கள்?'

பிரபாகரன் கேட்டார். அத்தனை பேரும் கைதூக்கினார்கள்.

'சரி. நம்மில் யாரும் புகை பிடிக்கக்கூடாது. மது அருந்தக்கூடாது. எந்த விதமான லாகிரி வஸ்துக்களுக்கும் இயக்கத்தில் இடமில்லை. இது கட்டாயம். யாராவது விதி மீறினால் உடனே வெளியேற்றப்படுவீர்கள். முற்று முழுதான விழிப்புணர்வுடன் அத்தனை பேரும் இருந்தாகவேண்டும். சம்மதமா?'

'சரி' என்றார்கள்.

எதையும் தான் முதலில் செய்துபார்த்துவிட்டு, தோழர்களுக்குப் பிறகு சொல்லிக்கொடுப்பார். குறி தவறாமல் சுடுவது. துப்பாக்கிகளைக் கழற்றி மாட்டுவது. குண்டு வைப்பது. வைத்த குண்டை எடுப்பது. தனி நபரைத் தாக்குவது. கூட்டத்தைச் சமாளிப்பது. எல்லாம். எல்லாமே.

இயக்கத்தில் யாரும் வீட்டுக்குப் போகக்கூடாது. வீட்டாருடன் ரகசியமாகக் கூடத் தொடர்பு வைத்துக்கொள்ளக்கூடாது. அப்பா, அம்மா, அண்ணன், தம்பி, அக்கா எல்லோரும் முக்கியம் தான். லட்சியம் அனைத்தைக் காட்டிலும் முக்கியம். நாம் அவர்களைத் தொடர்பு கொள்வதன்மூலம் அவர்களுக்கும் அது பிரச்னையாகிப் போகும். புரிகிறதா?

முன்பொரு நாள் அதிகாலை ஐந்து மணி சுமாருக்கு வல்வெட்டித் துறையில் பிரபாகரன் வீட்டுக்கு போலீஸ் வந்து கதவு தட்டியதே? அப்போது எழுந்து வெளியே போனதுடன் சரி. இன்றுவரை அவர் தன் வீட்டுப்பக்கம் சென்று பார்த்ததில்லை. அந்த மன உறுதியைத்தான் அவர் தமது தோழர்களிடம் அன்றைக்கு வாக்குறுதியாகக் கேட்டார்.

எந்தக் காரணத்தாலாவது இயக்கத்திலிருந்து யாராவது வெளியேற நேர்ந்தால் அவர்கள் வேறொரு இயக்கத்தில் போய்ச் சேரவோ, புதிய இயக்கம் தொடங்கவோ கூடாது. புலிகள் அமைப்புக்குள் நிகழும் எந்த ஒரு விஷயமும் வெளியே - குறிப்பாக எதிரிகளுக்குத் தெரியக்கூடாது. நாம் நட்புணர்வுடன் இருப்போம். ஆனால் ஒழுக்கமும் கட்டுப்பாடும் மிக முக்கியம். எந்த விதியையும் யாரும் மீறுவதற்கில்லை. மீறுவது என்று யார் முடிவு செய்தாலும் அது இயக்கத்துக்கு துரோகம் செய்வதாகும். சம்மதமா?

வெறும் வாய்ப்பேச்சல்ல. இதெல்லாம் ஆவணமாக எழுதி அனை வருடைய ஒப்புதலுக்குப் பிறகு நடைமுறைக்கு வந்த விஷயங்கள்.

ஒரு விஷயம். உலகில் வேறெந்தப் போராளி இயக்கத்தில் இம்மாதிரியான கெடுபிடி நிறைந்த விதிமுறைகள் இருக்கின்றன என்று அன்றைக்குப் பிரபாகரனுக்குத் தெரியாது. இதெல்லாம் தேவையா? அத்தனை அவசியமா? தெரியாது. கவலையில்லை. ஆனால் இவை என் விதிகள். இயக்கத்தின் கட்டுக்கோப்புக்கு இவையெல்லாம் அவசியம் என்று தோன்றுகிறது. கொஞ்சநாள்

43

ஆயுதம் ஏந்திவிட்டுக் கலைந்து போகும் சராசரிக் கூட்டமாக நாம் இருந்துவிடக் கூடாது. இலக்கைத் தொடும்வரை நமது இயக்கம் சிதறக்கூடாது.

அவர் கவலைப்பட்டதில் நியாயம் இல்லாமல் இல்லை. யாழ்ப்பாணத்தில் அன்றைக்கு இம்மாதிரி புரட்சிகரக் கனவுடன் களமிறங்கிய பல இளைஞர் குழுக்கள் வெகு சீக்கிரத்தில் காணாமல் போய்க்கொண்டிருந்தன. மாணவர் பேரவை இருந்தது, சிதைந்து விட்டது. பிறகு இளைஞர் பேரவை வந்தது. அதுவும் சிதறிவிட்டது. டி.எல்.ஓ. என்று ஒரு குழு தொடங்கப்பட்டது. ஒரே ஒரு வங்கிக்கொள்ளையுடன் காணாமல் போய்விட்டது. பெயர் வெளியே தெரியும் முன்பே இயக்கம் சிதைந்த கதைகள் அநேகம்.

அம்மாதிரியான அனர்த்தங்கள் ஏதும் விடுதலைப் புலிகள் இயக்கத்துக்குள் அறவே கூடாது என்று அவர் நினைத்தார். அதனால்தான் யாரும் எண்ணிப் பார்க்கமுடியாத கடும் நிபந் தனைகள் ஏற்படுத்தப்பட்டன.

இயக்கத்தின் உறுப்பினர்களுக்குப் பிரபாகரன் அளித்த போர்ப் பயிற்சிகளுக்குக் கூட முன்மாதிரிகள் கிடையாது. கெரில்லாப் போர் முறைதான். திடீரென்று தோன்றித் தாக்கிவிட்டுக் காணா மல் போய்விடும் முறை. உலகின் பல பாகங்களில் பல இயக்கங் கள் கடைப்பிடிக்கும் வழக்கம்தான். ஆனாலும் யார் எப்படிச் செய்கிறார்கள், எப்படித் தாக்குகிறார்கள், எப்படித் தப்புகிறார் கள் என்றெல்லாம் பிரபாகரன் ஆராயவில்லை. விசாரிக்க வில்லை. தெரிந்துகொள்ள ஆர்வம் காட்டவும் இல்லை.

இதோ பாருங்கள். இது நம் மண். நமது பிரச்னை. நமது எதிரிக்கு எது சரி என்று நாம் தான் தீர்மானிக்க வேண்டும். இன்னொரு இடத்தில் கையாளப்படும் போர்க்கலை உத்திகள் இங்கே எடு படும் என்று சொல்வதற்கில்லை. தெற்கே ஜனதா விமுக்தி பெரமுனா ஒரு புரட்சி செய்தார்களே, என்ன ஆயிற்று பார்த் தீர்கள் அல்லவா? அதுவும் ஆயுதப் புரட்சிதான். அரசுக்கு எதிரான புரட்சிதான். சீனப் புரட்சி, ரஷ்யப் புரட்சி முன் மாதிரிகளை வைத்துக்கொண்டு வியூகம் வகுத்தார்கள். என்ன ஆனது? பதினை யாயிரம் பேரை பலி கொண்டது தவிர வேறென்ன லாபம்?

வேண்டாம். யாரையும் பார்க்காதீர்கள். நமக்கு முன்மாதிரி களைத் தேடிக்கொண்டிருக்க வேண்டாம். நமக்கு நாம்தான் ஆசிரியர்கள். நமது பாதையை நாம் தீர்மானிப்போம். இந்தக்

காட்டுக்குள் இப்படியொரு வசதியான பயிற்சியிடத்தை நமக்கு நாமே கண்டெடுக்கவில்லை? அதே மாதிரி, நமக்கேற்ற போர்ப்பயிற்சிகளை நாமே உருவாக்கிக்கொள்வோம்.

அப்படித்தான் அவர் ஆரம்பித்தார். எதையும் தான் முதலில் செய்துபார்த்துவிட்டு, தோழர்களுக்குப் பிறகு சொல்லிக் கொடுப்பார். குறி தவறாமல் சுடுவது. துப்பாக்கிகளைக் கழற்றி மாட்டுவது. குண்டு வைப்பது. வைத்த குண்டை எடுப்பது. தனி நபரைத் தாக்குவது. கூட்டத்தைச் சமாளிப்பது. எல்லாம். எல்லாமே. பின்னாளில் ஒரு சமயம் பாலஸ்தீன் விடுதலை இயக்கம் (PLO) புலிகளுக்குப் பயிற்சியளிக்கத் தயார் என்று சொன்னபோதுகூட பிரபாகரன் அதனை விரும்பவில்லை. பி.எல்.ஓவின் போர்க்கள யுத்திகள் இஸ்ரேலுக்குச் சரியாக இருக்கலாம். இலங்கைக்கு எது சரி என்று அவர்களுக்கு எப்படித் தெரியும் என்றுதான் அவர் சொன்னார்.

இயக்கத்தில் பலபேர் வற்புறுத்தி, ஒரு கட்டத்தில் மூன்று பேரை மட்டும் லெபனானுக்குப் பயிற்சிக்கு அனுப்ப ஒப்புக்கொண்டார் பிரபாகரன். போன வேகத்தில் திரும்பி வந்த அவர்கள் சொன்ன தகவல்: அந்தப் பயிற்சியால் நமக்குப் பத்து பைசா பிரயோஜன மில்லை. பிரபாகரன் புன்னகை செய்தார். அதுதான் பதில்.

தமிழர்களை புழு பூச்சி அளவுக்குக் கூட மதிக்காத இலங்கை அரசின் புதிய அரசியல் அமைப்புச் சட்டம் 1978 செப்டெம்பர் 7ம் தேதி அறிமுகப்படுத்தப்பட்டது. ஜெயவர்த்தனே அரசுக்கு எந்த வகையில் சவால் விடுக்கலாம் என்று அரசியல் கட்சியினர், போராளி இளைஞர்கள் எல்லோரும் ஆளுக்கொரு பக்கம் உட்கார்ந்து பேசிக்கொண்டிருந்தார்கள்.

பிரபாகரன் அதற்குள் காரியத்தைச் செய்தே முடித்துவிட்டார். ஏர் லங்காவுக்குச் சொந்தமான ஒரு ஆவ்ரோ விமானம். பயணிகள் இறங்கும் வரை பொறுத்திருந்துவிட்டு வெடிக்கும் விதத்தில் ஏற்பாடு செய்து தேசத்தையே திரும்பிப் பார்க்கச் செய்தார்.

இது பேசும் இயக்கமல்ல; செய்யும் இயக்கம் என்று அத்தனை பேருக்கும் புரிந்தது அப்போதுதான். எல்லாம் சரியாக இருந்தது. எல்லோரும் சரியாகவே இருந்தார்கள். சற்றும் எதிர்பாராத விதத்தில்தான் அந்தப் பிரச்னை வந்தது.

பிரச்னை என்பது பூதமாகத்தான் வரவேண்டுமா என்ன? ஒரு காதலாக அது வந்தது.

7. ஒரு காதல் கதை

உடனே சென்னைக்குச் செல்லவும்.

யாழ்ப்பாணத்திலிருந்து அந்த ஒரு வரி உத்தரவு லண்டனில் இருந்த பாலசிங்கத்துக்குச் சென்ற போது அவருக்கு ஒன்றும் புரியவில்லை. அவர் பிரபாகரனுக்கு அறிமுகமாகி வெகுகாலம் ஆகி யிருக்கவில்லை. படித்தவர், யோசிக்கத் தெரிந் தவர், அரசியல் தெரிந்த அளவுக்குத் தத்துவம் அறிந்தவர், மார்க்ஸியம் புரிந்த அளவுக்கு மனித மன ஆழங்களையும் புரிந்துகொள்ளக்கூடியவர், இயக்கத்து சித்தாந்த ரீதியில் ஒரு வலுவான அஸ்தி வாரத்தை அமைத்துக்கொடுக்க வல்லவர், அதே சமயம் அரசியல் ரீதியில் இயக்கம் முன்னெடுக்கக் கூடிய நடவடிக்கைகளை ஒழுங்கு படுத்த வல்லவர் என்று பிரபாகரன் அவரைப் பற்றி மதிப் பிட்டிருந்தார்.

மதிப்பீடுகளில் தவறேதும் இல்லை. ஆனால் பால சிங்கத்திடம் பிரபாகரன் தீர்க்கச் சொல்லி அளித்த முதல் பிரச்னை ஒரு காதல் விவகாரமாக அமைய நேர்ந்ததுதான் விசித்திரம்.

தன் மனைவி அடேலுடன் பாலசிங்கம் சென்னை வந்து சேர்ந்ததும் பிரச்னையின் முழுப்பரிமாணம் அவருக்குப் புரியவைக்கப்பட்டது. இராகவன் அப்போது சென்னையில் இருந்தார். சுந்தரம், ஐயர் போன்ற இயக்கத்தின் தொடக்க கால முக்கியஸ்

46

தர்கள் பலரும் சென்னையில்தான் இருந்தார்கள். உமா மகேஸ்வரனும் ஊர்மிளாவும் கூடச் சென்னையில்தான் இருந் தார்கள். வெகு விரைவில் பிரபாகரனும் சென்னை வந்து சேர்ந்தார்.

'என்னால் நம்ப முடியவில்லை. இயக்கமே பிளவுபடும் அளவுக்கா இது முற்றிவிட்டது?' என்றார் பாலசிங்கம்.

சந்தேகமில்லாமல். ஏனென்றால், அந்தக் காதல் வலையில் சிக்கியிருந்தவரின் அந்தஸ்து அப்படிப்பட்டது. உமா மகேஸ்வர னுக்கு அப்போது பிரபாகரன் அளித்திருந்த முக்கியத்துவம் எப்படிப்பட்டதென்றால், புலிகள் இயக்கத்தின் மத்திய குழு சேர்மனே அவர்தான்! சர்வ வல்லமை படைத்த பதவி. தேச விடுதலை என்னும் மிக உயர்ந்த நோக்கத்துடன் போராடத் தொடங்கியிருந்த வீரர்கள் அத்தனை பேரையும் நேரடிக் கட்டுப் பாட்டுக்குள் வைத்துக்கொண்டிருந்தவர் உமா மகேஸ்வரன். இயக்கத்தில் பிரபாகரனுக்கு அடுத்தபடி அவர்தான் எல்லாம். இயக்கத்தின் செயல்பாடுகளைப் பரவலாக்குவது, வெளிநாடு களில் ஆதரவு திரட்டுவது என்று அடுத்தடுத்த ஏராளமான பொறுப்புகள் அவரிடம் விடப்பட்டிருந்தன. வெளிநாட்டுத் தொடர்புகள் அனைத்தையும் உமா மகேஸ்வரனே வைத் திருந்தார்.

அதுதான் பிரச்னையாகிப் போனது. அத்தனை சுலபத்தில் எந்த நடவடிக்கையும் எடுக்க முடியாதபடிக்குத் தடுத்து நிறுத்தியது.

'உமா, ஏன் இப்படி? நீங்களும் ஊர்மிளாவும் ஒருவரை ஒருவர் விரும்புகிறீர்கள் என்றால் அதனை வெளிப்படையாகத் தெரிவித்துவிடலாமே? திருமணம் தவறல்ல. முறை தவறிய உறவுதான் பிரச்னை. தயவுசெய்து ஒப்புக்கொள்ளுங்கள். ஏதாவது ஒரு முடிவுக்கு நீங்கள் வந்தே ஆகவேண்டும். ஒன்று, ஊர்மிளாவைத் திருமணம் செய்துகொள்ளுங்கள். அல்லது

பிரபாகரனும் உமா மகேஸ்வரனும் பாண்டிபஜார் போலீசாரால் கைது செய்யப்பட்ட சம்பவம் மறுநாள்தான் தமிழகத்துக்குத் தெரிந்தது. ஆனால் பிடிபட்ட சில மணி நேரங்களில் விஷயம் அதிபர் ஜெயவர்த்தனேவுக்குப் போய்விட்டது.

மத்தியக் குழுத் தலைமைப் பொறுப்பிலிருந்து நீங்களாக விலகிவிடுங்கள்.'

பாலசிங்கம் மெதுவாக ஆரம்பித்தார். உமா மகேஸ்வரனும் ஊர்மிளாவும் பாலுறவு கொண்ட காட்சியை நேரில் சிலர் பார்த்திருந்தார்கள். அவர்கள்தாம் தலைமைக்குத் தகவல் கொடுத்தவர்கள். முன் விரோதம் கொண்ட யாரோ ஒருவர் என்றெல்லாம் எளிதில் தள்ளிவிட முடியாதது அது. ஒன்றுக்கு மேற்பட்ட நபர்கள் பார்த்திருக்கிறார்கள். நம்பகமானவர்கள். இயக்கத்தின் விசுவாசம் மிக்க போராளிகள்.

இல்லவே இல்லை என்றார் உமா மகேஸ்வரன். ஆமாம், இல்லவே இல்லை என்றார் ஊர்மிளா.

விடுதலைப் புலிகள் இயக்கத்தில் இணைவதற்கு முன்னால் இரண்டு பேரும் தமிழர் ஐக்கிய விடுதலை முன்னணி என்னும் TULF உறுப்பினர்களாக இருந்தவர்கள். அதற்கும் முன்னால் தமிழ் இளைஞர் பேரவையின் கொழும்புக் கிளையில் பணி யாற்றிக்கொண்டிருந்தவர்கள். உமாவைப் புலிகள் இயக்கத் தில் சேர்த்துவிட்டதே அமிர்தலிங்கம்தான் என்று சொல்வார் கள். படித்தவர். விவரமானவர். அறிவுஜீவி. இயக்கத்துக்கு உதவிகரமாக இருப்பார். உங்களுடன் இருக்கட்டுமே தம்பி?

சொன்னது எதுவும் பிழையில்லை. உமா படித்தவர்தான். அறிவுஜீவிதான். இயக்கத்தின் வளர்ச்சிக்குப் பெரிய அளவில் உதவிகள் செய்துகொண்டிருந்தவர்தான். ஆனாலும் இது தவறு. இயக்கத்தின் விதிகளுக்குப் புறம்பானது. காதல். காதல் கூட இல்லை. முறை தவறிய உறவு.

காதல்தான் என்றால் திருமணம் செய்துகொள்வதில் என்ன பிரச்னை என்று பாலசிங்கம் கேட்டார். உமா பேசாதிருந்தார். காரணம் இருந்தது. தெல்லிப்பளை கணபதி பிள்ளை என்பவரது மகளை உமா மகேஸ்வரன் தனது கல்லூரிக் காலம் முதலே காதலித்து வந்தார். (பிறகு அவரைத்தான் திருமணமும் செய்து கொண்டார். ஊர்மிளா மஞ்சள் காமாலை வந்து இறந்தார்.) இது இயக்கத்துக்கு உள்ளேயும் வெளியேயும் பலபேருக்குத் தெரியும். இப்போது ஊர்மிளாவைத் திருமணம் செய்துகொண்டால் அந்தக் காதல் என்னாகும்?

இன்னொரு பிரச்னை. ஊர்மிளா ஏற்கெனவே திருமணமாகி, விவாகரத்தானவர். இது இயக்கத்துக்குள் அனைவருக்கும் தெரி யும். சென்னை தண்டையார்பேட்டையில் தங்கியிருந்தபடிக்கு, அமைப்பு சார்பில் கடிதங்கள் எழுதுவது, ஆவணங்கள் தயாரிப்பது போன்ற பணிகளில் ஈடுபட்டிருந்த உமா மகேஸ்வரனுக்கு உதவி செய்யத்தான் ஊர்மிளாவும் சென்னை வந்திருந்தார். இருவருக்கும் ஆங்கிலம் நன்றாகத் தெரியும் என்பதால், எழுத்து சார்ந்த பணிகள் அனைத்தும் அவர்கள் வசம் விடப்பட்டிருந்தன. வெகு விரைவில் இயக்கத்தைப் பரவலாக்க பிரிட்டனுக்குச் சுற்றுப்பயணம் மேற்கொள்ளவும் உமா தயாராக இருந்தார்.

அப்போதுதான் இந்தப் பிரச்னை வெடித்தது. பாலசிங்கம் போராடிப் பார்த்தார். பயனில்லை. திருமணத்துக்கு ஒப்புக் கொள்ளாவிட்டால்கூடப் பரவாயில்லை. தங்களுக்குள் அப்படி யொரு உறவு இல்லவே இல்லை என்று சாதித்ததுதான் பிரபாகரனுக்கும் உமாவுக்கும் இடையே மிகப்பெரிய மனக் கசப்பையும் பிளவையும் உண்டாக்கியது.

'உமா, அவசரமே இல்லை. இன்றைக்கே ஊர்மிளாவைத் திருமணம் செய்யுங்கள் என்று சொல்லவில்லை. பிறிதொரு சமயம் மணப்பேன் என்றாவது சொல்லிவிடுங்கள். தனி நபர் களைவிட இயக்கம் முக்கியம். உங்களுடைய நடவடிக்கையால் நமது அமைப்பு சிதைந்துவிடக்கூடாது' என்றுகூட பாலசிங்கம் கேட்டுப்பார்த்தார். பலனில்லாமல் போய்விட்டது.

பிரபாகரன் கண்மூடி யோசித்தார். வேறு வழியில்லை. உயிர்த் தோழனானாலும் இனி உனக்கு இயக்கத்தில் இடமில்லை என்று சொன்னார்.

உமா மகேஸ்வரனும் ஊர்மிளாவும் புறப்பட்டுப் போனார்கள். மனத்துக்குள் வன்மம் வளரத்தொடங்கியிருந்தது. ஏதாவது செய்யவேண்டும், ஏதாவது செய்யவேண்டும் என்ற வேகம் மேலோங்கி நின்றது. அவருக்கு இயக்கத்தில் கணிசமான ஆதர வாளர்கள் இருந்தார்கள். பிரபாகரன் யார் நம்மை வெளியேற்று வதற்கு? நாம் அவரை வெளியேற்றுவோம். நாம் தான் நிஜமான விடுதலைப் புலிகள். அறிவித்துவிடுங்கள் என்று ஏகமனதாகச் சொன்னார்கள்.

இயக்கம் இரண்டு பட்டு நின்ற காலம் (1981) அது. அரசியல் தளத்திலும் பரபரவென்று பல மாறுதல்கள் நடந்துகொண்டு இருந்தன. 'டெலோ'வை நிறுவி, வளர்த்துக்கொண்டிருந்த குட்டி மணியும் தங்கத்துரையும் கைதாகிச் சிறையில் இருந்த நிலையில், சிறீ சபாரத்தினம் டெலோவின் தாற்காலிகத் தலைவராகச் செயல் பட்டுக்கொண்டிருந்தார். பிரபாகரனுக்கு மிக இளம் வயதிலிருந்தே குட்டிமணியையும் தங்கதுரையையும் தெரியும். அப்பழுக்கில்லாத நேசமும் நட்பும் கொண்டவர்கள் அவர்கள்.

ஆட்சியாளர்களின் அடக்குமுறைகளும் அட்டகாசங்களும் நாளுக்குநாள் அதிகரித்துக்கொண்டிருந்த நிலையில் டெலோவும் விடுதலைப் புலிகள் அமைப்பும் இணைந்து பணியாற்றினால் இன்னும் சிறப்பாகச் செயல்பட முடியும் என்று இரு தரப்புத் தலைவர்களுமே நினைத்தார்கள். நட்பு அடிப்படையில் இரு இயக்கங்களும் இணைந்து பணியாற்ற முடிவு செய்தது அன்றைய சூழலில் சாத்தியமாகவும் இருந்தது.

ஆனால் அதையே காரணமாகச் சுட்டிக்காட்டி, விடுதலைப் புலிகள் என்னும் அமைப்பு தன்னுடையதுதான் என்று உமா மகேஸ்வரன் பிரசாரம் செய்யத் தொடங்கிவிடும் அபாயம் பலமாக இருந்தது. டெலோவுடன் இணைந்து வேலை செய்வது பிரபாகரன் தான்; விடுதலைப் புலிகள் அல்ல என்று சொல்லிவிடலாம் அல்லவா?

ஒன்று, உமா மகேஸ்வரன் விவகாரம் தீரவேண்டும். அல்லது அவர் இயக்கத்திலிருந்து முற்றிலுமாக வெளியேற வேண்டும். இரண்டுமில்லாமல் டெலோவுடன் கூட்டணி வைப்பது மிகப்பெரிய பிரச்னைகளுக்கு வழிவகுக்கும் என்று பிரபாகரன் நினைத்தார்.

சிறீ சபாரத்தினத்தைச் சந்தித்துப் பேசினார். விஷயம் இதுதான். புரிந்துகொள்வீர்கள் என்று நம்புகிறேன்.

சபாரத்தினத்துக்குப் புரியாமல் இல்லை. ஆனால் தனி நபர் ஒருவருடைய பிரச்னையினால் ஒரு போராட்டத்தின் வேகம் மட்டுப்படுகிறதே என்கிற கவலையும் கோபமும் அவருக்கு இருந்தது. பிரபாகரனுக்கு இல்லாத கோபமா?

அந்தக் கோபம்தான் பாண்டிபஜாரில் வெடித்தது. கண்ணன் என்கிற நண்பருடன் டிபன் சாப்பிட வந்திருந்த உமா மகேஸ்

வரனை பிரபாகரன் தற்செயலாகக் கண்டார். மோட்டார் சைக் கிளில் வந்திருந்தார். உடன், இராகவன். (புலிகள் இயக்கத்தில் தொடக்க காலத்தில் மிக முக்கியமான உறுப்பினராக இருந்தவர். பிறகு அபிப்பிராய விரோதங்கள் காரணமாக வெளியேற்றப் பட்டு, இயக்கங்கள், அரசியல் அனைத்திலிருந்தும் ஒதுங்கி, கனடாவில் வசித்து வருகிறார்.)

'உமா, பிரபா!' என்று முதலில் பார்த்து எச்சரித்தது கண்ணன் தான். சட்டென்று உமா மகேஸ்வரன் தன் பிஸ்டலில் கைவைக்க, அதற்குள் பிரபாகரன் முந்திக்கொண்டார். ஒன்று, இரண்டு, மூன்று, நான்கு, ஐந்து, ஆறு குண்டுகள்.

உமாவையல்ல, கண்ணனைத்தான் அவை தாக்கின. காலில் குண்டடி பட்டு அவர் விழ, உமா மகேஸ்வரன் உயிர் பிழைக்கத் தப்பியோட ஆரம்பித்தார். துரத்திய பிரபாகரனையும் இராகவனையும் பாண்டி பஜார் போலீஸ்காரர்கள் கைது செய்து அழைத்துப் போனார்கள். உமாவும் பிறகு பிடிபட்டார்.

பெயரென்ன என்று இன்ஸ்பெக்டர் கேட்டபோது உமா மகேஸ்வரன், முகுந்தன் என்று சொன்னார். பிரபாகரன், கரிகாலன் என்று சொன்னார். இரண்டுமே இயக்கப் பெயர்கள்.

பிரபாகரனும் உமா மகேஸ்வரனும் பாண்டிபஜார் போலீசாரால் கைது செய்யப்பட்ட சம்பவம் மறுநாள்தான் தமிழகத்துக்குத் தெரிந்தது. ஆனால் பிடிபட்ட சில மணி நேரங்களில் விஷயம் அதிபர் ஜெயவர்த்தனேவுக்குப் போய்விட்டது.

ஆஹா என்று நிமிர்ந்து உட்கார்ந்தார் ஜெயவர்த்தனே. எம்.ஜி. ராமச்சந்திரனை உடனே தொடர்புகொள்ளுங்கள் என்று உத்தரவிட்டார்.

எம்.ஜி.ஆர். சிரித்தார்.

8. எத்தனை கோடி வேண்டும்?

இலங்கையில் ஒரு போராட்டம் நடந்துகொண்டு இருக்கிறது, பல போராளிக்குழுக்கள் அரசுக்கு எதிராக யுத்தம் செய்துகொண்டிருக்கிறார்கள் என்கிற விவரம் தமிழ்நாட்டு மக்களுக்கு முறைப்படி அறிமுகமானதே பாண்டிபஜார் சம்பவத்துக்குப் பிறகுதான். அதற்கு முன்னால் வரை இலங்கை என்றால் ரூபவாஹினி டிவி. இலங்கை ஒலிபரப்பு கூட்டுத் தாபனத்தின் தமிழ்ச் சேவையில் அன்பு ஒலிபரப்பாளர் அப்துல் ஹமீத். இந்தியா, இலங்கை, மலேயா, சிங்கப்பூர் போன்ற நாடுகளுக்குப் பறந்துகொண்டே இருக்கும் கோபால் பல்பொடி.

பாண்டிபஜார் சம்பவத்தில் பிரபாகரன், இராகவன், உமா மகேஸ்வரன் போன்றவர்கள் கைதாகி வழக்கு தொடரப்பட்ட நிலையில், அங்கே ஜெயவர்த்தனா உட்காரமுடியாமல் தவிக்க ஆரம்பித்தார். அனுப்பி விடுங்கள். உடனே அனுப்புங்கள். இதோ நான் என் காவல் துறை பிரதிநிதி ஒருவரைத் தமிழகத்துக்கு அனுப்புகிறேன். அவருடன் பிடிபட்ட இளைஞர் களை அனுப்புங்கள். இது இலங்கை அரசுக்கு நீங்கள் செய்யும் மகத்தான பேருதவி. அவர்கள் பயங்கரமானவர்கள். மிகவும் அபாயகரமானவர் கள். ஆயுததாரிகள். கொலை பாவத்துக்கு அஞ்சாதவர்கள். தேசவிரோதிகள். சமூக விரோதி கள். கொள்ளைக்காரர்கள். கொலைகாரர்கள்.

ஐயா என்ன செய்யலாம் என்று தமிழ்நாட்டுக் காவல் துறைத் தலைமை முதலமைச்சர் எம்.ஜி.ஆரைக்

கேட்டது. எம்.ஜி.ஆர். புன்னகை செய்தார். அதற்கு சும்மா இரு என்று அர்த்தம்.

என்ன நடக்கிறது இலங்கையில்? யார் இந்த இளைஞர்கள்? தமிழகத்தில் என்ன செய்கிறார்கள்? இந்திய அரசு ரகசியமாக இவர்களுக்குப் பயிற்சியளிக்கிறதாமே? பண உதவி செய்கிற தாமே? உண்மையா? எப்படிச் செய்கிறார்கள்? ரா (RAW) மூலமாகவா? யார் பொறுப்பு? அவருக்குப் பல சந்தேகங்கள் இருந்தன. அந்தக் காலகட்டத்தில் இலங்கை போராளிக் குழுக்கள் இந்தியாவில் பயிற்சி பெற்றுக்கொண்டிருந்த விவரம் கூட மாநில அரசுக்குச் சரியாகத் தெரியாது. ஆமாம், பயிற்சி நடக்கிறது என்று தெரியவந்தபோது எங்கே, எந்த இடத்தில் என்கிற விவரமில்லாமல்தான் வந்தது. வடக்கே ஏதோ ஓரிடத்தில் என்று சொல்லப்பட்டது. என்ன பயிற்சி, யார் அளிக்கிறார்கள் என்பதெல்லாம் ரகசியமாக இருந்தது. இந்திய அரசு இலங்கைப் போராளி அமைப்புகளை ஆதரிக்கிறதா என்ன? பிரதமர் இந்திரா காந்தி இது பற்றியெல்லாம் வாய் திறப்பதே இல்லை. எல்லாம் ரகசியம். பரம ரகசியம்.

பாண்டிபஜார் சம்பவத்துக்குப் பிறகு மக்கள் பேச ஆரம்பித் தார்கள். ஆஹா சொந்தச் சகோதரர்கள் துன்பத்தில் சாகிறார்கள் என்று உருக ஆரம்பித்தார்கள். பத்திரிகைகளில் இங்கொன்றும் அங்கொன்றுமாகக் கட்டுரைகள் வர ஆரம்பித்தன. ஒரு தமாஷ். இலங்கையில் எத்தனை இயக்கங்கள் செயல்படுகின்றன, யார் யார் முக்கியஸ்தர்கள் என்பதெல்லாம் அப்போது இங்கே தெரியாது. இலங்கைப் போராளி என்றாலே புலிதான். தெரிந்த ஒரே பெயர். வெலிக்கடைச் சிறைப் படுகொலை விவரங்கள் தெரியவந்தபோது குட்டிமணி, தங்கதுரை, ஜகன் போன்ற பெயர்கள் தெரிந்தன. பெயர்கள்தான். முகம் தெரியாது. 1983 ஜூலை மாதம் அங்கே இலங்கை அரசு கட்டவிழ்த்துவிட்ட மாபெரும் இனப்படுகொலை வைபவத்துக்குப் பிறகு இந்த விவரங்கள் படிப்படியாகப் பரிமாணம் பெறத் தொடங்கி, இலங்கையில் என்னவோ விபரீதம்

நாங்கள் தமிழகத்தில் பயிற்சி முகாம் நடத்த விரும்பு கிறோம். ஆயிரம் பேருக்காவது பயிற்சியளிக்க நினைக்கிறோம். அதற்கு ஒரு கோடி செலவாகும். ஆயிரம் பேருக்குப் பிறகு ஆயுதங்கள் வாங்க இன்னும் ஒரு கோடி. உங்களால் இரண்டு கோடி ரூபாய் தந்து உதவ முடியுமா?

என்று இங்கே விழித்துக்கொள்ள ஆரம்பித்தார்கள். அரசியல் கட்சிகள் கூர்ந்து நோக்கத் தொடங்கின. என்ன செய்யலாம், எப்படி உதவலாம், யாரைத் தேடிப் பேசலாம் என்று எல்லோரும் தவிக்கத் தொடங்கினார்கள்.

எண்பத்தி நாலாம் வருடம் ஏப்ரல் மாதம் அது நடந்தது. தமிழக முதல்வராக அப்போது இருந்த எம்.ஜி.ஆர் ஓர் அழைப்பு விடுத்தார். வாருங்கள் பேசுவோம். எத்தனை பேர் இருக்கிறீர்கள் தமிழகத்தில்? ஐந்து போராளி இயக்கங்களா? சரி, பரவாயில்லை. அனைவரும் வாருங்கள். நான் உங்களுக்கு உதவக் காத்திருக் கிறேன். ஆனால் ஒன்று. உங்களிடையே ஒற்றுமை வேண்டும். ஒரே நாடு, ஒரே பிரச்னை, ஒரே மக்கள், ஒரே இனம். ஒரே இலக்குக்காகத்தானே போராடுகிறீர்கள்? ஏன் தனித்தனிக் குழுக்கள்? அனைவரும் ஒன்று சேர்ந்து போராடினால் என்ன? சம்மதமென்றால் நான் உதவுகிறேன். வாருங்கள், பேசுவோம்.

உண்மையில் அது எம்.ஜி.ஆரின் விருப்பம் மட்டுமல்ல. கிட்டத் தட்ட தமிழக மக்கள் அத்தனை பேரின் விருப்பமாகவும் அன்றைக்கு அதுதான் இருந்தது. போராளி இயக்கங்கள் அனைத் தும் ஒருங்கிணைந்து செயல்படுவதன்மூலம் பிரச்னையை எளிதில் தீர்த்துவிடலாம். ஏன் இவர்கள் தனித்தனியே இயங்குகிறார்கள்? எதற்காக ஆளாளுக்கு அடித்துக்கொள்கிறார் கள்? என்ன பிரச்னை? புரியவில்லை. யாருக்கும் புரியவில்லை. புரியவைக்க எந்த நடவடிக்கையும் அப்போது மேற்கொள்ளப் படவில்லை என்பதுதான் உண்மை. சரி பரவாயில்லை, நான் பேசி சரி செய்கிறேன் என்று முதலடி எடுத்து வைத்தவர் எம்.ஜி.ஆர். வாருங்கள், பேசுவோம்.

உலக அரசியலில் பனிப்போரும் தமிழக அரசியலில் வெப்பப் போரும் மிகுந்திருந்த காலகட்டம் அது. இலங்கை போராளிக் குழுக்களை எம்.ஜி.ஆர். அழைத்துப் பேசவிருக்கிறார் என்கிற தகவல் தெரிந்ததுமே அப்போது எதிர்க்கட்சித் தலைவராக இருந்த கலைஞர் ஒரு சந்திப்புக்கு அழைப்பு விடுதார். எல்லோரும் வாருங்கள். இங்கும் இளைப்பாறலாம். ஆனால் ஒரு விஷயம். எம்.ஜி.ஆர். சந்திப்புக்கு அழைத்திருக்கும் தினத்துக்கு ஒருநாள் முன்னதாக!

பிரபாகரன் அப்போது திருவான்மியூரில் தங்கியிருந்தார். ஆண்டன் பாலசிங்கம், இராகவன், பேபி சுப்பிரமணியம்,

54

பண்டிதர் என்கிற ரவீந்திரன், சங்கர், ரகு என்று அவருடன் ஒரு சிறு குழு (இதில் சங்கரும் ரகுவும் மெய்க்காப்பாளர்கள்.) அவர் தங்கியிருந்த இடத்திலேயே இருந்தது. சற்றுத்தள்ளி இன்னொரு வீட்டை வாடகைக்கு எடுத்து வேறு பல போராளிகள் தங்கி யிருந்தார்கள். ஆண்டன் பாலசிங்கத்தின் மனைவி அடேலும் இந்தக் குழுவில் அப்போது இருந்தார்.

இது பிரச்னை. பெரிய பிரச்னை. எம்.ஜி.ஆர். சந்திப்புக்கு அழைப்பு விடுத்திருக்கும் நிலையில், அதற்கு ஒருநாள் முன்னதாகக் கலைஞர் கூட்டியிருக்கும் கூட்டத்துக்குப் போவது மிகுந்த தர்மசங்கடத்தை விளைவிக்கக்கூடியது. போகாமல் இருப்பது அவமதிப்பது போல் ஆகிவிடும். என்ன செய்யலாம்?

பிரபாகரன் சிந்தித்தார். பிரச்னை, அவர்கள் அழைப்புக்குச் சம்மதிப்பதா இல்லையா என்பது மட்டுமல்ல. தமிழகத்தில் அப்போது முகாம் அமைத்து இயங்கிக் கொண்டிருந்த ஐந்து பெரும் போராளி அமைப்புகளின் தலைவர்களையும் இரண்டு தலைவர்களும் அழைத்திருந்தார்கள். என்றால் கண்டிப்பாக உமா மகேஸ்வரனும் வருவார். புலிகள் அமைப்பிலிருந்து பிரிந்த நாளாக, நாங்கள்தான் உண்மையான விடுதலைப் புலிகள் என்று கொஞ்சநாள் சொல்லிக்கொண்டிருந்தவர் பிறகு PLOTE என்னும் அமைப்பைத் தொடங்கி அப்போது நடத்திக்கொண்டிருந்தார். அவரும் தமிழகத்தில்தான் இருந்தார். ஈ.பி.ஆர்.எல்.எஃப்பின் பத்மநாபா, ஈரோஸின் பாலகுமார், டெலோவின் சிறீ சபாரத்தினம் அத்தனை பேரும் தமிழகத்தில்தான் இருந்தார்கள். முதல்வர் முன்னிலையில் அல்லது எதிர்க்கட்சித் தலைவர் முன்னிலையில் இந்த எதிர் துருவங்கள் மோதிக்கொள்ளும்படி ஏதாவது அசம்பாவிதம் ஆகிவிட்டால்?

தமிழகம் மதிக்காது. தமிழ்நாட்டு அரசியல்வாதிகள் பிறகு ஏறெடுத்துப் பார்க்கமாட்டார்கள். உன்னதமான நோக்கத்துடன் தேசப்பணி புரிபவர்களைப் பிறகு வெறும் கிரிமினல்களாகத் தமிழகம் பார்க்கத் தொடங்கிவிடும். எதற்கு இந்த அபாயம் என்று பிரபாகரன் நினைத்தார்.

ஆனால் தமிழகத்தின் இரண்டு பெரும் அரசியல் சக்திகள் அழைத்திருக்கும்போது, அதனை மதித்து நாம் போகாமல் இருந்தால் தவறாக எடுத்துக்கொள்ளும் வாய்ப்பும் இருக்கிறதே என்று ஆண்டன் பாலசிங்கம் கேட்டார்.

என்ன ஆனாலும் எம்.ஜி.ஆர். ஏற்பாடு செய்த கூட்டத்துக்குப் போட்டியாக, முதல் நாள் கலைஞர் ஏற்பாடு செய்திருந்த கூட்டத்தைத் தவிர்த்தே தீருவது என்று இறுதியில் முடிவு செய்தார்கள். எம்.ஜி.ஆர். கூட்டத்துக்குப் போவதா இல்லையா என்பதைப் பிறகு பார்த்துக்கொள்ளலாம். அதற்கு இருபத்தி நான்கு மணிநேர அவகாசம் இருக்கிறது.

ஒரு விசித்திரம். இதே மாதிரிதான் அன்றைக்கு உமா மகேஸ் வரனும் நினைத்திருக்கிறார்! கலைஞரின் அழைப்பை அவரும் ஏற்கவில்லை. கூட்டத்துக்குச் செல்லவில்லை. மற்ற மூன்று போராளி இயக்கத் தலைவர்களும் கலைஞரைச் சென்று சந்தித்த விவரம் மறுநாள் பேப்பர்களில் வந்திருந்தன. கலைஞர் ஈழத் தமிழர்களுக்காகத் தாம் திரட்டியிருந்த நிதியை அவர்களிடம் பிரித்து அளித்திருந்தார். எம்.ஜி.ஆர். கடுப்பா னார். உடனே அன்றைய உளவுத்துறை டி.ஐ.ஜி. அலெக் சாண்டரை அழைத்து பிரபாகரனை நேரில் சந்தித்து, தன்னை வந்து பார்க்கச் சொல்லி அனுப்பினார்.

திருவான்மியூர் வீட்டுக்கு அலெக்சாண்டர் வந்தபோது பிரபா கரன் அங்கே இல்லை. பாலசிங்கம் இருந்தார். அலெக்சாண்டர் அவரிடம் விவரம் சொன்னார். முதல்வர் கோபமாக இருக்கிறார். கலைஞரின் போட்டிக் கூட்டத்துக்குப் போராளித் தலைவர்கள் போனது அவருக்குப் பிடிக்கவில்லை. நீங்கள் போகவில்லை என்று கேள்விப்பட்டிருக்கிறார். உடனடியாகப் பிரபாகரனைச் சந்திக்க விரும்புகிறார். இன்று மாலையே.

ஆனால் ஐயா, பிரபாகரன் இப்போது இங்கே இல்லை. நான் பேசி விவாதிக்காமல் உங்களிடம் வாக்களிக்க இயலாது என்று பாலசிங்கம் சொன்னார்.

'இல்லை, பிரபாகரன் வந்தே ஆகவேண்டும். முதல்வர் அவரைச் சந்திப்பதில் மிகுந்த ஆர்வம் கொண்டிருக்கிறார்.'

'வேறு யார் வருகிறார்கள்?'

'கலைஞரைச் சந்திக்கச் சென்ற மூவரும் வரப்போவதில்லை. உமாவுக்கும் உங்களுக்கும் உள்ள பிரச்னை எனக்குத் தெரியும். உமாவை முதல்வர் வேறொரு நாள் சந்திப்பார். இன்று நீங்கள் மட்டும். எனவே -'

'சரி, நீங்கள் போய் வாருங்கள் அண்ணை' என்று பாலசிங்கத்தை மட்டும் அனுப்பிவைத்தார் பிரபாகரன்.

பாலசிங்கம், மு. நித்தியானந்தம், கர்னல் சங்கர் ஆகியோர் அன்றைக்கு எம்.ஜி.ஆரைச் சந்திக்க ராமாவரத்துக்குப் போனார்கள். வரவேற்றார். உட்காரச் சொல்லி அன்புடன் விசாரித்தார். எங்கே பிரபாகரன் என்று கேட்டார். 'அவர் ஒரு பயிற்சி முகாமுக்கு அவசரமாகப் போயிருக்கிறார், அதனால் வரமுடியவில்லை' என்று பாலசிங்கம் சொல்லி, சமாளித்தார்.

எம்.ஜி.ஆருக்கு ஏமாற்றம்தான். ஆனாலும் சமாளித்துக்கொண்டு பேசினார். என்ன நடக்கிறது இலங்கையில்? போராளிக் குழுக்கள் எத்தனை இயங்குகின்றன? இந்தியா என்ன உதவி செய்கிறது? பயிற்சி அளிக்கிறதா? பண உதவி செய்கிறதா? இது தொடர்பான மத்திய அரசின் நடவடிக்கைகள் எதுவும் சரிவரத் தெரிவதில்லை.

பாலசிங்கம் அனைத்தையும் பொறுமையுடன் விளக்கினார். இலங்கை அரசின் இனப்படுகொலைகள். கறுப்பு ஜூலையில் நடைபெற்ற களேபரங்கள். போராளி இயக்கங்களுக்கு இந்திய உளவுத்துறை அளிக்கும் பயிற்சிகள். இருநூறு விடுதலைப் புலிகளுக்கு மட்டும் பயிற்சியில் கலந்துகொள்ள அனுமதி கிடைத்த விவரம். சொற்பமான பண உதவி. இந்திய அரசு எங்களை மட்டும் ஏன் ஓர வஞ்சனை செய்ய நினைக்கிறது என்று புரியவில்லை ஐயா.

ஓஹோ என்றார் எம்.ஜி.ஆர். 'உங்களுக்கு நான் உதவி செய்கிறேன். என்ன வேண்டும் சொல்லுங்கள்' என்று கேட்டார்.

ஒரு கணம் பாலசிங்கம் விழித்தார். அருகிலிருந்த கர்னல் சங்கர் சட்டென்று 'நாங்கள் தமிழகத்தில் பயிற்சி முகாம் நடத்த விரும்பு கிறோம். ஆயிரம் பேருக்காவது பயிற்சியளிக்க நினைக்கிறோம். அதற்கு ஒரு கோடி செலவாகும். ஆயிரம் பேருக்குப் பிறகு ஆயுதங்கள் வாங்க இன்னும் ஒரு கோடி. உங்களால் இரண்டு கோடி ரூபாய் தந்து உதவ முடியுமா?'

எம்.ஜி.ஆர். சிரித்தார். நாளைக்கு மாலை வாருங்கள் என்று மட்டும் சொல்லி அனுப்பிவைத்தார்.

பெரிய எதிர்பார்ப்பில்லாமல்தான் மறுநாள் மாலை பாலசிங்கம் எம்.ஜி.ஆரைச் சந்திக்க மீண்டும் வந்தார். வந்ததும் எம்.ஜி.ஆர். அவர்களை லிஃப்டில் ஏற்றி பொத்தானை அழுத்தினார். மேல் மாடிக்குப் போகப்போகிறோம் என்று நினைத்தவர்களுக்கு வியப்பு. லிஃப்ட் கீழே, தரைத்தளத்துக்குக் கீழே போனது. நின்றதும் இறங்கி, கதவைத் திறந்தால் விசாலமான ஓர் அறை. அறையெங்கும் பெட்டிகள். இரண்டு காவலாளிகள் அங்கே நின்றுகொண்டிருந்தார்கள்.

எம்ஜிஆர் அவர்களிடம் இரண்டு விரல்களைக் காட்டி சைகை செய்தார். இரண்டு பெட்டிகள் வெளியே எடுத்து வரப்பட்டன.

இரண்டு பெட்டிகளில் இரண்டு கோடி.

9.550971231

1984-ம் ஆண்டு இரண்டு கோடி ரூபாய் என்பது மிகப்பெரிய விஷயம். இலங்கை போராளிக் குழுக்களைப் பொருத்தவரை, புலிகள் உள்பட - யாருமே வாழ்நாளில் முன்னெப்போதும் பார்த் திராத மாபெரும் தொகை. சர்வ சாதாரணமாக எம்.ஜி.ஆர். அந்தத் தொகையைத் தன் சொந்த சேமிப்பிலிருந்து எடுத்துக் கொடுத்ததில் மலைத்துப் போனார் பிரபாகரன்.

இரவெல்லாம் கண் விழித்து உட்கார்ந்து பணத்தை எண்ணினார்கள். அத்தனையும் நூறு ரூபாய் நோட்டுக் கட்டுகள். எண்ணி முடித்து எடுத்து வைத்தபோது விடிந்தே போயிருந்தது.

'தம்பி நேரில் வராததில் முதல்வருக்கு வருத்தம் தான்' பாலசிங்கம் சொன்னார்.

'அவசியம் நேரில் பார்த்து நன்றி சொல்லத்தான் வேண்டும்' என்றார் பிரபாகரன்.

அந்த வாரமே ஒரு நாள் குறிக்கப்பட்டது. ராமா வரம் வீட்டுக்குப் பிரபாகரனும் பாலசிங்கமும் நேரில் சென்று எம்.ஜி.ஆரைச் சந்தித்தார்கள். வரவேற்றார். உட்காரச் சொல்லிப் பேச ஆரம்பித்தார்.

தமிழகத்தில் இன்றைக்கு இலங்கை குறித்துப் பேசாத தலைவர்கள் யாருமில்லை. முதல் முதலில்

அவர்களுக்கு உதவலாம், உதவ வேண்டும், உதவுவது நமது கடமை என்று கருதிச் செயல்பட்டவர் எம்.ஜி.ஆர். அவர் ஆரம்பித்து வைத்ததைத்தான் மற்றவர்கள் பின்பற்றத் தொடங்கி னார்கள். எம்.ஜி.ஆர். செய்தது வெறும் பண உதவி மட்டுமல்ல. விடுதலைப் புலிகள் அமைப்பு மிகவும் சிக்கலான ஒரு சூழலில் என்ன செய்வதென்று புரியாமல் தடுமாறிக்கொண்டிருந்த சமயம் அது. அப்போது எம்.ஜி.ஆர். நீட்டிய நேசக்கரம், அவர்கள் தன்னம்பிக்கை இழக்காதிருக்கப் பேருதவி புரிந்தது.

இந்திய உளவு அமைப்பான RAW அப்போது போராளிக் குழுக் களுக்குப் பயிற்சியளித்துக்கொண்டிருந்தது. எல்லாம் இந்திரா காந்தியின் ஏற்பாடு. டெலோ இருந்தது. ஈ.பி.ஆர்.எல்.எஃப். இருந்தது. ப்ளொட் இருந்தது. நூற்றுக்கணக்கான, ஆயிரக்கணக் கான இலங்கைப் போராளி இயக்க இளைஞர்கள் வட இந்தியா வில் சில ரகசியப் பயிற்சி முகாம்களில் மும்முரமாகப் பயின்று கொண்டிருந்தார்கள். என்ன காரணத்தினாலோ இந்தப் பயிற்சி முகாமில் பங்குபெற முதலில் புலிகளை அழைக்கவில்லை. பிறகு கடுமையாக முயற்சி செய்து, வாதாடித்தான் இடம்பெற முடிந்தது. ஆனால் சொற்பமான போராளிகளுக்கு மட்டுமே பயிற்சி தர முடியும் என்று சொல்லப்பட்டது.

இந்த ஓர வஞ்சனையில் மிகவும் மனம் நொறுங்கிப் போயிருந் தார் பிரபாகரன். என்னவாவது செய்து தமது போராளிகளுக்கு நல்ல பயிற்சியளிக்க வேண்டும், தரமான ஆயுதங்களை வாங்க வேண்டும் என்று எண்ணிக்கொண்டிருந்தவருக்கு எம்.ஜி.ஆர். அளித்த பணம் ஒரு வரமாகவே தெரிந்தது.

உடனடியாக சென்னைக்கு வெளியே புறநகர்ப் பகுதிகளில் சில பயிற்சி முகாம்கள் நிறுவப்பட்டன. இலங்கையிலிருந்து பல விடுதலைப் புலிகள் தமிழகத்துக்கு வரவழைக்கப்பட்டு இந்த முகாம்களுக்கு அனுப்பப்பட்டார்கள். மறுபுறம் நவீன ஆயுதங் களை வாங்குவதற்கான ஆலோசனைகள் பலமாக நடை பெற்றன.

பிரபாகரன், கேபியைக் கூப்பிடுங்கள் என்று சொன்னார்.

கே.பி. என்கிற குட்டி என்கிற குமரன் பத்மநாதன் என்கிற செல்வ ராஜா குமரனைப் பற்றிப் பொதுவாக வெளியே யாருக்கும் அதிகம் தெரியாது. விடுதலைப் புலிகள் அமைப்பின் ஆயுதக்

புலிகள் இயக்கத்துக்கென கேபி செய்த முதல் அசைன்மெண்ட் அதுவாகத்தான் இருக்கவேண்டும். குறுகிய காலத்தில் பல நாடுகளில் தனக்கு உருவாகியிருந்த தொடர்புகளை வைத்து ஏராளமான நவீனரகத் துப்பாக்கிகள், தோட்டாக்கள், கண்ணி வெடிகள், தகவல் தொடர்புக் கருவிகளை வாங்கி பத்திரமாகக் கப்பலேற்றி அனுப்பிவிட்டார் கேபி.

கொள்முதல் பிரிவின் தலைவர் அவர். இலங்கையில் மயிலிட்டி என்னும் ஊரில் பிறந்தவர். எளிய மீனவக் குடும்பம். இளமையில் வறுமை. கஷ்டப்பட்டுப் படித்து முன்னேறி, இயக்கத்துக்காகப் பாதியில் விட்டவர். தொடக்கத்தில் 'டெலோ'வில் உறுப்பின ராக இருந்தார் கேபி. குட்டிமணி, தங்கதுரை காலத்து டெலோ.

உமா மகேஸ்வரன் விவகாரம் வெடித்து, விடுதலைப் புலிகள் அமைப்பில் பிளவு ஏற்பட்டபோது, மனம் வெறுத்துப் போன பிரபாகரன், டெலோவுடன் இணைந்து செயலாற்ற முடிவு செய்து அங்கே போனபோது அறிமுகமானவர்.

பிரபாகரன் டெலோவில் அதிக காலம் இல்லை. ஆனால் சில நல்ல நட்புகள் அவருக்கு அங்கே ஏற்பட்டன. கேபி அதிலொருவர்.

ஒரு சம்பவம் நடந்தது. வெகு முக்கிய சம்பவம். 1981ம் ஆண்டு மார்ச் 25ம் தேதி ஒரு பெரும் கொள்ளைக்குத் திட்டமிட்டிருந் தார்கள். விடுதலைப் புலிகளும் டெலோவும் இணைந்து திட்டமிட்ட கொள்ளை. நீர்வேலிக் கொள்ளை என்று சரித்திரம் அதனைச் சொல்லும்.

வடமராச்சி பகுதியில் உள்ள பல வங்கிக் கிளைகளிலிருந்து அன்றைக்குப் பணத்தைத் திரட்டிக்கொண்டு ஒரு வேன் யாழ்ப்பாணத்தை நோக்கி வந்துகொண்டிருந்தது. அரசாங்கத் துக்குச் சொந்தமான வேன். உள்ளே இருந்த பணத்தின் மொத்த மதிப்பு எண்பது லட்சம். நல்ல செக்யூரிடி. ஆயுததாரிகளின் பாதுகாப்பு. கொண்டுபோய்த் தலைமையகத்தில் சேர்த்து விட்டால் தீர்ந்தது விஷயம்.

அப்படியா? நாம் அந்தப் பணத்தை எடுக்கிறோம் என்று பிரபா கரன் சொன்னார். ஒரு கைத்துப்பாக்கி வாங்கக்கூடப் பணமில்லா

மல் இயக்கங்கள் அவஸ்தைப் பட்டுக்கொண்டிருந்த தொடக்க காலம் அல்லவா? வங்கிக்கொள்ளைகள்தான் அன்றைக்கு அவர்களுக்கு ஒரே வழியாக இருந்தது.

டெலோவுடன் இணைந்து செயல்படலாம் என்று முடிவு செய்து பிரபாகரன் குழுவினர் வந்து சேர்ந்திருந்த புதிது. ஒரு கம்பீரமான தொடக்கமாக அது அமைவதற்கு இந்தக் கொள்ளை பெரிதும் உதவும் என்று இரு தரப்புமே நினைத்திருந்தது. திட்டமிட்டார் கள். யாழ்ப்பாணம் - பாயிண்ட் பெட்ரோ நெடுஞ்சாலையெங் கும் போராளிகள் அணி வகுத்து மறைந்து நின்றார்கள். வேன் புறப்பட்ட இடத்துக்குச் சற்றுத்தள்ளி ஒரு மோட்டார் சைக்கிளில் இளம் போராளி ஒருவர் தயாராகக் காத்திருந்தார். அவருக்கு இடப்பட்டிருந்த உத்தரவு, வேனை விடாமல் பின் தொடர்ந்து வா என்பது.

வேனின் முன்னும் பின்னும் செக்யூரிடி போலீசார் மோட்டார் சைக்கிளில் வந்துகொண்டிருப்பார்கள். அவர்களிடம் ஆயுதம் இருக்கும். போலீசாருக்குப் பின்னால் இந்த மோட்டார் சைக்கிள் வரவேண்டும். இடையே யாருக்கும் சந்தேகம் வந்துவிடக் கூடாது. தாக்குதல் நடத்தத் திட்டமிடப்பட்டிருந்த நீர்வேலியை அடைவதற்குச் சற்றுமுன்னால் வேகமெடுத்து செக்யூரிடி பைக்குகளைத் தாண்டி இந்த வண்டி முன்னால் வரவேண்டும். வேன் வந்துவிட்டது என்பதை அறிவிக்கும் எச்சரிக்கை சிக்னல் கொடுக்க வேண்டும். மிச்ச வேலையை மறைந்திருக்கும் விடுதலைப் புலி, டெலோ போராளிகள் பார்த்துக்கொள்வார்கள்.

வாக்கி டாக்கிகளோ, மொபைல் போன்களோ புழக்கத்தில் இல்லாத காலம். நேரடித் தகவல் ஒன்றுதான் வழி. பாதுகாப்பு பந்தோபஸ்துடன் வரும் பண வண்டியைப் பின் தொடர்ந்து வந்து, ஒரு கட்டத்தில் முன்னேறி நண்பர்களுக்குத் தகவல் தந்து காரியத்தைக் கச்சிதமாக முடிக்கப் பேருதவி புரியும் மிகப்பெரிய பொறுப்பு.

செய்து முடித்தவர் கேபி. நீர்வேலி கொள்ளை, இன்றைக்கு வரை பேசப்படுகிற மாபெரும் முயற்சி. மிக வெற்றிகரமாக நடந்தேறிய அதிரடிச் சம்பவம். அன்றைக்குத்தான் பிரபாகரன் அவரை நெருக்கமாகப் பார்த்தது. புன்னகை செய்தார். கையைப் பற்றி அழுத்தினார். நண்பா, நாம் இன்னொரு நாளும் சந்திப்போம்.

அப்போது நினைத்திருக்க முடியாது, அந்த இன்னொரு நாள் சந்திப்பு, நிரந்தர உறவாகப்போகிறது என்று. அப்படித்தான் ஆனது.

நீர்வேலி சம்பவத்துக்குப் பிறகு கேபி தமிழகத்துக்குத் தப்பி வந்து இருந்தார். அவர் உபயோகித்த மோட்டார் சைக்கிளின் நம்பரை வைத்து விஜிதரன் என்றொரு சமர்த்து, சாது இளைஞரை போலீசார் கைது செய்தார்கள். அவருக்கும் இயக்கங்களுக்கும் எந்தச் சம்பந்தமும் கிடையாது. என்ன செய்ய? கேபி புத்திசாலித்தன மாகத் தனது வண்டியில் போகாமல் இரவல் வாங்கி வந்திருந்தார். போலீசார் வண்டி நம்பரை வைத்து ஆளைத் தேடுகிறார்கள் என்று தெரிந்ததும் தோணி ஏறித் தமிழகம் வந்துவிட்டார்.

பி.ஏ. படித்துக்கொண்டிருந்த கேபி, அதன்பின் படிக்க முடியா மல் போனது. இயக்கப்பணிகளே முதன்மையானது. போராளி இயக்கங்களுக்கு இங்கே ஆயுதங்கள், குறிப்பாக ராக்கெட்டு களும் ராக்கெட் லாஞ்சர்களும் வாங்கி அனுப்ப முயற்சி செய்து கொண்டிருந்த வக்கீல் கந்தசாமி என்பவரிடம் அசிஸ்டெண் டாகச் சேர்ந்தார் கேபி. மும்பையில் வாசம். இந்திய பாகிஸ்தான் எல்லையிலும் இந்திய நேபாள எல்லையிலும் வேலை. நிறைய வெளிநாட்டுப் பயணங்கள். ஒவ்வொரு பயணமும் புதிய புதிய பாஸ்போர்ட்களில்.

கேபி ஒரு உலகம் சுற்றும் வாலிபன். இன்றைக்குவரை அப்படித்தான். அவரிடம் தாய்லாந்து குடியுரிமை இருப்பதாகச் சொல்லுவார்கள். அவரது தாய்நாட்டுக் குடியுரிமை எண் 550971231.

எம்.ஜி.ஆர். கொடுத்த பணத்தில் ஒரு பகுதியை ஆயுதக் கொள் முதலுக்காகச் செலவிடுவது என்று முடிவு செய்து கேபியைக் கூப்பிட்டு விஷயத்தைச் சொன்னார் பிரபாகரன். அநேகமாக புலிகள் இயக்கத்துக்கென கேபி செய்த முதல் அசைன்மெண்ட் அதுவாகத்தான் இருக்கவேண்டும். குறுகிய காலத்தில் பல நாடுகளில் தனக்கு உருவாகியிருந்த தொடர்புகளை வைத்து ஏராளமான நவீனரகத் துப்பாக்கிகள், தோட்டாக்கள், கண்ணி வெடிகள், தகவல் தொடர்புக் கருவிகளை வாங்கி பத்திரமாகக் கப்பலேற்றி அனுப்பிவிட்டார் கேபி.

சென்னை துறைமுகத்துக்கு சரக்கு வந்து சேர்ந்தபோது பிரபா கரனுக்கு இன்னொரு சிக்கல் வந்தது. ஆயுதங்கள் வந்துவிட்டன.

ஆனால் எப்படி எடுப்பது? முன்னதாக உமா மகேஸ்வரன் இதே மாதிரி ஒரு ஆயுதக் கொள்முதல் செய்திருந்தார், அவருடைய ப்ளாட் இயக்கத்துக்காக. அதுவும் இதே மாதிரி சென்னை துறைமுகத்துக்கு வந்தபோது புலனாய்வு அதிகாரிகள் மோப்பம் பிடித்துவிட்டார்கள். கோடிக்கணக்கான பணம். அசுர முயற்சி. ஒரு தவம் மாதிரி செய்து வரவழைத்த ஆயுதங்கள் அனைத்தும் கைப்பற்றப்பட்டு, காணாமலாயின. உமா இடிந்தே போய் விட்டார்.

பிரபாகரன் யோசித்தார். முயற்சி செய்வது பெரிய விஷய மில்லை. அது சரியான பலனைத் தரவேண்டும். வேண்டியது கொஞ்சம் புத்திசாலித்தனம். உடனே பாலசிங்கத்தைக் கூப்பிட்டார். அண்ணை, நீங்கள் முதலமைச்சரிடம் விஷயத்தைச் சொல்லுங்கள். எதையும் மறைக்கவேண்டாம். நமது ஆயுதக் கப்பல் வந்திருக்கிறது. சேதாரமில்லாமல் நமக்குச் சரக்கு கிடைத்தாகவேண்டும். அவர்தான் உதவ வேண்டும். அவரால் மட்டும்தான் உதவ முடியும்.

எம்.ஜி.ஆருடனான அடுத்த சந்திப்பு அப்போது நடந்தது. இப்போதும் எம்.ஜி.ஆர்.தான் உதவினார். சற்றும் சலனமில்லை. பரபரப்பில்லை. ஒரு ஈ எறும்புக்கும் விஷயம் தெரியாது. ஒரே ஒரு போன்கால். யாருக்குச் செய்தார் என்று யாருக்கும் தெரியாது. ஆயுதங்கள் அனைத்தும் அலுங்காமல் குலுங்காமல் திருவான்மியூர் வீட்டுக்கு வந்து சேர்ந்தன.

10. கறுப்பு ஜூலை, சிவப்பு பூமி

ஆயிரத்தித் தொள்ளாயிரத்தி எண்பத்தி மூன்று என்பது ஈழத் தமிழர்களைப் பொறுத்தவரை தேவதைகளாலும் சாத்தான்களாலும் ஒருமித்து சபிக்கப்பட்ட ஆண்டாக இருந்தது. எத்தனை அவலங்கள்! திரும்பிய பக்கமெல்லாம் கொலைகள், கொள்ளைகள், கலவரம். ஒதுங்க ஓர் இடமில்லாமல் மக்கள் ஊர் ஊராக ஓடிக்கொண்டிருந்தார்கள். வாழ்விடங்கள் இல்லாமல் போயின. பிள்ளைகளின் படிப்பு போனது. தொழில் போனது. உறவுகள், தொடர்புகள், சொத்து சுகங்கள், மேலான நிம்மதி அனைத்தும் இல்லாமல் போன வருடம் அது.

தறிகெட்டு நிகழ்த்தப்பட்ட தாக்குதல் இல்லை அது. உட்கார்ந்து யோசித்து திட்டமிட்டுச் செய்யப்பட்ட கலவரம். பீடாதிபதி ஜெயவர்த்தனா ஆசீர்வாதமளித் திருந்தார். அவர் அதிபர். கண்ணசைத்தால் போதும். கலவரதாரிகள் சிலிர்த்துக்கொண்டு எழுந்துவிடு வார்கள். ஒரு கையில் வாக்காளர் பட்டியல். மறுகையில் ஆயுதம். வீடு வீடாகத் தேடிச் சென்று கொல்வது ஒரு சுகம். இழுத்துப் போட்டு எரிப்பது ஒரு சுகம். குழந்தைகள் கதறுகின்றனவா? தூக்கிப் போட்டு கீழே விழும்போது சுட்டுத்தள்ளு. பார்க்கும் மக்கள் வாயடைத்து நிற்பார்கள். கொத்தாகச் சுட்டுத்தள்ள அதுவே தருணம். வீணாக்காதே. ஓடுகிறார்களா? பிடித்து நிறுத்திக் கத்தியைச் சொருகு. கடைகளுக்குள் புகுந்துகொண்டு ஷட்டரை இறக்கிவிடுகிறார்களா? விட்டுவிடு. அவர்களுக்கு

உள்ளேயே ஜீவ சமாதியளித்துவிடலாம். ஒரு கடைக்கு ஒரு கேன் பெட்ரோல் போதும். நீ புகைக்காதவனாயினும் பரவாயில்லை. பாக்கெட்டில் எப்போதும் தீப்பெட்டி இருக்கட்டும்.

இதெல்லாம் காவியத்துக்குப் பாயிரம் போல. மேல் பேச்சுக்கு விடுதலைப் புலிகளைத் தேடுகிறோம் என்று சொல்வார்கள். ஏய், பார்த்தாயா? இங்கே புலிகள் இருக்கிறார்களா? மரியாதையாகச் சொல்லிவிடு. பிரபாகரன் இங்கேதான் பதுங்கியிருக்கிறார் என்று கேள்விப்பட்டோம். எங்கே?

ஊர் ஊராக ராணுவ டிரக்குகள் போகும். இறங்கி, எதிர்ப் படுபவர்களைப் பிடித்து விசாரிப்பார்கள். அடித்துத் துவைத்துத் தூக்கிப் போடுவார்கள். தினசரி நடக்கும். தவறாமல் நடக்கும். வடக்கு, கிழக்கு மாகாணமெங்கும் ஒரு நாள் தவறாமல் இது நடந்தே தீரும்.

அப்படித்தான் ஜூலை 15ம் தேதி மீசாலை கிராமத்துக்கு ராணு வம் போனது. இரண்டு ஜீப்புகள், ஒரு மினி பஸ், பின் தொடரும் ஒரு பெரிய ராணுவ டிரக். நிறைய வீரர்கள். அனைவரிடமும் ஆயுதங்கள். சுற்றி வளைத்து நின்றவர்கள் மத்தியில் நான்கு விடுதலைப் புலிகள் மாட்டிக்கொண்டார்கள். அதுவும் பதுங்க வழியில்லாத வெட்ட வெளிப் பிரதேசம்.

சரி, தாக்கத் தொடங்கலாம் என்று முடிவு செய்து கண்ணை மூடிக்கொண்டு சுட ஆரம்பித்தார்கள். உக்கிரமான சண்டை. வீரம் செறிந்த சண்டை. நான்கு பேருக்கும் நூறு பேருக்கும் இடையி லான சண்டை. ஆனால் பதுங்கியிருந்து தாக்குவதற்கும் வெட்ட வெளியில் நின்று பதிலடி தருவதற்கும் வித்தியாசங்கள் உண்டு. எதிரியின் குறி சரியாக அமையும் வரை மட்டுமே உயிர் பிழைத்திருக்க முடியும்.

பல நிமிடங்கள் நீடித்த அந்த யுத்தம் இரண்டு விஷயங்களைத் தெளிவாக்கியது. இலங்கை வீரர்களுக்குக் குறி பார்த்துச் சுடத் தெரியாது என்பது ஒன்று. வெட்டவெளியில் சுற்றி வளைக்கப் பட்டு சிக்கிக்கொண்டாலும் விடுதலைப் புலிகளுக்குத் தப்பிக்கத் தெரியும் என்பது இரண்டாவது.

இரண்டு பேர் அன்றைக்குத் தப்பித்தார்கள். இரண்டு பேர் இறந்தார்கள். அதுவும் சிங்கள வீரர்களால் கொல்லப்பட்டு அவர்கள் உயிர் துறக்கவில்லை. குண்டடி பட்டிருந்தது. ஓட

ஒன்பது பேரை பிரபாகரன் குறிவைத்தார். சரியாக ஒன்பது குண்டுகள். போராளி குண்டுகளை வீணாக்கக் கூடாது. ஒரு துப்பாக்கி ரவையின் விலை இருபத்தி ஐந்து ரூபாய். பிரபாகரன் அடிக்கடி சொல்லும் விஷயம்.

முடியாது என்று தெரிந்து, எதிரியிடம் நான் மாட்டிக்கொள்ளக் கூடாது, என்னைச் சுட்டுவிடு என்று கேட்டு சக போராளியால் சுடப்பட்டு இறந்து போனார்கள். சுட்டவர்களின் முகமெங்கும் கண்ணீர். சுடப்பட்டவர்களின் முகங்களில் புன்னகை.

சீலன், ஆனந்த் என்கிற அந்த இரு போராளிகளுள் சீலன் பிரபாகரனுக்கு மிக நெருக்கமான தோழன். பின்னாளில் தனக்குத் திருமணமாகி, முதல் குழந்தை பிறந்தபோது அந்தச் சீலனின் இயற்பெயரான சார்ல்ஸ் ஆண்டனி என்பதையே அதற்கு வைக்குமளவுக்கு நெருக்கமான தோழன்.

எனவே பிரபாகரன் துடித்து எழுந்தார். விட்டுவிடுவதற்கில்லை. சீலன், ஆனந்தின் உயிர் இயற்கையில் கரைவதற்குள்ளாக ஒரு பதிலளித்தாகவேண்டும். செல்லக்கிளி என்று கூப்பிட்டார். கிளி பறந்து வந்தது. கூடவே அவரது படைப்பிரிவினர். மறுபுறம் புலனாய்வுப் பிரிவினர் தட்டி எழுப்பப்பட்டு, யாழ்ப்பாணம் முழுதும் இரவு நேரங்களில் ராணுவ வாகனங்கள் ரோந்து போகும் பாதைகள் பற்றிய விவரம் உடனே, உடனே வேண்டு மென்று உத்தரவிடப்பட்டது.

பரபரவென்று திட்டம் தீட்டப்பட்டது. திருநெல்வேலியைத் தேர்ந்தெடுத்தார்கள். யாழ்ப்பாணத்துத் திருநெல்வேலி. ராணுவக் கவச வாகனங்கள் இரவுப் பொழுதில் அணி வகுத்துப் போகும் பாதை. வைத்துவிடலாம் என்று முடிவு செய்தார்கள். புறப்பட உத்தரவு கேட்டார் செல்லக்கிளி.

இரு, நானும் வருகிறேன் என்றார் பிரபாகரன். கோபம் குறைய வில்லை. சற்றும் அணையாத தீ. உள்ளுக்குள் கனன்ற பெரு நெருப்பு. புறப்பட்டார். பிரபாகரன், செல்லக்கிளி, விக்டர், சந்தோஷம், புலேந்திரன், கிட்டு. பதினான்கு பேர் கொண்ட குழுவில் ஆறு கமாண்டர்கள். பிரபாகரனே களமிறங்கினாலும் இந்தத் திட்டத்துக்கு செல்லக்கிளிதான் கமாண்டர் என்று முடிவு செய்யப்பட்டது.

இருள் மூடிய வானம். செல்லக்கிளி பலாலி-யாழ்ப்பாணம் சாலைப் போக்குவரத்தைக் கட்டுப்படுத்தியிருந்தார். பொது மக்களிடம் சாங்கோபாங்கமாக விஷயம் சொல்லப்பட்டிருந்தது. யாரும் வெளியே வரவேண்டாம். கடைகளைத் திறக்க வேண்டாம். வாகனங்களை வெளியே எடுக்க வேண்டாம். இன்றொருநாள் வீட்டில் நிம்மதியாகத் தூங்குங்கள். இனி தூங்க அவகாசம் கிடைக்குமா என்று சொல்லமுடியாது.

சாலையில் கண்ணிவெடிகள் பொருத்தப்பட்டன. அது ஒரு தலைவலி பிடித்த வேலை. நிஜமான தலைவலி. வெடி மருந்து தயார் செய்யும்போது அதிலிருந்து வீசும் நெடி மிகுந்த தலை வலியைக் கொடுக்கும். சிலருக்குக் கண் எரிச்சல், அல்லது தலை சுற்றலும் வரும். பதம் பார்த்துச் செய்யவேண்டிய காரியம். அதன்பின் குழிவெட்டி, மருந்தைப் புதைத்து மூடவேண்டும்.

விக்டரும் செல்லக்கிளியும் இந்தப் பணியைப் பரபரவென்று செய்து முடித்தார்கள். யாருக்கும் சந்தேகம் எழாதவண்ணம் வேலை செய்யும்போது உரத்த குரலில் சிங்களத்தில் பேசிக் கொண்டிருந்தார்கள். தற்செயலாக யாரும் பார்த்தால்கூட யாரோ சிங்கள ராணுவத்தினர் என்று நினைத்துக்கொள்ள வசதி. எல்லாம் முடிந்தபின் பதினான்கு பேரும் நிலையெடுத்து சாலையின் இரு புறமும் ஆங்காங்கே வீடுகளின் சுற்றுச்சுவருக்குப் பின்னால் எகிறிக் குதித்துப் பதுங்கி நின்றார்கள். பிரபாகரன் காத்திருந்தார்.

மாதகல் என்னும் இடத்தில் ராணுவ முகாம் ஒன்று உண்டு. அங்கிருந்துதான் புறப்படுவார்கள். புறப்பட்டார்கள். முன்னால் ஒரு ஜீப். பின்னால் ஒரு கவச வாகனம். மொத்தம் பதினைந்து வீரர்கள்.

வருகிறார்கள் என்றார் செல்லக்கிளி. அலர்ட் ஆனார்கள். ஜீப் நெருங்கியது. கண்ணிவெடி பொருத்தப்பட்ட இடத்தை அது தொட்டபோது செல்லக்கிளி விசையை அழுத்தினார். திட்டத்தில் எதிர்பாராத மாறுதல். ஜீப்பை நகரவிட்டு டிரக் நெருங்கும்போது கண்ணிவெடியை வெடிக்கச் செய்வதுதான் தீர்மானம். ஏனோ செல்லக்கிளி சற்றே அவசரப்பட்டு ஜீப்புக்கே கண்ணி வெடியின் விசையை அழுத்திவிட்டார். பதற்றமாக இருக்கக்கூடும்.

வெடித்தது. வெடித்தார்கள். தூக்கியெறியப்பட்ட ஜீப்பில் இருந்த அத்தனை பேரும் அந்தக் கணமே இறந்தார்கள். பின்னால் வந்த கவச வாகனத்தில் இருந்தவர்கள் மீது துப்பாக்கிச் சூடு

ஆரம்பமானது. ஜீப்பில் இருந்தவர்களுக்குத்தான் துப்பாக்கிச் சூடு திட்டமிடப்பட்டிருந்தது. வேறு வழியில்லை. எந்தப் பக்கத்திலிருந்து யார் தாக்குகிறார்கள் என்று சுதாரிப்பதற்குள்ளாகவே ஒன்று, இரண்டு, மூன்று, நான்கு என்று உடல்கள் சிதறி விழுந்தன. பிரபாகரன் அப்போது ஜி3 ரகத் துப்பாக்கி ஒன்று வைத்திருந்தார். தன் குழுவினர் இருந்த இடத்துக்குச் சற்றே தள்ளி ஒரு தபால் பெட்டி இருந்த சந்தில் நின்றிருந்த பிரபாகரன், டிரக்கில் இருந்த ராணுவத்தினரை நோக்கி நிதானம் தவறாமல் குறிபார்த்து ஒவ்வொருவரையாகச் சுடத் தொடங்கினார்.

தானே முளைத்துப் பூத்துக் குலுங்கும் காட்டுச் செடி போல, தனக்குத்தானே பயிற்சியளித்துக்கொண்டு தன்னைச் சார்ந்தவர்களையும் பயிற்றுவித்த பிரபாகரனின் குறி பார்க்கும் திறனைத் தோழர்கள் அன்றைக்குக் களத்தில் நேரடியாகப் பார்த்தார்கள். ஒன்பது பேரை பிரபாகரன் குறிவைத்தார். சரியாக ஒன்பது குண்டுகள். போராளி குண்டுகளை வீணாக்கக் கூடாது. ஒரு துப்பாக்கி ரவையின் விலை இருபத்தி ஐந்து ரூபாய். பிரபாகரன் அடிக்கடி சொல்லும் விஷயம்.

அசந்து போனார்கள் தோழர்கள். உக்கிரமான தாக்குதலின் இறுதியில் பதிமூன்று ராணுவத்தினர் இறந்திருந்தார்கள். விடுதலைப் புலிகளின் கமாண்டர் செல்லக்கிளியும் இறந்திருந்தார்.

பதிமூன்று பேர். அதுதான் ஜெயவர்த்தனாவை அதிரச் செய்தது. எண்பத்தி மூன்றாம் வருடம் ஜனவரியிலேயே ஆரம்பித்த அரசாங்கக் கலவரத் திருவிழா தன் அடுத்த பரிமாணத்தை எட்டுவதற்கும் அதுவே காரணமாயிற்று.

விவரிக்க முடியாத கொடூரங்கள். எங்கும் மரண ஓலம், காணுமிடமெல்லாம் ரத்தம். யாழ்ப்பாணம் ஒரு மாபெரும் திறந்தவெளி மயானமாகிக்கொண்டிருந்தது. அவலம் ஒரு பக்கம். சீற்றம் ஒரு பக்கம். பிரபாகரன் விடாமல் பதில் தாக்குதல்களை நடத்திக் கொண்டிருந்த சமயம் அது. மக்களின் முழு ஆதரவும் புலிகளின் பக்கம் இருந்தது. வேறு வழியில்லை. அவர்கள் செய்வதுதான் சரி. இத்தனைநாள் அமைதியாகப் போராடி அரசியல்வாதிகள் என்ன சாதித்தார்கள்? இவர்கள் செய்யட்டும். ஏதாவது நல்லது நடந்தால் சரி. யார் குத்தியாவது அரிசி வெந்தால் சரி.

இளைஞர்களும் பெண்களும் கூட்டம் கூட்டமாக விடுதலைப் புலிகள் இயக்கத்தை நோக்கிப் படையெடுத்து வந்து சேரத்

தொடங்கிய தருணம் அது. பல சந்தர்ப்பங்களில் பெற்றோரே அழைத்து வந்து சேர்த்துவிட்ட சம்பவங்களும் நடந்ததுண்டு. சாத்திரங்கள் பிணம் தின்னத் தொடங்கும்போது யுத்தம் தவிர்க்க முடியாததாகிவிடும்.

பிரபாகரன் தொடர்ந்து சொல்லிக்கொண்டிருந்தார். போராடுங்கள். எல்லோரும் எங்களைப் போல் ஆயுதம் ஏந்தித்தான் ஆகவேண்டு மென்பதில்லை. உங்களுக்கு சரிப்பட்ட அனைத்து வழிகளிலும் போராடுங்கள். ஊர்வலமா, சரி. கடையடைப்பா, சரி. பொதுக் கூட்டமா, சரி. ஏதாவது செய்யுங்கள். எதிர்ப்பைக் காட்டுங்கள். அடிபணிந்து விட வேண்டாம். எதற்கும். யாருக்கும்.

அப்படித்தான் அந்தச் சமயம் நான்கு பெண்கள் தமக்குச் சரியென்று பட்ட வழியில் ஒரு உண்ணாவிரதப் போராட்டத்தை ஆரம்பித்தார்கள். கல்லூரி மாணவிகள். பல்கலைக் கழகத்தில் தமிழ் மாணவர்களுக்கு அநியாயம் நடந்துகொண்டிருந்த சமயம் அது. யாழ்ப்பாணம் பல்கலைக் கழகத்திலிருந்த கடைசித் தமிழ் மாணவர் வரை நீக்கிவிட்டு முற்றிலும் சிங்கள மயமாக்க அரசு மேற்கொண்ட முயற்சி.

எனவே நாம் உண்ணாவிரதம் இருப்போம் என்று அறிவித்து விட்டு உட்கார்ந்த அந்த மாணவிகள் நான்கு பேரும் ஒப்புக்குச் சொல்லவில்லை. உண்மையிலேயே சாகும் வரை உண்ணா விரதத் திட்டம் அவர்களிடம் இருந்தது. யார் சொல்லியும் கேட்கவில்லை.

விஷயம் பிரபாகரனுக்குப் போனது. நான்கு பெண்கள். யார் அவர்கள்? விவரம் திரட்டப்பட்டது. எதற்கு உயிர் விட வேண்டும்? இந்த மன உறுதியை இவர்கள் வேறு உருப்படியான விதங்களில் வெளிப்படுத்தலாம் அல்லவா? ம்ஹூம். வேண்டாம். அவர்கள் உண்ணாவிரதம் இருந்து செத்துப் போக அனுமதிக்காதீர்கள். தூக்கி வந்துவிடுங்கள் என்று சொன்னார்.

ஒரு ஜீப். நான்கு போராளிகள். மின்னல் வேகம். அந்த நான்கு பெண்களும் பிரபாகரனின் எதிரே நின்றுகொண்டிருந்தார்கள். பெயரென்ன என்று கேட்டார்.

நான்கு பேரும் பேரைச் சொன்னார்கள். அதிலொரு பெயர் மதிவதனி.

11. இன்னொரு காதல் கதை

மன்னிக்கவேண்டும். நீங்கள் சாக அனுமதிப்பதற்
கில்லை என்றார் பிரபாகரன்.

நான்கு பெண்களும் ஆளுக்கொரு பக்கம் திரும்பி
நின்றிருந்தனர். நான்கு முகங்களிலும் நான்கு
கோபங்கள். இதே உண்ணாவிரதம் கூடாது என்று
அரசாங்கக் காவல் துறையினர் வந்து இழுத்துச்
செல்வார்கள் என்றுதான் அவர்கள் எதிர்பார்த்
திருந்தார்கள். போகிற வழியில் தர்ணா செய்ய
லாம். லாக்கப்பில் கலாட்டா செய்யலாம். கோர்ட்
டில் கோஷம் போடலாம், சிறைச்சாலையில்
மீண்டும் உண்ணாவிரதம் இருக்கலாம், செய்தி
வெளியே வரும், விஷயம் பெரிதாகும், மக்கள்
திரண்டு ஊர்வலம் போவார்கள், கல்லூரி கால
வரையறையற்று மூடப்படும் என்று அடுத்தடுத்த
திட்டங்கள் தயார்.

எதிர்பார்க்கவில்லை. இப்படி இழுத்து வந்து
வலுக்கட்டாயமாகச் சாப்பிடவைத்து போதனை
செய்யும் இந்த மனிதர் யார்?

என் பெயர் பிரபாகரன் என்றார் பிரபாகரன்.
கேள்விப்பட்டிருந்தார்கள். பார்த்ததில்லை. இவரா?
சே. ஒரு புரட்சி இயக்கத்தின் தலைவர் இத்தனை
குள்ளமாக, கட்டை குட்டையாக, மெல்லிய
குரலில் பேசிக்கொண்டு... பார்த்தால் குண்டு
வைக்கக்கூடிய ஆசாமிபோல் தெரியவில்லையே?
குரலில் என்ன ஒரு மிருது!

71

சுற்றி இருந்தவர்களும் அப்படித்தான் இருந்தார்கள். அன்பான பேச்சு. கனிவான பார்வை. துடிப்பான கண்காணிப்பு.

உயிர் விலைமதிப்பற்றது. வீணாக அதனை இழக்கக்கூடாது. உங்களை நான் தமிழகத்துக்கு அனுப்புகிறேன். தேசத்துக்கு ஏதாவது செய்ய நினைத்தால் உருப்படியாகச் செய்யுங்கள். சம்மதமா?

சம்மதித்தார்கள். தோணி ஏறினார்கள்.

மதிவதனி, வினோஜா, லலிதா, ஜெயா என்கிற அந்த நான்கு பெண்களும் கோடியக்கரை வரைக்கும் தோணியில் வந்து அங்கிருந்து பஸ் பிடித்துச் சென்னைக்கு வந்து சேர்ந்தபோது, அழைத்துச்சென்று தங்கவைக்கும் பொறுப்பு திருமதி அடேல் பாலசிங்கத்துக்கு வழங்கப்பட்டிருந்தது.

திருவான்மியூர் வீட்டில் நான்கு பெண்களுக்கும் அறை ஒதுக்கப் பட்டது. பாலசிங்கம் தன் மனைவியைத் தனியே கூப்பிட்டுச் சொன்னார். கவனம். யாழ்ப்பாணத்து ஒழுக்க விதிகள் ரொம்பக் கடுமையானவை. திருமணமாகாத பெண்களை நாம் ஆயுதங் களைப் பாதுகாப்பதுபோல் கவனமாகப் பாதுகாக்க வேண்டும். ஆண்களுடன் பேசுவது, பழகுவது, அவர்கள் புழங்கும் இடத்தில் சகஜமாக வந்து போவதற்குக் கூட கண், காது, மூக்கு வைத்துவிடு வார்கள். தம்பி, உன் பொறுப்பு என்று சொன்னது அவர்களது நிகழ்காலத்துக்கு மட்டுமல்ல. எதிர்காலத்துக்கும் சேர்த்து.

அடேலும் பெண் தான். ஆனால் ஆஸ்திரேலியப் பெண். லண்ட னில் வசித்த பெண். காதலித்துத் திருமணம் செய்துகொண்ட பெண். அவர் யாழ்ப்பாணத்து மக்களை அப்போதுதான் படித்துக் கொண்டிருந்தார். விடுதலைப் புலிகளின் முகாமில் முதல் முதலில் அவர் வந்து சேர்ந்தபோதே நிறைய சங்கடங்களைச் சமாளிக்கவேண்டியிருந்தது. ஒருவழியாகப் பிரபாகரன் அவரை ‘அன்ரி’ (ஆண்ட்டி) என்று அழைத்து ஆரம்பித்துவைக்க, அதுவே அவரது நிரந்தர உறவு முறையாயிற்று.

ஆனால் இந்தப் பெண்கள்?

பிரபாகரன் வந்தார். அனைவருக்கும் அந்த நான்கு பேரையும் அறிமுகம் செய்துவைத்தார். இனி இவர்களும் நம்மைச் சேர்ந்த

வாருங்கள், ஒரு போட்டோ எடுத்துக்கொள்ளலாம்
என்றால், இரு என்று ஓடிச் சென்று ஒரு பூந்தொட்டியை
எடுத்துவந்து அருகே வைத்துக்கொண்டு, ம், எடு
என்னும் குழந்தைத்தனம் கடைசிவரை மாறவேயில்லை.
தன்னால் ஒழுங்காக இங்கிலீஷ் பேசமுடியவில்லையே
என்ற வருத்தம் கடைசிவரை ஓயவேயில்லை.

வர்கள். சமையலில், பிற வேலைகளில் சேர்த்துக்கொள்ளுங்கள்.
ஆயுதம் பழக விரும்பினால் ரொம்ப சந்தோஷம். கற்றுக்
கொடுங்கள். இன்னும் சில பெண்கள் விரைவில் வந்து சேர
வாய்ப்பு இருக்கிறது.

வந்தார்கள். ஒருவர் இருவரல்லர். நிறையவே வந்தார்கள்.
தமிழகத்தில் பயிற்சி, ஈழத்தில் யுத்தம், வாருங்கள் என்று
'டெலோ' கூப்பிட்டு நிறையப் பெண்கள் தோணி ஏறியிருந்
தார்கள். கல்லூரிப் பெண்கள். படிப்பை விட்ட, படித்து முடித்த
பெண்கள். துரதிருஷ்டவசமாக அவர்களைத் தமிழகத்தில் தங்க
வைக்கவோ, முறையான பயிற்சியளிக்கவோ டெலோ ஏற்பாடு
செய்யத் தவறியிருந்தது. என்ன செய்வது, எங்கே போவது என்று
தெரியாமல் தத்தளித்துக்கொண்டிருந்த அந்தப் பெண்களுக்குப்
பிரபாகரன் ஒரு மூத்த சகோதரன் போல நின்று அழைத்தது
மிகப்பெரிய ஆறுதலாக இருந்தது.

அத்தனைபேரும் விடுதலைப் புலிகளின் பயிற்சி முகாம்களில்
அடைக்கலமானார்கள். திருவான்மியூரில் தங்குமிடம்.
சென்னைக்கு வெளியே பல இடங்களில் பயிற்சி. போவார்கள்,
வருவார்கள், சமைப்பார்கள், சாப்பிடுவார்கள். பேசித் தீர்த்து
விட்டுப் படுத்துத் தூங்கினால் மறுநாள் மீண்டும் பயிற்சி.

பிரபாகரன் வருவார். அனைவருடனும் பேசுவார். உற்சாகமான,
நம்பிக்கையூட்டக்கூடிய அற்புதமான பேச்சுகள். அனைவரையும்
கூப்பிட்டு உட்காரவைத்து கோழியடித்துக் குழம்பு வைப்பார்.
பாலசிங்கம் மீன் சமைப்பதில் கில்லாடி. வேறு பல தோழர்கள்
கறிகாய் நறுக்குவார்கள். கடைக்குப் போவார்கள். துணி
துவைப்பார்கள். வீடு பெருக்கி, சுத்தம் செய்வார்கள். ஹாஸ்டல்
வார்டன் மாதிரி அடேல் பாலசிங்கம் அத்தனை பேரையும் கட்டி
மேய்ப்பார்.

'அன்ரி, நீங்களும் ஏன் பிஸ்டல் சுடக் கற்கக்கூடாது?' பிரபாகரன் ஒருநாள் கேட்டார். அவருக்கும் பயிற்சியளிக்கப்பட்டது. பயிற்சி முடித்துத் திரும்பிய ஒருநாள் தற்செயலாகப் பிரபாகரன் சொன்னார். நான் மதிவதனியை விரும்புகிறேன்.

ஒரு கண்ணிவெடிகூட அத்தனை அதிரச் செய்திருக்க முடியாது. இயற்கை என்ன இலங்கை அரசா? எதிர்த்து நின்று போராடி ஜெயிக்க?

ஆனால் ஆரம்பத்தில் யாருக்கும் புரியவில்லை. அல்லது புரிந்துகொள்ள யாரும் விரும்பவில்லை. அன்றைக்கு உமா மகேஸ்வரனை அத்தனை கேள்வி கேட்டாயே, இன்றைக்கு உன் காதல் அத்தனை முக்கியமாகிப் போய்விட்டதா என்றுதான் பெரும்பாலானோர் கேட்டார்கள்.

விடுதலைப் புலிகள் இயக்கம் காதலுக்கு எதிரியல்ல. காதலித்துக் கொண்டே காலம் கழிப்பதற்கோ, கழட்டிவிட்டுவிட்டுப் போய்விடுவதற்கோதான் எதிரி. ஒரு பெண்ணைப் பிடிக்கிறதா? கூப்பிட்டுப் பேசு. பெண்ணிடமல்ல. பெற்றோரிடம். புரியவை. மணந்துகொள். தீர்ந்தது விஷயம்.

ஆனால் உமா மகேஸ்வரன் பாதித்திருந்தார். மிகவும் பாதித்திருந் தார். இயக்கத்திலிருந்து அவரை வெளியெற்றியது, அவர் ப்ளாட் இயக்கம் கண்டது, ஒரு பெரும் படை அவருடன் போனது, பல வெளிநாட்டுத் தொடர்புகள் அவருடன் சென்றது எல்லாம், எல்லாமே எல்லோரையும் பாதித்திருந்தன. அதனால், பிரபாகர னுக்குக் காதல் என்றபோது சுற்றி நின்று கேள்வி கேட்டார்கள். சொற்களில் கோபம் சேர்த்து, சுற்றிச் சுற்றி அடித்தார்கள்.

பிரபாகரன் அனைவருக்கும் பொறுமையாக பதில் சொன்னார். ஆமாம், காதலிக்கிறேன். திருமணம் செய்துகொள்ளப்போகி றேன். நீங்களும் காதலிக்கலாம். திருமணம் செய்துகொள்ளலாம். திருமணத்தை நாம் தடுப்பதே இல்லை.

பாலசிங்கம் இயக்கத்தில் ஒவ்வொருவரிடமும் தனியே பேசி னார். பேசிப்பேசிப் புரியவைத்தார். காதல் இயற்கையானது. திருமண உறவு ஆரோக்கியமானது. அதற்குத் தடைபோடு வதன்மூலம் எதையும் பெரிதாகச் சாதித்துவிட முடியாது. முறையற்ற உறவைத்தான் கூடாது என்று சொல்கிறோம். தயவுசெய்து புரிந்துகொள்ளுங்கள்.

பலர் புரிந்துகொண்டார்கள். சிலர் புரிந்துகொள்ள மறுத்தார்கள். பெரிய களேபரத்துக்குப் பிறகுதான் பிரபாகரன் - மதிவதனி திருமணம் நடந்தது. மதிவதனியின் பெற்றோர் புங்குடுத் தீவிலிருந்து புறப்பட்டு வந்திருந்தனர். பாலசிங்கம் அவர்களுடன் உட்கார்ந்து பேசி புரியவைத்திருந்தார். 1984ம் வருடம் அக்டோபர் முதல் தேதி. திருப்போரூர் முருகன் கோயிலில் மிக எளிமையாக நடந்த திருமணம் அது. குறைந்தபட்ச உறவினர்கள், குறைந்தபட்ச நண்பர்கள்.

திருமணம் முடிந்தபிறகும்கூட இயக்கத்தில் பலரால் அதை நம்பமுடியாமலேயே இருந்தது. விடுதலைப் புலிகள் அமைப்பு உலகெங்கும் பரவத் தொடங்கியிருந்த காலம் அது. லண்டனில் புலிகள் இருந்தார்கள். பிரான்ஸில் இருந்தார்கள். ஸ்விட்சர் லாந்தில் இருந்தார்கள். ஆஸ்திரேலியாவில் பரவியிருந்தார்கள். தகவல் ஒவ்வொரு இடமாகப் போகப் போக, அத்தனை பேரும் நிஜமா, நிஜமா என்று நம்பமுடியாமல்தான் கேட்டார்கள்.

இந்தக் கட்டத்தில் பாலசிங்கம் செய்த உதவி மகத்தானது. அவர்தான் பேசினார். அவர் மட்டும்தான் பேசினார். பேசிப் பேசிப் புரியவைத்தார். தனி மனித உணர்வுகளுக்கு மரியாதை கொடுக்கப் பழகுங்கள். அப்படிக் கொடுக்காத சந்தர்ப்பங்கள் அனைத்தும் விரிசலை உண்டாக்கியிருக்கின்றன. தனி வாழ்க்கை ஒழுங்காக இருந்தால்தான் இயக்கமாகச் செயல்படும்போது முழுக்கவனம் செலுத்த முடியும்.

ஒன்று சொல்லவேண்டும். பிரபாகரன் மாதிரி ஒரு செயல்வெறி கொண்ட வீரரைத் திருமணம் செய்துகொள்ள ஒரு துணிச்சல் வேண்டும். தன்னைத்தானே நாட்டுக்கு நேர்ந்துவிட்டுக் கொண்டவரின் வீட்டை ஆள்வதென்பது சாதாரண செயலல்ல. விவசாய விஞ்ஞானம் படித்துக்கொண்டிருந்த மதிவதனி அதன்பின் வீட்டு நிர்வாக விஞ்ஞானம் பயில ஆரம்பித்தார்.

மூன்று குழந்தைகள் அவர்களுக்குப் பிறந்தன. சார்ல்ஸ் ஆண்டனி, துவாரகா, பாலச்சந்திரன். மூன்றுமே மாவீரர்களின் பெயர்கள். (பாலச்சந்திரன் என்பவர் மதிவதனியின் சகோதரர். அவரும் புலிகள் இயக்கத்தில் இருந்து வீரமரணம் அடைந்தவர்தான்.)

வாழ்நாளில் பெரும்பகுதி கானகத்தில். இன்று உறங்கும் இடத்தில் நாளை இருப்போமா என்று தெரியாது. இன்று கிடைத்த

உணவு நாளை கிடைக்குமா தெரியாது. இன்றிருக்கும் உயிர் நாளை இருக்குமா என்றும் தெரியாது. அதனாலென்ன? இந்த வாழ்க்கையும் இனிக்கத்தான் செய்கிறது. ஓய்வான சமயங்களில் பிரபாகரன் வீட்டு வேலைகளும் பார்த்தார். கோழியடித்துக் குழம்பு வைப்பதில் அவ்வளவு இஷ்டம். வாருங்கள், ஒரு போட்டோ எடுத்துக்கொள்ளலாம் என்றால், இரு என்று ஓடிச் சென்று ஒரு பூந்தொட்டியை எடுத்துவந்து அருகே வைத்துக் கொண்டு, ம், எடு என்னும் குழந்தைத்தனம் கடைசிவரை மாறவேயில்லை. தன்னால் ஒழுங்காக இங்கிலீஷ் பேசமுடிய வில்லையே என்ற வருத்தம் கடைசிவரை ஓயவேயில்லை.

ஆ, அது ஒரு தீராத வருத்தம். அடிக்கடி சொல்லி ஏங்குவார். மதிவதனி கமுக்கமாகச் சிரிப்பார். சர்வதேசத் தலைவர்களுடன், அமைதிப் பேச்சுவார்த்தைகளில் சகஜமாகப் பேசமுடியாமல் என்ன ஒரு சிக்கல்! யாராவது இங்கிலீஷ் தெரிந்தவர்கள் உடன் இருந்தே தீரவேண்டியிருக்கிறது. சே. படித்திருக்கலாம்.

டே தம்பி, நீயாவது படி என்று மகனை முழு மூச்சில் படிக்க வைத்தார். சார்ல்ஸ் ஆண்டனி யாழ்ப்பாணத்தில் பள்ளியிறுதித் தேர்வு எழுதியபோது, அவரது தனிப்பாடம், விருப்பப்பாடம் ஆங்கிலம். அந்த வருடம் யாழ்ப்பாணத்தில் ஆங்கிலப் பரீட்சை எழுதிய ஒரே மாணவன் சார்ல்ஸ் ஆண்டனிதான்.

அவருக்காக ஒரே ஒரு கேள்வித்தாள் தனியாக வந்தது!

12. புகை வாசனை

'ஐயோ, உயிருக்கு ஆபத்தில்லையே?' என்றுதான் முதலில் கேட்டிருக்கவேண்டும். ஆனால் பிரபா கரன் கேட்டது, 'ஐயோ, யார் செய்தது?'

அவருக்குத் தெரியும். அத்தனை எளிதில் போகக் கூடிய உயிர் இல்லை அது. ஏனெனில் சதாசிவம் கிருஷ்ணகுமார் என்கிற வெங்கிட்டு என்கிற கிட்டு வின் உயிர், ஏழு கடல் தாண்டி, ஏழு மலைதாண்டி எங்கோ ஒரு ரகசிய இடத்தில் ஒளித்துவைக்கப் பட்டிருக்கும் அசுரனின் உயிர் போல ஈழ விடுதலை என்னும் பெருங்கனவுக்குள் புதைத்துவைக்கப்பட்டு இருப்பது. சற்றும் நிகரற்ற போராளி. அப்பழுக்கே சொல்லமுடியாத அர்ப்பணிப்பு உணர்வின் சொந்தக் காரர். 'கமிட்மெண்ட்' என்கிற சொல் இடம்பெறா மல் அவரால் ஒரு வரிகூடப் பேசமுடியாது.

'உன் கமிட்மெண்டுக்கு அறுபது முதல் எழுபது சதவீதம் மார்க் கொடுப்பேன். என் கமிட்மெண்ட் எண்பது முதல் தொண்ணூறு சதவீதம். பிரபாகரனின் கமிட்மெண்ட் நூறு சதம். சந்தேகமென்ன? அதனால் தான் அவர் தலைவராகவும் நாம் அவருக்குக் கீழும் பணி செய்கிறோம்' என்பார். ஒப்புவமையற்ற சுறு சுறுப்பு. ஓயாத களப்பணி. புலிகள் இயக்கம் தொடங்கப்பட்ட காலத்தில் இருந்தே பிரபாகரனுக்கு கிட்டு ஒரு முக்கியத் தளபதி.

அவருக்குத்தான் ஆபத்து என்று செய்தி வந்திருந் தது. அன்றைக்கு மார்ச் 31ம் தேதி. 1987ம் வருடம்.

யாழ்ப்பாணம் இரண்டாம் குறுக்கு வீதி வழியே கிட்டுவின் மிட்சுபிஷி லான்ஸர் போய்க்கொண்டிருந்தது. மிகச் சரியாகக் குறி பார்க்கப்பட்டு எங்கிருந்தோ வீசப்பட்ட கையெறி குண்டு காரில் மோதி வெடித்தது. எழுந்த பெரும் சத்தமும் சூழ்ந்த கரும் புகையும் சில வினாடிகள் பிராந்தியத்தை நிலைகுலையவைத்து விட்டன.

சில வினாடிகள்தாம். ஐயோ, உள்ளே இருப்பது கிட்டுவல்லவா? பாய்ந்து கதவைத் திறந்து அவரை வெளியே இழுத்தபோது எங்கிருந்து என்று தெரியாமல் ரத்தம் பொங்கிக்கொண்டிருந்தது. கிட்டுவை மருத்துவமனைக்கும் தகவலைப் பிரபாகரனுக்கும் உடனே உடனே அனுப்பிவிட்டு, யாழ்ப்பாணத்து மக்கள் கவலை தின்று காத்துக்கிடந்தார்கள்.

அப்போதுதான் பிரபாகரன் கேட்டார். யார் செய்தது?

பிரச்னை. பெரிய பிரச்னை. மாபெரும் அரசு இயந்திரத்துக்கு எதிராக ஒரு யுத்தத்தை திட்டமிட்டு நடத்திக்கொண்டிருக்கும் வேளையில் இயக்கத்துக்கு உள்ளே இம்மாதிரியான பிரச்னைகள் எழுவது ஆபத்து. ஆனாலும் கிருமிகள் போல விஷ எண்ணங்கள் சில மனங்களுக்குள் நுழைந்துவிடுகின்றன. பதவிப் போட்டி. அதிகாரப் போட்டி. ஆளுமையில் நீ பெரியவனா, நான் பெரிய வனா என்கிற ஒப்பீடு. எனக்கு அதிக முக்கியத்துவமா, உனக்கு அதிக முக்கியத்துவமா என்கிற பொச்சரிப்பு. இது ஒரு சாபம். தவிர்க்கமுடியாத தர்மசங்கடம். இயக்கத்தின் கட்டுக்கோப்புக்கு மாபெரும் அச்சுறுத்தல். ஆனாலும் சமாளித்துத்தான் ஆக வேண்டும்.

மாத்தையாதான் காரணம் என்று இயக்கத்தில் பலபேருக்குச் சந்தேகம். விடுதலைப் புலிகள் அமைப்பின் இரண்டாம் நிலைத் தளபதியும் பிரபாகரனின் மிக நெருங்கிய சகாவுமான கிட்டுவின் கார் மீது வேறு யார் குண்டு வீசத் துணிய முடியும்? தவிரவும் கிட்டுவைப் பகையாளி என்று கருத இயக்கத்தில் வேறு யாரும் கிடையாது. அப்படி நினைப்பதற்கான முகாந்திரம்கூட யாருக்கும் இல்லை. இருக்கவும் முடியாது.

ஒரு வீரனாகக் களத்தில் கிட்டுவின் இருப்பும் செயல்பாடும் மிகத் தீவிரமானது. அவருக்குப் பிரபாகரன் தான் ராணுவ குரு. துப்பாக்கி பிடிக்கக் கற்றுக்கொண்டது அவரிடம்தான். ஒரு சமயம் ஊராட்சித் தேர்தல் ஒன்று நடந்தது (1983). கண்துடைப்புத்

'வெங்கிட்டு, சமையலை எளிதாக நினைக்காதே. ஒரு போராளிக்குச் சமைக்கத் தெரியவேண்டியது மிகவும் அவசியம். வேளைக்குச் சாப்பிடவேண்டும் என்பதற்காக அல்ல. நாமே சமைத்துச் சாப்பிட்டால்தான் ருசி குறித்து அதிகம் யோசிக்காது இருப்போம். சாப்பாட்டு ருசி என்ற ஒன்றை ஒழிக்க வேண்டுமென்றால் நாமே சமைப்பதுதான் சரி.

தேர்தல். அதனைப் புறக்கணியுங்கள் என்று புலிகள் மக்களிடம் சொல்லியிருந்தார்கள். இருப்பினும் அரசாங்கம் தேர்தல் வேலை களில் மும்முரமாகவே இருந்தது. ராணுவப் பாதுகாப்புடன் வாக்குச் சாவடிகளில் தேர்தல் தினம் விடிந்தபோது, கிட்டு துப்பாக்கியைத் தூக்கிக்கொண்டு யாழ்ப்பாணம், கந்தர்மடம் வாக்குச் சாவடிகளுக்குப் போனார். கண்ணிமைக்கும் நேரத்தில் நிகழ்த்தப்பட்ட அதிரடித் தாக்குதலில் காவலுக்கு இருந்த ராணுவத்தினர் அத்தனை பேரும் இல்லாமல் போனார்கள்.

கிட்டு பயின்றது கெரில்லா தாக்குதல்தான். ஆனாலும் அவ ருடைய வேகம் பிற போராளிகளால் எளிதில் கடைபிடிக்கக் கூடியதல்ல. பிரபாகரனுக்குத் தனிப்பட்ட முறையில் இதில் மிகப்பெரிய பெருமித உணர்வு உண்டு. ஒரு சுத்த வீரனைப் பெறுவதைக் காட்டிலும் தலைவனுக்கு வேறு பெரிய மகிழ்ச்சி இருந்துவிட முடியாது.

அதனால்தான் துடித்துப் போனார். மருத்துவமனையிலிருந்து வந்த தகவல் விரும்பக்கூடியதாக இல்லை. கிட்டுவின் உயிருக்கு ஆபத்தில்லை. ஆனால் ஒரு கால் போய்விட்டது.

தனது பதினெட்டாவது வயதில் 1979ம் ஆண்டு விடுதலைப் புலிகள் இயக்கத்தில் சேர்ந்த கிட்டு, பிரபாகரனை மிக இளம் வயதிலிருந்தே அறிவார். அவரும் வல்வெட்டித்துறைதான். அதே குட்டிமணி, தங்கதுரை நண்பர் குழாத்தை தூர நின்று பார்த்து விடுதலை தாகம் வளர்த்துக்கொண்டவர்தான். பிரபாகர னுடன் இணைந்தபிறகு மறு சிந்தனையே இல்லாமல் புலிகள் இயக்கத்துடன் ஒன்றிப் போனவர்.

பிரபாகரன் கிட்டுவுக்கு இரண்டு விஷயங்கள் கற்றுக்கொடுத்தார். முதலாவது, யுத்தம் செய்வது. அடுத்தது, சமையல் செய்வது.

79

'வெங்கிட்டு, சமையலை எளிதாக நினைக்காதே. ஒரு போராளிக்குச் சமைக்கத் தெரியவேண்டியது மிகவும் அவசியம். வேளைக்குச் சாப்பிடவேண்டும் என்பதற்காக அல்ல. நாமே சமைத்துச் சாப்பிட்டால்தான் ருசி குறித்து அதிகம் யோசிக்காது இருப்போம். சாப்பாட்டு ருசி என்ற ஒன்றை ஒழிக்க வேண்டு மென்றால் நாமே சமைப்பதுதான் சரி. அந்த ருசி ஒழிந்தால்தான் விடுதலைக்கான யுத்தத்தில் முழுக்கவனம் செலுத்தமுடியும்' என்பார் பிரபாகரன்.

விடுதலைப் புலிகள் இயக்கத்தில் அத்தனை பேருக்குமே சமைக்கத் தெரியும். அது அங்கே ஒரு கட்டாயப்பாடம். என்னத்தையாவது போட்டுச் சமைத்து கூடி உட்கார்ந்து சாப்பிடும் வழக்கம் எப்போதும் உண்டு. எண்பதுகளில் புலிப் போராளிகள் பெருமளவில் சென்னையில் தங்கியிருந்தபோது, இந்தச் சமையல் வைபவம் திருவான்மியூர் வீட்டில் ஒரு திருவிழா போலவே நடக்கும். பிரபாகரன், கிட்டு, பாலசிங்கம், பண்டிதர், மாத்தையா என்று அத்தனைபேரும் சேர்ந்து சமைப்பார்கள். பிரபாகரன் கோழிக்குழம்பு வைப்பதில் விற்பன்னர். பாலசிங்கம் மீன் குழம்பு ஸ்பெஷலிஸ்ட். அவரவர் சமையலுக்கு மார்க் போடுவதில் கிட்டு எக்ஸ்பர்ட். அவரது குறும்புகளும் கும்மாளங்களும் சேட்டை களும் பிரபாகரனுக்கு எப்போதும் ரசமான நினைவுகள்.

சென்னையில் இருந்த காலத்தில் ஒருநாள் கிட்டு 'இன்றைக்கு ஒரு புரட்சி செய்யப்போகிறேன்' என்று தோழர்களிடம் அறிவித்தார். என்னவோ விவகாரம் என்று பிரபாகரனுக்குப் புரிந்துவிட்டது. நண்பா ஜாக்கிரதை என்று மட்டும் சொன்னார். காத்திருந்தார்கள். கிட்டு தனது அன்றைய உணவு கோட்டாவான பத்து ரூபாயுடன் கூடுதலாகக் கொஞ்சம் பணம் கேட்டு வாங்கிக்கொண்டார். குளித்துவிட்டு வேட்டி கட்டிக்கொண்டார். மேல் சட்டை அணியாமல் நாலணாவுக்கு ஒரு பூணூல் வாங்கிப் போட்டுக்கொண்டு நெற்றியிலும் கழுத்திலும் இரு தோள் களிலும் வயிற்றிலும் பட்டை பட்டையாக விபூதி பூசிக் கொண்டார். எதற்கும் இருக்கட்டும் என்று ஒரு ருத்திராட்ச மாலை வாங்கி அணிந்துகொண்டு, சரி வருகிறேன் என்று புறப்பட்டு வெளியே போனார்.

அவர் நேரே போன இடம் ஒரு மிலிட்டரி ஹோட்டல். இயக்கத் தோழர்கள் சிலர் என்ன நடக்கிறது என்று பார்க்க அவருடன்

வந்து உட்கார, கிட்டு சர்வரிடம் திட்டவட்டமாகத் தனது ஆர்டர்களை அளித்தார். மட்டன் பிரியாணி. முட்டை பொடி மாஸ். கோழிப் பொறியல்.. வேறென்ன இருக்கிறது?

சுற்றிலும் தன்னைப் பார்த்துக்கொண்டிருந்த யாரைப்பற்றியும் கவலைப்படாமல் வக்கணையாக ருசித்துச் சாப்பிட்டு முடித்து பில்லுக்குப் பணம் கொடுத்துவிட்டு, அந்த ஹோட்டலின் உணவுத்தரத்தையும் பாராட்டிவிட்டு பெரிதாக ஓர் ஏப்பம் விட்டபடி எழுந்து வந்தார் கிட்டு.

அந்தணர்களைக் கிண்டல் செய்வது என் நோக்கமல்ல. ஓர் அந்தணர் மிலிட்டரி ஹோட்டலுக்கு வந்தால் மற்றவர்கள் எத்தனை பதற்றமாகிவிடுகிறார்கள் என்று பார்த்தீர்களல்லவா? தோற்றத்துக்கும் செயல்பாடுகளுக்கும் நாமே நெருங்கிய தொடர்பை உண்டாக்கிவிடுகிறோம் என்று சொல்லிவிட்டு அடுத்த வேலைக்குப் போய்விட்டார். விழுந்து விழுந்து சிரித்தார் பிரபாகரன்.

விடுதலைப் புலிகள் இயக்கத்தின் யாழ்ப்பாணத் தளபதியாக இருந்தவர் பண்டிதர். 1985ம் ஆண்டு ஜனவரி 9ம் தேதி அவர் ஒரு தாக்குதலில் மரணமடைய, அந்தப் பொறுப்புக்குக் கிட்டுவை அமர்த்தினார் பிரபாகரன். சொந்த ஊர்க்காரர்தான். பால்யத் தோழர்தான். ஆனாலும் ஆறு ஆண்டுகள் கடும் பயிற்சிக்குப் பிறகுதான் அந்தப் பதவி உயர்வு கிடைத்தது.

கிட்டு இயக்கத்துக்கு வந்த சமகாலத்தில்தான் மாத்தையாவும் வந்தார். சொல்லப்போனால் சற்றே முன்னதாக. மாத்தையா பருத்தித்துறையைச் சேர்ந்தவர். (இல்லை, அவரும் வல் வெட்டித்துறைதான் என்போரும் உண்டு. இளம் வயதிலேயே மாத்தையா வல்வெட்டித்துறைக்கு வந்துவிட்டாலும் அவர் பிறந்தது பருத்தித்துறைதான் என்று தெரிகிறது. ஆனால் இது உறுதியான தகவல் அல்ல. பிறப்புச் சான்றிதழ் போன்ற எந்த ஆதாரமும் இப்போது இதற்கு இல்லை.) அவரும் பிரபாகர னிடம் போர்ப்பயிற்சி பெற்று வளர்ந்தவர்தான். யாழ்ப்பாணத் துக்குக் கிட்டு என்றால் வன்னிக்கு மாத்தையா. சம அந்தஸ்து தான். சம பொறுப்புதான். ஒரே பதவிதான். ஆனாலும் கிட்டுவின் வளர்ச்சி அபரிமிதமாக இருந்தது. அவர் நடத்திய தாக்குதல் சம்பவங்கள். அவற்றில் கிடைத்த வெற்றிகள். பிரபாகரனுக்கு அவர்மீதிருந்த அன்பு. இயக்கத்தோழர்கள் மத்தியில் வளர்ந்த

மரியாதை. யாழ்ப்பாணத்துக்கு வெளியிலும் பரவிய புகழ், இந்தியத் தொடர்புகள், கிட்டுவின் வாசிப்பு ஆர்வம், உலக அறிவு, அரசியல் அறிவு, எல்லாவற்றுக்கும் மேலாக அவரது அர்ப்பணிப்புணர்வு..

இன்னது என்று சொல்லமுடியாது. மாத்தையாவுக்குக் கிட்டுவின் வளர்ச்சி பிடிக்காது போயிற்று. அந்தக் கார் குண்டு வீச்சு ஏதோ ஓர் அபாயத்தின் ஆரம்பம் என்று பிரபாகரன் மனத்தில் பட்டது. உமா மகேஸ்வரன் விவகாரம் முடிந்து, அதன்பின் தன் காதல் திருமண களேபரங்கள் முடிந்து, இயக்கத்தில் பலர் பிரிந்து, போராடி ஒன்று சேர்த்து, இழுத்துக்கட்டி ஒருவழியாக சுதந்தரப் போரில் முழுக் கவனம் குவிக்க ஆரம்பித்து, வடக்கு - கிழக்கு மாகாணங்களின் பல பகுதிகள் விடுதலைப் புலிகளின் முழுமை யான கட்டுப்பாட்டுக்கு வரத்தொடங்கியிருந்த தருணத்தில் இது பேரபாயம் என்று உள்ளுக்குள் ஒரு குரல் ஓலமிட்டது.

அது சரிதான். விடுதலைப் புலிகள் இயக்கத்துக்குள் உமா மகேஸ்வரனுக்கு அப்புறம் தன் இருப்பையே ஒரு பிரச்னைக் குரிய விஷயமாக அமைத்துக்கொண்ட நபர் மாத்தையா. மாத்தையாவைக் காட்டிலும் பிரபாகரனை மிகப்பெரிய மன நெருக்கடிக்கு உண்டாக்கிய நபர் வேறு யாருமில்லை.

13. பொட்டு (கண்) வைத்த முகம்

*ம*கேந்திர ராஜா என்கிற மாத்தையா பிறந்தது, 1956ம் ஆண்டு. அவர் புலிகள் இயக்கத்தில் இணைந்தது 1978ம் ஆண்டின் இறுதி அல்லது 1979ம் ஆண்டின் தொடக்கம். திறமையான கமாண்டர். துடிப்பான கமாண்டர். பிரபாகரன் மிகவும் விரும்பிய வீரர்களுள் ஒருவர். வன்னி பகுதி பொறுப்பாளராக மாத்தையாவை நியமித்து அங்கே அனுப்பியபிறகு அநேகமாகப் பிரபாகரனுக்கு வன்னியைப் பற்றிய கவலையே இல்லாது போயிற்று என்றுதான் சொல்லவேண்டும்.

அத்து மீறி எதுவும் நடக்காது. அபாயகரமான சம்ப வங்கள் அங்கே சாத்தியமில்லை. எதிரி என்று யாரும் எளிதில் நுழைந்து வாலாட்ட முடியாது. எப்போதும் விழிப்புடன் இருக்கும் மாத்தையா. எதையும் வெகு லாகவமாகச் சமாளிக்கத் தெரிந்த மாத்தையா.

நறுக்குத் தெரித்தமாதிரி பேச்சு. பேச்சு தேவையற்ற இடங்களில் அழகான சிறு புன்னகை. தன் கண் அசைவுக்குள் தனது படையணியைக் கட்டுப் பாட்டில் வைத்திருந்தார். தவிரவும் அரசியல் தெரி யும். ஆள்வோர் இயல்பு தெரியும். ராணுவத்தினரின் குணாதிசயங்கள் தெரியும். அனைத்திலும் மேலாக அவருக்கு மக்களைத் தெரியும். தனது பொறுப்புக்கு விடப்பட்ட பிராந்தியத்தில் இருந்த அத்தனை வீட்டு மக்களின் பெயரும் அவருக்கு அத்துப்படி. அத்தனை வீட்டுப் பிரச்னைகளும் அத்துப்படி.

மாத்தையாவா? நிஜமாகவா சொல்கிறீர்கள் பொட்டு?

பிரபாகரனால் உண்மையிலேயே நம்பமுடியவில்லை. கிட்டுவின் கார் மீது குண்டு வீசப்பட்டு, அவர் கால் இழந்து மருத்துவ மனையில் கிடந்த சமயம், கிட்டு பார்த்துவந்த பல பொறுப்புகளை மாத்தையாவுக்குத்தான் மாற்றி விட்டிருந்தார் பிரபாகரன். இயக்கத்துக்குள் பல பேருக்கு மாத்தையா மீது தொடக்கம் முதலே இருந்து வந்த சந்தேகங்கள் அனைத்தும் பொறாமையின் வேறு வடிவமாயிருக்கும் என்றுதான் அவர் கருதியிருந்தார். அல்லது அவரது வளர்ச்சி அளித்திருக்கக்கூடிய நியாயமான பயம்.

பெரிய பிரச்னையில்லை. எந்த இயக்கத்திலும் இம்மாதிரியான கருத்து வேறுபாடுகளும் சிறு பொறாமைகளும் இருக்கத்தான் செய்யும். தப்பில்லை. அனைவரும் உழைக்கிறார்கள். அனை வரும் பாடுபடுகிறார்கள். அவரவர் தகுதிக்குரிய அங்கீகாரங்கள் தானாகத் தேடிவரும். காத்திருக்க வேண்டும். எதற்கும். எல்லாவற்றுக்கும்.

பிரபாகரன் பெரிதாக எடுத்துக்கொண்டதில்லை. அவருக்கு மாத்தையா மீது மிகுந்த நம்பிக்கை இருந்தது. நண்பர் என்பத னால் மட்டுமல்ல. தான் சோர்வுறும் சமயங்களில் எல்லாம் கூட தட்டியெழுப்பி உற்சாகம் ஊட்டிய போராளி. யாரைச் சந்தேகிப்பது என்று ஒரு வரையறை இல்லையா?

இல்லை. எல்லோரையும் சந்தேகித்தாக வேண்டும். அதுதான் என் பணி. வெளியில் சொல்லவில்லை. சண்முகலிங்கம் சிவசங்கரன் மனத்துக்குள் முடிவு செய்துகொண்டார். அவர் உளவுப் பிரிவுத் தலைவர். உலகம் உறங்கும் நேரத்திலும் விழித் திருந்து வேலை பார்ப்பதைத் தனக்கென விதித்துக்கொண்ட இன்னொரு செயல்வீரர். பொட்டு அம்மான் என்றால் எளிதில் புரியும். அது இயக்கப் பெயர்.

அமிர்தலிங்கம் கொலை செய்யப்பட்ட தினத்திலிருந்தே மாத்தையாமீது பொட்டு ஒரு கண் வைத்திருந்தார். இன்னதுதான் காரணம் என்று சொல்லமுடியாது. உள்ளுணர்வு எனலாமா? இவன் சரியில்லை. இது சரியில்லை. எங்கோ உதைக்கிறது. என்னவோ நடக்கிறது. அல்லது என்னவோ நடக்கப்போகிறது.

இயக்கம் முடிவு செய்து நடத்தும் செயல்களில்கூட தனிப்பட்ட சில நபர்களின் ஈடுபாட்டை, செயல்முறையைப் பொட்டு

பொட்டு அம்மான் பிழைத்து எழுந்ததும் செய்த முதல் காரியம் மாத்தையாவை கவனிப்பதற்கென்று தனியே ஒரு குழுவை அமைத்ததுதான். விளையாட்டு போதும் நண்பர்களே. இது விபரீதமாகும். நேற்றைக்குக் கிட்டு. இன்றைக்கு நான். நாளைக்கு யாராகவும் இருக்கலாம்.

கவனிப்பார். அல்லது அவர் ரகசியமாக அனுப்பும் சில கண்கள் கவனிக்கும். வெளியே தெரியாது. பேசமாட்டார்கள். அறிக்கை யாகவோ, ஒருவரித் தகவலாகவோ, குறிப்புணர்த்தலாகவோ தனக்குக் கிடைக்கும் அனைத்தையும் அவர் சேர்த்துத் தொகுப்பார்.

ஒரு தேவை என்று வரும்போது பொட்டு அம்மானின் முதல் தகவல் அறிக்கை எழுதப்படும்.

மாத்தையா மீது பொட்டுவுக்குச் சந்தேகம் வரக் காரணம், அவரது கொழும்புத் தொடர்புகள். அதுதான் ஆரம்பம். மாத்தையா யுத்த கள நடவடிக்கைகள் தவிர, அரசியல் ரீதியி லான பேச்சுவார்த்தைகளிலும் பங்குபெறத் தொடங்கியிருந்த சமயம் அது. கிட்டு பார்த்துக்கொண்டிருந்த வேலைகளும் அவருடையதாகிப் போன பிறகு இந்தத் தொடர்புகள் அவரை விபரீதமான சில காய்களை நகர்த்தச் சொல்லியிருக்கலாம் என்று பொட்டு நினைத்தார்.

அதிகாரபூர்வமாக செய்தித்தாள்களில் வரும் விஷயங்கள் மட்டு மல்ல. வெளியே தெரியாமல் நூற்றுக்கணக்கான சந்திப்புகள், ஆயிரக்கணக்கான பேச்சுவார்த்தைகள். அற்பக் காரணங்கள் முதல் அதிமுக்கியக் காரணங்கள் வரை. எல்லாம் இயக்கத்துக் காகத்தான். ஆனாலும் மனிதர்கள் எப்போது, எதனால் மாறுவார்கள் என்று எளிதில் சொல்லிவிட முடியாது.

பொட்டு அம்மான் முடிவு செய்தார். சரி. மாத்தையாவின் தொலைத் தொடர்புகளை இனி ஒட்டுக்கேட்கலாம்.

யாருக்கும் தெரியாது. யாரிடமும் சொல்லவில்லை. தலைமை யிடம்கூடச் சொல்லிவிட்டு ஆரம்பிக்கப்பட்டதல்ல அந்த நடவடிக்கை. ஓர் உளவு அமைப்பின் தலைவர் தன்னிச்சையாக, ரகசியமாக எடுத்த முடிவு.

அது சரியான முடிவுதான் என்று பின்னால் காலம் நிரூபித்தது. அதற்குமுன் பொட்டு அம்மான் பயணம் செய்த காரின்மீதே ஒரு சந்தர்ப்பத்தில் அடையாளம் தெரியாத சிலரால் கையெறி குண்டு வீசப்பட்டது.

கோப்பாய் என்று அந்த இடத்துக்குப் பெயர். சரியான, திட்ட மிட்ட, குறி தவறாத தாக்குதல். கிட்டத்தட்ட பொட்டு இறந்து விட்டார் என்றே நினைத்துவிட்டார்கள். மிகப்பெரிய அடி. தப்பித்தது மிகவும் தற்செயல். பிரபாகரனுக்கு என்ன கவலை என்றால், சிங்கள வீரர்கள் தாக்குதல் நிகழ்த்தவில்லை என்றால், இலங்கையில் உள்ள வேறு எந்தத் தமிழரும் அப்போது புலி களைத் தாக்குமளவுக்குத் துணிந்தவர்களோ, நோக்கம் கொண்டவர்களோ அல்லர். தோழமை இயக்கங்களுடனான பகைமை முற்றி, கொலைவெறித் தாண்டவங்கள் அரங்கேறிய தெல்லாம் மிகவும் பின்னால். எண்பத்தியேழு, எண்பத்தி யெட்டாம் வருடம் வரைகூட இயக்கங்களுக்குள்ளே இணக்கம் மட்டுமே இருந்தது. இணக்கம் இல்லாது போனாலும் பெரிய பகை ஏதுமில்லை. அப்படியே இருக்குமானாலும், ஒரு தாக்குதலை நிகழ்த்திய சூட்டில் அதற்குத் தாம்தான் காரணம் என்று எந்த இயக்கமும் உடனடியாக ஒப்புக்கொள்ளுமே தவிர, செய்துவிட்டு ஓடி ஒளியாது. அப்படி ஓடி ஒளிந்தாலும் ஒரு நாள், இரண்டு நாள். அதற்குமேல் இந்த மாதிரி விஷயங்களெல்லாம் தாக்குப் பிடிக்க முடியாது.

கிட்டு மீது நிகழ்த்தப்பட்ட தாக்குதலோ, பொட்டு மீது நிகழ்த்தப் பட்ட தாக்குதலோ சிங்கள ராணுவத்தினராலும் பிற இயக்கங் களாலும் செய்யப்பட்டதல்ல என்பது பிரபாகரனுக்குத் தெரிந்து விட்டது. என்றால் என்ன அர்த்தம்?

பொட்டு அம்மான் பிழைத்து எழுந்ததும் செய்த முதல் காரியம் மாத்தையாவை கவனிப்பதற்கென்று தனியே ஒரு குழுவை அமைத்ததுதான். விளையாட்டு போதும் நண்பர்களே. இது விபரீதமாகும். நேற்றைக்குக் கிட்டு. இன்றைக்கு நான். நாளைக்கு யாராகவும் இருக்கலாம்.

அவர் வெளிப்படையாகச் சொல்லவில்லை. ஆனால் உண்மை யில் மாத்தையாவின் பிரதான இலக்கு பிரபாகரன்தான் என்று பொட்டு அம்மான் மிகவும் நம்பினார். தொடர்புகள் சரியில்லை. கிடைக்கிற தகவல்களும் தவறாகவே இருக்கின்றன. கொழும்

புக்குச் சென்று வந்தாராமே மாத்தையா? திடீரென்று என்ன பயணம்? யார் சொல்லிச் சென்றது? என்ன பணி? சந்தித்துப் பேசிய அதிகாரி சிங்களர் இல்லை. இலங்கைத் தமிழரும் இல்லை. எனில் யார்?

இந்திய - இலங்கை அமைதி ஒப்பந்தம் அரங்கேறி, வடக்கு கிழக்கு மாகாணங்களில் ஓர் இடைக்கால அரசு அமைப்பதற்கான முயற்சிகள் நடந்துகொண்டிருந்த சமயம். பிரபாகரனுக்கு அதில் சுத்தமாக விருப்பமில்லை. அமைதி ஒப்பந்தம் என்பதே ஒரு கண் கட்டு விளையாட்டு. எத்தனை நாள் அமைதி நிலைக்கும்? அல்லது எத்தனை நாள் நிலைக்க விடுவார்கள்? அதையும் பார்க்கலாம் என்றுதான் பல்லைக் கடித்துக்கொண்டிருந்தார்.

முன்னதாக திம்பு பேச்சுவார்த்தைகளின்போதும், பெங்களூர் சார்க் மாநாட்டுச் சந்தர்ப்பத்தை ஒட்டியும் இந்திய அதிகார வர்க்கம் தன்னிடம் நடந்துகொண்ட விதம் பற்றி அவருக்கு நிறைய வருத்தங்கள் இருந்தன. ஜே.என். தீக்ஷித் போன்ற சில அதிகாரிகள் தன்னை ஒரு குற்றவாளி போல் அடைத்துவைத்து மிரட்டிப் பணியவைக்கப் பார்த்த தருணங்கள் அவருக்கு நினைவுக்கு வந்தன.

பல நிர்ப்பந்தங்கள். உண்மையில், சற்றும் விருப்பமில்லாமல் தான் வடகிழக்கு மாகாண இடைக்கால அரசுக்கு அவர் மௌனச்சம்மதம் தெரிவிக்க வேண்டியிருந்தது. சம்மதத்தை அவர் தெரிவித்துவிட்டு, ஒப்பந்தத்தில் கையெழுத்திட மாத்தையாவைத்தான் அனுப்பிவைத்தார்.

இந்திய அதிகாரிகளுக்கு மாத்தையா அறிமுகமானது அப்போது தான். மாத்தையாவின் நடவடிக்கைகள் முற்றிலும் மாறத் தொடங்கியதும் அதன்பிறகுதான்.

14. எழுதாத ஒப்பந்தம்

இந்தியா. பக்கத்து வீட்டுப் பைங்கிளி. பாசக்காரப் பைங்கிளி. கண்மண் தெரியாத பாசமும் சற்றும் ஈவு இரக்கமற்ற தன்னலமும் எப்படி ஓர் உயிரின் இயல்பாக இருக்கமுடியும்?

ஆனால் இருக்கிறது. இன்று நேற்றல்ல. அறுபது வருடங்களாக அப்படித்தான். சுதந்தரம் பெற்ற தினம் முதல் அப்படித்தான். இந்திய ஜனநாயகத்தின் அடிப்படைகளுள் ஒன்று, அண்டை நாடுகளின் உள் விவகாரங்களில் தலையிடாமல் இருக்கும் குணம். நல்ல குணம்தான். விசேஷமான குணமும் கூட. சமயத்தில் அவசியமானதும். ஆனால் மாவு ஒன்றென்றாலும் இட்லியும் தோசையும் வேறு என்று கருதுவதுதான் யதார்த்தம். தோற்றமல்ல, உட்பொருள் என்று தத்துவச் சரடைத் தொடர்ந்து போவது சிக்கல்தான். சங்கடம்தான். ஆனால் செய்வதற்கொன்றுமில்லை. இந்தியா அப்படித் தான். மாறாது. மாற்றவும் முடியாது.

இலங்கை விவகாரத்தில் இந்தியா தலையிடத் தொடங்கிய வருடம் என்று 1983ஐச் சொல்லலாம். கறுப்பு ஜூலைக்குப் பிறகு இந்திரா காந்தி ஆரம்பித்துவைத்த திருப்பணி அது. போராளிகளுக்கு உதவலாம். வெளிப்படையாக அல்லாமல் ரகசியமாக. தெற்காசியாவின் வல்லரசு என்று ஒரு பெயர் இருக்கிறது. செயலில் ஏதாவது வேண்டாமா? இந்தியா, சோவியத்தின் தோழன். அண்டை தேசத்து ஜெயவர்த்தனா அமெரிக்க அடிவருடியாக

இருக்கிறார். நாட்டை முற்றிலும் அமெரிக்கவசமாக்க முயற்சி செய்கிறாரா என்ன? கப்பல் கப்பலாக அமெரிக்கர்கள் வந்து இறங்குகிறார்கள். திருகோணமலைத் துறைமுகமெங்கும் அமெரிக்க முகங்கள். அமெரிக்கப் பொருள்கள். அமெரிக்கப் பொருள்களின் தெற்காசிய சந்தையாக அல்லது தெற்காசிய குடோனாக இலங்கையை மாற்றிக்கொண்டிருக்கிறார்களா என்ன?

இந்திரா காந்திக்குக் கவலை கலந்த எரிச்சல் இருந்தது. பனிப் போர் காலம். தலைக்கு மேலே பாகிஸ்தான் என்றொரு அமெரிக்க நண்பன். காலுக்குக் கீழே இலங்கை என்றொரு இன் னொரு நண்பன். எனவே ஓர் எளிய பாதுகாப்பு நடவடிக்கை யாகப் போராளி இயக்கங்களுக்கு ஆதரவு தரலாம் என்று அவர் கருதியிருக்கலாம். இலங்கைப் போராளிகள். ஒன்று, இரண்டு, மூன்று, நான்கு, ஐந்து. இன்னும் இருக்கிறதாமே இயக்கங்கள்? தெரியவில்லை. முப்பத்தொன்பதோ நாற்பதோ என்கிறார்கள். ஆனால் ஐந்து பேரை நன்றாகத் தெரிகிறது. தமிழ்நாட்டில்தான் பெரும்பாலும் இருக்கிறார்கள். முணுக்கென்றால் தோணி பிடித்து வந்து இறங்கிவிடுகிறார்கள். தமிழ் என்கிற பொதுவான மொழிச்சரடு இருக்கிறது. வேறென்ன பொது என்று தெரிய வில்லை. போராளி இயக்கங்களுக்கு ஆதரவு தெரிவிப்பதன் மூலம் தமிழ்நாட்டு மக்களிடையே நல்ல பெயர் எடுக்கலாம். முதலமைச்சர் எம்.ஜி.ஆர். சந்தோஷப்படுவார். சக்தி மிக்க எம்.ஜி.ஆர். இந்தக் கை நாட்டின் நம்பிக்கை என்று அவர் சொல்லித்தான் தமிழ்நாட்டு மக்கள் வோட்டுப் போட்டார்கள். இல்லாவிட்டால் காங்கிரசுக்குத் தமிழ்நாட்டில் காணி நிலம் கூடக் கிடைக்கும் வாய்ப்பில்லை.

டேராடூனில் இந்திய உளவுத்துறை இலங்கைப் போராளி இயக்கங்களுக்குப் பயிற்சியளிக்க ஆரம்பித்தது 1984ம் ஆண்டின் தொடக்கத்தில். முன்பே பார்த்தோம். புலிகள் நீங்கலான பிற இயக்கங்களுக்கு முதல் அழைப்பு விடுக்கப்பட, பிரபாகரன்

> **ராஜிவ் காந்தி முன்வைத்த அமைதி ஒப்பந்தம் என்பது மேலுக்கு அற்புதமாகவும், துருவிப் பார்த்தால் நடைமுறை சாத்தியங்களைக் கருத்தில் கொள்ளாதவாறும் இருப்பதாகப் பிரபாகரனுக்குத் தோன்றியது.**

நேரில் வந்து பேசி, சண்டை போட்டுத் தங்களுக்கும் பயிற்சியில் இடம் பிடித்த கதை.

அந்த 1984ம் ஆண்டுதான் பிரபாகரனுக்குத் திருமணம் ஆனது, இந்திரா காந்தி சீக்கிய மெய்க்காப்பாளர்களால் சுட்டுக்கொல்லப் பட்டது ஆகிய இரண்டு சம்பவங்களும்கூட நடந்தன. இரண்டுமே இலங்கை போராட்ட சரித்திரத்தில் மிக முக்கியமான தருணங்கள். குறிப்பாக, இந்திராவின் மரணம்.

பிரபாகரன் திடுக்கிட்டுப் போனார். எதிர்பார்க்கவில்லை. அவர் மட்டுமா? யாருமேகூட. இருந்து இருந்து இந்தியா முதல் முறை யாக உதவுகிறேன் பேர்வழி என்று ஓரடி எடுத்துவைத்திருந்த சமயம். இப்போது இந்திரா இல்லை என்றபிறகு யார் என்ன செய்யப்போகிறார்கள்?

ஆனால் செய்துதான் ஆகவேண்டும். யாராவது. என்னவாவது. அடுத்த பிரதமர் யார் என்று பலவிதமான யூகங்கள் உலவத் தொடங்கிய நேரம் ராஜிவ் காந்தி பிரதமராவார் என்று அவரேகூட எதிர்பார்த்திருக்க மாட்டார். விமான பைலட். இத்தாலி மாப் பிள்ளை. இனிய சுபாவம். அரசியலெல்லாம் தெரியாது. இனிதான் கற்றுக்கொள்ள வேண்டும். அதனாலென்ன? அவர் இந்திராவின் புதல்வர். முடியாதது என்று ஒன்று உண்டா என்ன?

பிரபாகரன் யோசித்தார். சட்டென்று முடிவு செய்து ராஜிவுக்கு ஒரு கடிதம் எழுதினார். முதல் கடிதம். மிக முக்கியமான கடிதம். ராஜிவ் - பிரபாகரன் தொடர்பு என்பது அந்தக் கடிதத்தில்தான் ஆரம்பித்தது.

மாண்புமிகு ராஜிவ் காந்தி

இல-1. சப்தர்ஜங் ரோடு

புதுடில்லி

அன்புடையீர்,

அன்னை இந்திரா காந்தி கொடிய கொலைஞர்களால் அகால மரணமடைந்த செய்தி கேட்டு நாம் ஆழ்ந்த துயரமும் பேரதிர்ச்சியும் உற்றோம். மனித சமூகத்துக்கு இழைக்கப்பட்ட மாபெரும் துரோகமான இக்கொலைபாதகச் செயலை நாம் வன்மையாகக் கண்டனம் செய்கிறோம்.

ஒடுக்கப்பட்ட மனுக்குலத்தின் ஒளிவிளக்காகவும், பாரத தேசத்தின் உன்னத ஆத்மாவாகவும் திகழ்ந்த ஒரு ஒப்பற்ற பெரும் தலைவரை நாம் இழந்து நிற்கிறோம். தங்கள் குடும்பமும் இந்திய மக்களும் உலகமும் இந்த ஈடுசெய்ய முடியாத பேரிழப்பால் அடைந்திருக்கும் ஆழ்ந்த துயரத்தில் நாமும் பங்குகொள்கிறோம்.

திருமதி இந்திரா காந்தி உலக சமாதானத்துக்காகவும் மனித சுதந்தரத்துக்காகவும் அயராது போராடிய வீராங்கனை ஆவார். ஒடுக்கப்பட்ட ஏழை மக்களின் ஏகோபித்த குரலாகத் திகழ்ந்தார். தீர்க்க தரிசனத்தோடும் பூரண அர்ப்பணிப்போடும் பாரத தேசத்தை சோஷலிசப் பாதையில் நிர்மாணம் செய்ய அயராது உழைத்தார். நவபாரதத்தின் சிற்பியாகத் திகழ்ந்தார். இந்தியத் துணைக்கண்டத்தில் ஏகாதிபத்தியத்தையும், அதன் பேராதிக்க சதிவலைப் பின்னலையும் அவர் முழு மூச்சாக எதிர்த்து வந்தார். தேசங்களின் சுய நிர்ணய உரிமையின் அடிப்படையில் உலகமெங்கும் நடைபெற்ற தேசிய விடுதலைப் போராட்டங்களை அவர் முன்னின்று ஆதரித்து வந்தார்.

அநாதரவான நிலையில் துயருறும் தமிழீழ மக்களின்பால் அன்னை இந்திரா காந்தி எப்போதுமே அனுதாபமும் அக்கறையும் காட்டி வந்திருக்கிறார். சிறீலங்கா அரசாங்கம் தமிழ் மக்களின் அடிப்படை உரிமைகளை நிராகரித்து வருவதனை அவர் எப்போதுமே கண்டித்தார். தமிழ் மக்களின் மீதான இனப்படுகொலையை நிறுத்தியாகவேண்டும் என்று அரசியல் ராஜதந்திர வழிகளில் அவர் சிறீலங்கா அரசை நிர்ப்பந்தித்தார். இந்தியாவின் நல்லெண்ண அனுசரணையின் கீழ் தமிழ் மக்களின் பிரச்னைக்குப் பேச்சுவார்த்தையின் மூலம் தீர்வு காண்பதற்குத் தனிப்பட்ட முறையில் பெரும் அக்கறை செலுத்தினார். தமிழ் மக்களின் பெருங்காவலராகத் திகழ்ந்த அன்னை இந்திராவின் தனிப்பட்ட அக்கறை மட்டும் இல்லாது போயிருந்தால் எமது தேசமே அழிந்து போயிருக்கும்.

தமிழ் விடுதலை இயக்கத்தின் ஆத்மீக வலிமையின் கோபுரமாக அவர் திகழ்ந்தார்.

தமிழ் மக்கள் இந்திராவை என்றும் அன்புடனும் நன்றியுடனும் பெருமதிப்புடனும் நினைவுகூர்வார்கள். தேசிய ரீதியிலும்

சர்வதேச ரீதியிலும் தலைமைப் பொறுப்பை ஏற்றுள்ள நீங்கள் எந்த உன்னத லட்சியங்களுக்காக அன்னை இந்திரா காந்தி வாழ்ந்து, போராடி, இறந்தாரோ, அந்த லட்சியங்களை முன்னெடுத்துச் செல்வீர்கள் என்று நாம் பூரண நம்பிக்கை கொண்டிருக்கிறோம்.

நீங்கள் வெற்றி பெற எமது நல்வாழ்த்துக்கள்.

இப்படிக்கு,

வே. பிரபாகரன்
தலைவர், மத்தியக்குழு
ராணுவத் தளபதி,
தமிழீழ விடுதலைப் புலிகள்.

ஒரு நம்பிக்கை இருந்தது. எதிர்பார்ப்பு இருந்தது. பதற்றமும் கவலையும்கூட. அனைத்துக்கும் மேலாக அணையாத கனவுச் சுடர் ஒன்று நெஞ்சுக்குள் கனன்றுகொண்டிருந்தது. அதுதான் பிரபாகரனை அன்றைக்கு இயக்கிக்கொண்டிருந்தது. இந்திரா விட்டுச்சென்றதை ராஜிவ் தொடர்வார் என்று பிரபாகரன் நினைத்தார். விட்டுச் சென்ற விதத்திலேயே தொடர்வார் என்று நினைத்ததுதான் பிழையாகிப் போனது. ராஜிவ் வேறு ரகம். வேறு வார்ப்பு. அவரது ராஜதந்திரங்கள் இந்திராவின் தந்திரங்களுக்கு எதிர்ப்பாதையில் இயங்கக்கூடியவை என்பது பிரபாகரனுக்கு அன்றைக்குத் தெரியவில்லை. அவருக்கு மட்டுமா?

இலங்கை விவகாரத்தில் இந்தியாவின் தலையீடு என்பது அமைதி நடவடிக்கையாக இருந்தால் மட்டுமே சர்வதேச அரங்கில் இந்தியாவுக்கு கௌரவம் சேர்க்கும் என்று ராஜிவ் நினைத்தார்.

இருபதாம் நூற்றாண்டின் இறுதி வருடங்கள் புரட்சிகளுக்கும் புரட்சி இயக்கங்களின் செயல்பாடுகளுக்கும் சாதகமாக இல்லை என்பதை அவர் உணர்ந்திருக்கலாம். உலகம் முழுதும் ஆங்காங்கே எழுந்த பல புரட்சிகள் இரும்புக் கரங்கள் கொண்டு அடக்கப்பட்டு வந்ததைக் கண்டிருக்கலாம். தவிரவும் மக்களின் பொதுவான இயல்பு போரல்ல, அமைதிதான். அவர்களது விருப்பமும் விழைவும் அதுதான். இதில் சந்தேகமில்லை.

ஆனால் பிரதேசத்துக்குப் பிரதேசம், பிராந்தியத்துக்குப் பிராந் தியம் பிரச்னைக்கு வேறு வேறு அகமும் முகமும் உண்டு

92

என்பதையும் கருத்தில் கொண்டாக வேண்டுமல்லவா? இரண்டு பெரும் அரசியல் இயக்கங்கள் ஈழத்தில் உண்டு. தமிழ் காங்கிரஸ் ஒன்று. தமிழரசுக் கட்சி மற்று இன்னொன்று. நாற்பதுகள் முதல் செல்வாக்கு செலுத்தி வந்த இந்த இயக்கங்கள்மீது வைத்திருந்த நம்பிக்கையைத்தான் திரும்பப் பெற்று ஈழத்து மக்கள் போராளி இயக்கங்கள் பக்கம் திருப்பிச் செலுத்தியிருந்தார்கள். புத்தரின் மொழி அன்பாக இருந்தாலும் சிங்களர்களின் மொழி ஆயுதமாகவே இருக்கிறது. யார் என்ன செய்ய முடியும்? அதுதான் அவர்களுக்குப் புரிகிறது. அதுதான் கொஞ்சமேனும் வேலை செய்கிறது. யாரும் விரும்பிச் செய்வதல்ல. இது விதிக்கப்பட்டிருக்கிறது. வேறு வழியில்லை.

ஈழப் பிரச்னைக்கு ராஜிவ் காந்தி ஒரு தீர்வு காண விரும்பியதை பிரபாகரன் உணர்ந்தார். நல்லதுதான். பிழையில்லை. ஆனால் என்ன தீர்வு? நடைமுறைச் சாத்தியங்களைக் கருத்தில் கொள்ளவேண்டுமல்லவா?

பேச விரும்புகிறார், வாருங்கள் என்று செய்தி வந்திருந்தது. கூடவே விமானப்படை விமானமும். புது டெல்லியில் அசோகா ஹோட்டலில் அறை போட்டிருந்தார்கள். நட்சத்திர ஹோட்டல். ராஜ வசதி. எது கேட்டாலும் கிடைக்கும். மெத்துக் கட்டில், குளிர் சாதனம், அறுசுவை உணவு, அற்புதமான உலகம். ஆனால் நண்பர்களே, நீங்கள் வெளியே எங்கும் போக முடியாது. யாருடனும் தொடர்பு கொள்ளவும் இயலாது. பிரதமரைச் சந்திக்கும்வரை அமைதி காப்பது தவிர வேறு வழியில்லை என்று ஜே.என். தீக்ஷித் சொன்னார்.

பிரபாகரன் கடுப்பாகிப் போனார். இதென்ன அபத்தம்? ஒரு கைதி மாதிரியல்லவா தடுத்து வைத்திருக்கிறார்கள்? உள்ளுக்குள் கொதித்துக்கொண்டிருந்தார். உடனிருந்த பாலசிங்கமும் திலீபனும் அவரைக் கஷ்டப்பட்டு அமைதிப்படுத்திக்கொண்டு இருந்தார்கள். கொஞ்சம் இருங்கள். என்னதான் சொல்கிறார்கள் என்று பார்ப்போம்.

ராஜிவ் காந்தி முன்வைத்த அமைதி ஒப்பந்தம் என்பது மேலுக்கு அற்புதமாகவும், துருவிப் பார்த்தால் நடைமுறை சாத்தியங் களைக் கருத்தில் கொள்ளாதவாறும் இருப்பதாகப் பிரபாகர னுக்குத் தோன்றியது. வடக்கு கிழக்கு மாகாணங்களைத் தாற்காலிகமாக இணைப்பது, இடைக்கால அரசில் புலிகளுக்குக்

கணிசமான இடம், அனைத்துப் போராளி இயக்கங்களுக்கும் ஆட்சியில் பங்கு, ஆயுதங்களை ஒப்படைப்பது, மாகாண சபையைக் கலைக்கும் உரிமை ஜனாதிபதிக்கு, பரிசீலனை கமிட்டி அது இது என்று கலந்து கட்டிய ஏற்பாடு அது. மக்கள் கருத்தறிய வாக்கெடுப்பு என்றொரு பாயிண்டும் அதில் இருந்தது. மாகாணங்கள் இணைப்பு தொடர்பான நடவடிக்கையாக அது முன்வைக்கப்பட்டிருந்தது.

பிரபாகரனுக்கு அதுதான் அதிக எரிச்சல் தந்தது. என்ன தெரியும் ராஜிவுக்கு இலங்கை பற்றி? வரலாறு தெரியுமா? சமகாலம் தெரியுமா? மக்கள் படும் துன்பம் தெரியுமா? நடக்கும் குடியேற்ற அட்டூழியங்கள் தெரியுமா? தமிழர் மண்ணில் எத்தனை சிங்களக் குடியிருப்புகள் வலுக்கட்டாயமாகக் கொண்டுவந்து நடப்பட்டிருக்கின்றன என்று தெரியுமா? யாரிடம் ஓட்டெடுப்பு நடத்துவது? அபத்தமல்லவா? கேவலமல்லவா? சிரிக்க மாட்டார்களா?

ஐயா, நல்லது செய்தல் ஆற்றீராயினும் அல்லது செய்தல் வேண்டாம். இந்த ஒப்பந்தத்தை நாங்கள் ஏற்பதற்கில்லை. ஏற்றால் அது எம் மக்களுக்கு நாங்கள் செய்யும் துரோகமாகும். புரிகிறதா? புரியவில்லை அல்லவா? புரியாது. நிச்சயம் புரியாது. இருவருக்கும் இடையே உள்ள இடைவெளி கொஞ்சநஞ்சமா? இரண்டாயிரம் மைல்கள் இடைவெளி அல்லவா?

நாம் புவியியல் ரீதியில் வெகுவாகப் பிரிந்து கிடக்கிறோம். குறைந்த பட்சம் மனத்தால் நெருங்கப் பாருங்கள். உங்கள் அரசியல் லாபங்களுக்கு அப்பால் மக்கள் படும் துன்பங்களைக் கொஞ்சம் கருத்தில் கொள்ளுங்கள்.

ஜே.என். தீக்ஷித் விண்ணுக்கும் மண்ணுக்கும் எகிறிக் குதித்துக் கொண்டிருந்தார். நீ யாரை எதிர்க்கிறாய் தெரியுமா? என்ன நடக்கும் தெரியுமா? நான் யார் தெரியுமா? இந்தியா நினைத்தால் என்ன வேண்டுமானாலும் செய்ய முடியும் தெரியுமா? தெரியுமா, தெரியுமா, தெரியுமா...

பிரபாகரன் ஒப்புக்கொள்ளவில்லை. அதன்பிறகுதான் ராஜிவ் இன்னொரு ஒப்பந்தத்துக்கு அழைத்தார். இது ரகசிய ஒப்பந்தம். நீங்கள் இந்திய இலங்கை ஒப்பந்தத்தை ஏற்கவேண்டாம். ஆனால் எதிர்க்காமல் இருக்கலாமல்லவா?

94

ஏற்காததற்கும் எதிர்க்காதிருப்பதற்கும் இடையே உள்ள அரசியல் இடைவெளிகள் பற்றிப் பிரபாகரனுக்குப் பெரிதாகப் புரிய வில்லை. ஆனால் ராஜிவ் ஒரு வாக்குறுதி அளித்தார். அமைதி யாக இருங்கள். நான் ஜெயவர்த்தனாவிடம் பேசி எல்லாவற்றை யும் சரி செய்கிறேன். என்னை நீங்கள் நம்பலாம். அதுவரை நீங்கள் யாழ்ப்பாணம் மக்களிடம் வசூலிக்கும் வரிப்பணத்துக்கு பதிலாக இந்திய அரசு உங்களுக்கு மாதம் ஐம்பது லட்சம் கொடுக்கும். நீங்கள் அரசு வளர்க்கலாம். இயக்கம் வளர்க்கலாம். என்னவும் செய்யலாம். ஆயுதங்களை ஒப்படைப்பதுகூட ஒரு கண் துடைப்புதான். இந்திய அரசு முன்பு உங்களுக்குப் பழைய ஆயுதங்கள் கொஞ்சம் அளித்ததல்லவா? அதை ஒப்படைத்து விடுங்கள். போதும். எல்லாம் வெளி உலகுக்காக. இலங்கையில் எப்படியாவது அமைதி வந்தால் எல்லோருக்கும் நல்லதுதானே?

பிரபாகரனுக்கு என்ன பேசுவதென்று தெரியவில்லை. அது அதிகாரபூர்வ ஒப்பந்தமல்ல. எழுத்து மூலம் ஏதும் உறுதிப்பாடு கிடையாது. பேப்பரில் விவரம் வராது. ஒரு நம்பிக்கை. பரஸ்பர நம்பிக்கையின் அடிப்படையில் அந்த ஒப்பந்தத்துக்குச் சம்மதிக்கவேண்டுமென்று ராஜீவ் காந்தி கேட்டுக்கொண்டார்.

பிரபாகரன் ஒப்புக்கொள்ளாவிட்டாலும் இந்திய இலங்கை ஒப்பந்தம் நடந்துதான் தீரும் என்று முன்னதாக தீக்ஷித் சொல்லியிருந்தார். எத்தனையோ காண்டங்கள் கடந்த ஈழப் பிரச்னை சரிதத்தில் இது இன்னொரு காண்டம். வெளிச்சம்போல் தோற்றம்தரும் பேரிருள் சூழப்போகிறதா என்ன? அல்லது உண்மையிலேயே வெளிச்சம்தானா? தெரியவில்லை. இது வல்ல. எதுவும் கடந்துபோகும்.

ஆனால் பிரபாகரனுக்குத் தொடக்கத்திலிருந்து ஒரு விஷயத்தில் சந்தேகமே இருக்கவில்லை. பல சந்தர்ப்பங்களில் அதனைக் குறிப்பாகவும் வெளிப்படையாகவும் உணர்த்தியிருக்கிறார். இந்தியாவுக்கு இலங்கையின் பிரச்னையைவிட தன் பிராந்திய நலனே முக்கியம்.

அதில் சந்தேகமும் இல்லை, தவறுமில்லை. ஆனால் தனது நலனுக்காக ஈழப் பிரச்னையைப் பகடையாகப் பயன்படுத்து வதில்தான் வம்பே தொடங்குகிறது. அதைத்தான் அவர் சந்தேகித்தார். அதைத்தான் அவர் வெறுத்தார். அதுதான் அவரை இடைவிடாமல் இம்சித்துக்கொண்டிருந்தது.

சரி, யோசித்துப் பயனில்லை, என்னதான் ஆகிறது என்று பார்ப் போமே என்று அமைதி காத்தார். இது நீடிக்காது என்று மட்டும் பாலசிங்கத்திடம் சொன்னார்.

'அப்படியா சொன்னார்? அப்படியா சொன்னார்?' என்று அன்று இரவெல்லாம் திலீபன் பாலசிங்கத்திடம் கேட்டுக்கொண்டே இருந்தார். துடிப்பு மிக்க இளம் போராளி. அரசியல் பயிற்சிக்காக பாலசிங்கத்துடன் இணைந்து செயல்பட ஆரம்பித்திருந்த இளைஞர்.

அதிக அவகாசமில்லை. வெகு விரைவில் ராஜிவ் காந்தி இலங்கைக்குச் சென்றார். உலகம் கைதட்ட ஓர் ஒப்பந்தம். அமைதிக்குக் கொடி பிடிக்கும் ஒப்பந்தம். இரு தலைவர்களும் கையெழுத்திட்டார்கள். கைகுலுக்கினார்கள். வடக்கும் கிழக்கும் தாற்காலிகமாக இணையும். விரைவில் வாக்கெடுப்பு நடக்கும். போராளிகள் ஆயுதங்களைக் கீழே போடுவார்கள். போர் இருக்காது இனிமேல். இடைக்கால அரசு இதோ உருவாகப் போகிறது.

அப்போதுதான் மாத்தையா புலிகள் சார்பில் கையெழுத்திட்டார். அப்போதுதான் 'ரா' அதிகாரிகள் அவரை கவனித்தார்கள்.

பிரபாகரன் நீளமாகப் பெருமூச்சு விட்டார். கையில் ஒரு தாள் கிடந்தது. பொட்டு அளித்த அறிக்கை. மாத்தையாவைப் பற்றிய அறிக்கை. குற்றப் பத்திரிகை எனலாம். ஒன்றல்ல, இரண்டல்ல. நிறைய தவறுகள் செய்திருக்கிறார். நிச்சயமாக ஆபத்து. உங்களுக்கு மட்டுமல்ல, இயக்கத்துக்கே. முடிவை நீங்கள்தான் எடுக்கவேண்டும்.

பிரபாகரன் யோசித்தார். என்ன செய்வது? எப்படிச் செய்வது? இப்போது எதைச் செய்தால் அல்லது செய்யாமல் இருந்தால் சரியாக இருக்கும்? புரியவில்லை.

15. ஒரு நம்பிக்கை மோசடி

இந்திய இலங்கை அமைதி ஒப்பந்தத்தை அடுத்து, புலிகளுக்கும் சிங்கள அரசுக்குமான போர் நிறுத்த உடன்படிக்கையைக் கண்காணிப்பதற்காக இந்திய அமைதிப்படை 1987ம் ஆண்டு ஜூலை 30ம் தேதி பலாலி ராணுவ விமானப்படைத் தளத்தில் வந்து இறங்கியிருந்தது.

அடேயப்பா, மக்களுக்குத்தான் எத்தனை சந்தோ ஷம், எத்தனை நம்பிக்கை, கனவுகள்! இந்திய ராணுவ வீரர்கள் அதற்குமுன் அப்படியொரு ஆர வாரமான வரவேற்பை வேறெங்கும் கண்டிருக்க இயலாது. வீதியெங்கும் மக்கள் வெள்ளம். சந் தோஷ வேட்டுச் சத்தம். கொடிகளும் தோரணங் களும் காற்றில் படபடத்துக் கைதட்டிச் சிரித்தன. எங்கும் இனிப்புகள் பரிமாறப்பட்டன. எல்லார் மனத்திலும் சந்தோஷம். எல்லோர் மனத்திலும் திருப்தி. இது போதும். இது ஒன்று போதும். சொந்தச் சகோதரர் என்பதை நிரூபித்திருக்கும் இந்திய மக்களே, உங்களுக்கு ஒரு நன்றி.

பிரபாகரன் பார்த்துக்கொண்டிருந்தார். அமைதி யாகவே இருந்தார். எல்லாம் நல்லபடியாகவே நடந்தால் நமக்கும் மகிழ்ச்சிதானே பொட்டு? அமைதியாகக் கேட்டார். பொட்டு பதில் சொல்ல வில்லை. பிரபாகரனின் கவலைகள் அவருக்குப் புரியும். புரிந்தது. அமைதி என்பது ஒரு மாயப்புள்ளி. இலங்கையைப் பொருத்த வரை அதில் சற்றும் சந்தேகமில்லை. அடிக்கடி வருவது போலிருக்கும்.

97

ஆனால் எப்போதும் வந்ததில்லை. தமிழகத்துக்குப் புயலும் ஈழத்துக்கு அமைதியும்.

பலாலியிலிருந்து யாழ்ப்பாணத்துக்கு வந்து சேர்ந்த அமைதிப் படை அங்கே அதிகபட்சம் மூன்று மாதங்கள் மக்களின் ஆதரவைப் பெற்றிருந்தால் பெரிய விஷயம். வெகு விரைவில் யாரும் விரும்பத் தகாத சம்பவங்கள் அங்கொன்றும் இங்கொன்று மாக நடைபெறத் தொடங்கிவிட்டிருந்தன.

இத்தனைக்கும் படைகள் வந்து இறங்கிய நான்கு தினங்களில் (ஆகஸ்ட் 4) பிரபாகரன் தன் சரித்திரத்திலேயே முதல் தடவை யாக சுதுமலையில் மக்கள் முன் பகிரங்கமாக ஓர் உரையாற்றி னார். மாபெரும் பொதுக்கூட்டம். பிரபாகரனை ஒரு சொற் பொழிவு மேடையில் அதற்குமுன் யாரும் கண்டதில்லை. அவர் பேசக்கூடியவரா என்றுகூட யாருக்கும் தெரியாது. ஆனாலும் அன்றைக்கு அவர் பேசினார். சரித்திர முக்கியத்துவம் வாய்ந்த பேச்சு.

அப்போதுதான் அவர் வெளிப்படையாகச் சொன்னார். இந்தியாவை நான் நேசிக்கிறேன். மனதார நம்புகிறேன். அவர்கள் நமக்கு நல்லது செய்வதற்காக வந்திருக்கிறார்கள். இந்திய ராணுவத்திடம் நாங்கள் ஆயுதங்களை ஒப்படைக்கப் போகிறோம். இது தனி ஈழப் போராட்டத்துக்கான நடவடிக்கை களில் ஒரு பின்னடைவாகத் தோன்றக்கூடும். ஆனாலும் நான் அமைதியை நேசிக்கிறேன். மக்களின் நிம்மதியை விரும்பு கிறேன். அதற்காக விட்டுக்கொடுக்கிறோம். போராட்டத்தை யல்ல. சில நிபந்தனைகளுக்கு உட்பட வேண்டியிருக்கிறது. இன்றைய தாற்காலிக அமைதி நிரந்தரமாவதற்கான இன்னொரு முயற்சியாக இது ஏன் இருக்கக்கூடாது?

ஆனாலும் அவரது பேச்சில் அவருக்கிருந்த சில சந்தேகங்களும் மறைமுகமாக வெளிப்படவே செய்தன. இந்தியா ஒரு பிராந்திய வல்லரசு. இலங்கை அரசுடன் ஓர் ஒப்பந்தம் செய்துகொள்கிறது. விடுதலைப் புலிகள் அதற்கு விலை கொடுக்கிறார்கள். மக்கள் சில லாபங்களை எதிர்பார்க்கிறார்கள். செய்து கொடுத்தால் அல்லவா செயலுக்கு அர்த்தம் சேரும்?

அதைத்தான் எதிர்பார்த்துக்கொண்டிருந்தார்கள். ஆயுதங்கள் ஒப்படைப்பு வைபவம் அமர்க்களமாக நடைபெற்றது. புலி

கூட்டத்தில் எடுக்கப்பட்ட முடிவு இதுதான். நூறு போராளிகளைப் பொறுக்கித் தேர்ந்தெடுப்பது. தனித்தனிக் குழுக்களாக்குவது. தமிழ் மக்களுக்குத் துரோகம் செய்ய நினைக்கும் போராளி இயக்கப் பிரமுகர்களைக் குறிவைத்துத் தாக்குவது.

களின் ஆயுதங்கள். எல்லாம் இல்லை. ஓரளவுதான். அதில் சந்தேகமில்லை. ஆனாலும் ஒப்பந்தப்படி அவர்கள் செய்தார்கள். ஓர் அடையாள நடவடிக்கையாகவேனும் இந்திய அமைதிப் படை அங்கே என்ன செய்யப்போகிறது?

காத்திருந்தார்கள். சொன்னதற்கு மாறாக வடக்கு கிழக்கு மாகாண இணைப்பு - இடைக்கால நிர்வாக அரசு அமைப்பதில் இழுபறி இருந்தது. என்னென்னவோ காரணங்கள் சொல்லப் பட்டன. தள்ளிப் போனது. பிரபாகரனுக்குக் கவலை வந்தது. யாழ்ப்பாண மக்களிடம் இனி வரி வசூலிக்காதீர்கள், இந்தியா உங்களுக்குப் பணம் தரும் என்று ராஜிவே சொல்லியிருந்தார். முதல் மாதம் ஒழுங்காக வந்த பணம் சட்டென்று நின்று போனது. ஏன்? தெரியவில்லை. யாரைக் கேட்பது? அல்லது கேட்கத்தான் முடியுமா? எழுதப்படாத ஒப்பந்தம். ரகசிய ஒப்பந்தம். பகிரங்கமாக்க முடியாது. எனவே அதிலும் அமைதி காத்தாக வேண்டும்.

இன்னொரு விஷயம். இது ரொம்ப முக்கியம். பிரபாகரனைக் குமுறச் செய்த விஷயமும் இதுதான். தமிழர் பகுதியில் சிங்களக் குடியிருப்புகளை நிறுவுவதை ஸ்ரீலங்கா அரசு நிறுத்தவேண்டும் என்று பேச்சு. சம்மதித்திருந்தார்கள். ஆனால் செயல் இல்லை. வழக்கம்போல் அதிகாரிகள் கிராமப்பகுதிகளுக்கு ஜீப்பில் வந்து நோட்டம் பார்ப்பார்கள். பின்னால் லாரிகளில் மக்கள் வருவார் கள். சிங்கள மக்கள். கண் மூடித் திறப்பதற்குள் ஆங்காங்கே திடீர் நகர்கள் உருவாகும். சகல வசதிகளுடனும் அவர்கள் வாழத் தொடங்குவார்கள். ராணுவம் காவல் காக்கும். தட்டிக் கேட்பவர் கள் இல்லாமல் போவார்கள்.

அமைதிப்படை செல்வதற்கு முன்னால் இத்தகைய குடியேற்ற நடவடிக்கைகளைப் புலிகள் கணிசமாகக் கட்டுப்படுத்தியிருந் தார்கள். யாழ் தீபகற்பத்தில் தமிழர்கள் சுதந்தரமாக உலவ முடிந்தது. அபாயங்கள் இல்லை. அன்னியர்கள் இல்லை. எந்

நேரம் கலவரம் வெடிக்குமோ என்கிற பழைய பயங்கள் அறவே இல்லை. யாழ் கோட்டை புலிகள் வசத்தில் இருந்தது.

ஆனால் போர் நிறுத்த உடன்படிக்கை ஆனபிற்பாடு புலிகள் ஆயுதம் எடுக்கத் தயங்கினார்கள். பிரபாகரன் பொறுத்திருக்கச் சொன்னார். அவசரப்பட வேண்டாம். என்ன செய்கிறார்கள் என்று பார்ப்போம்.

கவலை இருந்தது. பயம் இருந்தது. ஏதாவது இசைகேடாகி விடுமோ என்கிற பேரச்சம் அனைவருக்கும் இருந்தது.

எதுவும் மாறவில்லை. எல்லாம் பழையபடியேதான் என்று உறுதிபடத் தெரியவந்தபோதுதான் பிரச்னை வெடித்தது. அமைதிப்படை மோசம் செய்துவிட்டது. இந்தியா ஏமாற்றி விட்டது. நான் உண்ணாவிரதம் இருக்கிறேன் என்று சொல்லி திலீபன் நல்லூர் கந்தசாமி கோயில் வாசலில் உட்கார்ந்தார்.

'இது தவறு. மிகவும் தவறு. நீங்கள் தமிழ் மக்களைத் தூண்டி விட்டுக்கொண்டிருக்கிறீர்கள் பிரபாகரன்!' என்று ஆங்காரமாகச் சொன்னார் தீக்ஷித். உண்ணாவிரதம் ஆரம்பித்த எட்டாம் நாள் திலீபனின் நிலைமை கவலைக்கிடமாகப் போக, அதன் விளைவு புது டில்லியில் எதிரொலித்து, அவசர விமானம் பிடித்து அலறியடித்துக்கொண்டு அவர் ஓடி வந்திருந்தார். பலாலியில் இறங்கிய கணத்திலேயே அவரது ருத்திர தாண்டவம் ஆரம்பிக்க, பிரபாகரன் அமைதியாக அவரிடம் விளக்கினார்.

நான் செய்வதற்கொன்றுமில்லை. நீங்கள் என்ன சொன்னீர்கள்? இங்கு என்ன நடக்கிறது? நாங்கள் அமைதி ஒப்பந்தத்தை மதிப்பதனால்தான் திலீபன் உண்ணாவிரதம் இருக்கிறான். புலிகளின் இயல்பு உண்ணாவிரதங்கள் அல்ல. இதை நீங்கள் புரிந்துகொள்ள வேண்டும்.

தீக்ஷித்துக்குப் புரியவில்லை. இந்தியாவுக்குப் புரியவில்லை. யாருக்கும் புரியவில்லை. அதற்கு வெகு விரைவில் விலை கொடுக்க வேண்டி வந்தது.

திலீபனின் மரணம் ஒரு ஆரம்பமாகிப் போனது. பிரபாகரன் நம்பிக்கை இழந்து போனார். சக போராளி இயக்கங்கள் எதற்கும் விஷயத்தின் தீவிரம் புரியவில்லை. அல்லது புரிந்துகொள்ள விரும்பவில்லை. டெலோ, ஈ.பி.ஆர்.எல்.எஃப், ப்ளொட் அனைத்தும் இந்திய அமைதிப்படை கொண்டுவந்து கொடுக்கப்

போகிற சுகவாழ்வுக்காகக் காத்திருந்தார்கள். இடைக்கால அரசில் யாருக்கு எத்தனை பங்கு? எனக்கென்ன? உனக்கென்ன?

'ரா'வைச் சொல்லவேண்டும். அற்புதமாக வேலை பார்த்திருந் தார்கள். இயக்கத் தலைவர்களுடன் பேசிப்பேசி வழிக்குக் கொண்டுவந்திருந்தார்கள். இதோ பாருங்கள், வெறுமனே அடித்துக்கொண்டிருப்பதில் யாருக்கு லாபம்? தனி ஈழம் என்பது தொலைதூரக் கனவு. அதை நினைத்துக்கொண்டு இடைக்கால சிறு லாபங்களை நிராகரிப்பதில் யாருக்கு நஷ்டம்? போர் நிறுத்தத்தை நீங்கள் எப்படியும் பயன்படுத்திக்கொள்ளலாம். உங்களை பலப்படுத்திக்கொள்ளலாம். மக்களின் நம்பிக்கையை மேலும் பெறலாம். எதையும் வெளிப்படையாகச் சொல்லிக் கொண்டிருப்பதில் அர்த்தமில்லை. உங்களுக்குப் புரிகிறதா? புரியவேண்டும். இந்தியா உதவி செய்யும். ஆனால் அது வரையறுக்கப்பட்ட உதவி. நீங்கள் இந்தியாவுக்குச் சாதகமாக நடந்துகொள்ளும் வரை இந்திய உதவி உங்களுக்குக் கிடைக் கும். என்ன வேண்டும் இப்போது? பணம்? பதவி? ஆயுதங்கள்? அதிகாரம்? அந்தஸ்து? அரவணைப்பு? அங்கீகாரம்?

பேசிப் பேசித்தான் அவர்கள் டெலோவை தம்வயப்படுத்தி னார்கள். பேசிப்பேசித்தான் ஈ.பி.ஆர்.எல்.எஃப்பை வளைத்தார் கள். பேசிப்பேசிப் பார்த்தும் பிரபாகரனை வழிக்குக் கொண்டு வர முடியாத கோபம்தான் இறுதிவரை அனைத்துப் பிரச்னை களுக்கும் காரணமாகிப் போனது.

பிரபாகரன் வெறுப்புற்றிருந்தார். சக இயக்கங்கள் மீதான அவரது முதல் வெறுப்பு, முதல் கோபம் அப்போது உண்டானதுதான். என்ன போராளிகள் இவர்கள்? இப்படியா முதுகெலும்பில்லா மல் போய்விட முடியும்? சே. ஏதாவது செய்தாகவேண்டும்.

அப்போதும் அவர் மாத்தையாவைத்தான் உடனே அழைத்தார். ஒரு முக்கிய நடவடிக்கை, உடனடிச் செயல் என்றால் கூப்பிடு மாத்தையாவை என்றுதான் நிலைமை இருந்தது. சொன்னதைச் சரியாகச் செய்து முடிக்கக்கூடியவர் என்பதில் சந்தேகமில்லை. ஆனால் சொல்லாதவற்றையும் செய்வதாக வருகிற செய்திகள் தான் சரியாக இல்லை.

செப்டெம்பர் 11, 1987ம் ஆண்டு மட்டக்களப்பில் ஒரு ரகசிய, அவசரக் கூட்டம் ஏற்பாடாகியிருந்தது. பிரபாகரன் உத்தரவுப்படி மாத்தையா வழி நடத்திய அந்தக் கூட்டத்தில் யோகி என்கிற

யோகரத்தினம், வினாயகமூர்த்தி முரளிதரன் என்கிற கருணா, ரீகன் என்கிற இன்னொரு முக்கியப் போராளி ஆகியோர் பிரதானமாகக் கலந்துகொண்டார்கள். இன்னும் சிலரும் இருந் திருக்கலாம். விவரம் தெரியவில்லை.

கூட்டத்தில் எடுக்கப்பட்ட முடிவு இதுதான். நூறு போராளி களைப் பொறுக்கித் தேர்ந்தெடுப்பது. தனித்தனிக் குழுக்களாக்கு வது. தமிழ் மக்களுக்குத் துரோகம் செய்ய நினைக்கும் போராளி இயக்கப் பிரமுகர்களைக் குறிவைத்துத் தாக்குவது.

இது புதிதுதான். அபாயகரமானதுதான். அதிர்ச்சியளிக்கக் கூடியதுதான். ஆனாலும் செய்தாக வேண்டும் என்று மாத்தையா சொன்னார்.

திட்டமிட்டபடி அந்த ஆபரேஷன் ஒரு நாள் இடைவெளியில் தொடங்கியது. பதிமூன்றாம் தேதி மாத்தையா ப்ளாட் இயக்கத்தைச் சேர்ந்த வாசுதேவன் என்கிற போராளி ஒருவரை ஏதோ பேசவேண்டும் என்று சொல்லித் தன் இடத்துக்கு வரச் சொல்லியிருந்தார்.

சந்திக்க வந்த வாசுதேவனை வழியிலேயே மாத்தையாவின் ஆள்கள் சுட்டுக்கொன்றுவிட்டுப் போனார்கள். சரியாக இரண்டு மணி நேரம். கிட்டத்தட்ட அதே பாணியில் சுமார் எழுபது போராளிகளை மாத்தையாவின் ஆள்கள் கொன்றார்கள்.

தமிழர்கள் அத்தனை பேரும் அதிர்ந்தார்கள். இந்திய ராணுவம் செய்வதறியாமல் திகைத்தது. இலங்கை ராணுவம் வாயடைத்து நின்றது. என்ன நடக்கிறது? போராளிகள் தமக்குள் சண்டையிட்டுத் தாமே அழிந்து போவது என்று முடிவு செய்துவிட்டார்களா என்ன? இனி இலங்கை ராணுவத் துக்கோ, இந்திய ராணுவத்துக்கோ என்ன பெரிதாக வேலை இருந்துவிட முடியும்?

ஆனால் இருந்தது. நிறையவே இருந்தது. அக்டோபர் 2ம் தேதி ராமேஸ்வரத்தில் இருந்து ஒரு படகு யாழ்ப்பாணம் நோக்கி வந்துகொண்டிருந்தது. பதினேழு புலிகள் அதில் இருந்தார்கள். போர் நிறுத்தக் காலம் என்பதால் அச்சமில்லாமல் பயணம் செய்துகொண்டிருந்தார்கள். இலங்கை அரசு கைது செய்யாது என்கிற நம்பிக்கை. அது ஒப்பந்தத்தின் அடிப்படையில் உருவான நம்பிக்கை.

யார் கேட்பது? கைது செய்தார்கள். ஆயுதக் கடத்தல் குற்றச்
சாட்டு. குற்றச்சாட்டென்ன? உண்மைதான். ஆயுதம்தான்
கடத்திக்கொண்டிருந்தார்கள். அதில் சந்தேகமில்லை. போர்
நிறுத்த காலத்தில் நீயும் விதிமுறைகளைக் கடைப்பிடிக்க
வில்லை, நானும் கடைப்பிடிக்கவில்லை. உலகுக்குப் போர்
இல்லை. உள்ளுக்குள் எது இல்லை?

நீ ஆயுதம் கடத்தினாயா, நான் உன்னைக் கைது செய்கிறேன்.

இப்படித்தான் தொடங்கியது. பதினேழு பேர். போர் நிறுத்தக்
காலம், இந்திய அமைதிப்படை கண்காணிப்பதற்காக வந்து
உட்கார்ந்திருக்கும் சூழ்நிலையில் பிடிபட்டவர்களை அவர்
களிடம் ஒப்படைத்திருக்க வேண்டும். அதுதான் சரி. ஆனால்
நடந்தது என்ன?

ஒன்றும் செய்வதற்கில்லை தம்பி. அவர்கள் கொழும்பு
அழைத்துச் செல்ல முடிவு செய்து விட்டார்கள். அரசாங்கம்
கொலைவெறி கொண்டிருக்கிறது. என்னவும் நடக்கலாம் என்று
பாலசிங்கம் சொன்னார்.

பேசுங்கள். என்ன சொல்கிறார்கள் இந்திய அதிகாரிகள்?
பதைப்புடன் கேட்டார் பிரபாகரன்.

ஹர்கிரத் சிங் கை விரித்திருந்தார். தீக்ஷித் தன்னால் செய்யக்
கூடியது ஒன்றுமில்லை என்று சொல்லியிருந்தார். ஜெய
வர்த்தனா யார் சொன்னாலும் கேட்பதற்கில்லை என்பதில் மிகத்
தெளிவாக இருந்தார்.

பதினேழு போராளிகள். இரண்டு பேர் அதில் வெகு முக்கியஸ்தர்
கள். குமரப்பா என்றொரு கமாண்டர். புலேந்திரன் என்றொரு
கமாண்டர். இதில் விசேஷம், இருவரும் இந்திய அமைதிப்படை
அதிகாரிகளுக்கு நன்கு தெரிந்தவர்கள். ஆயுத ஒப்படைப்பு
வைபவத்தின்போது முன்னின்று பணியாற்றியவர்கள். ஆனாலும்
யாரும் எதுவும் செய்வதற்கில்லை. அமைதிதான் ஆள்கிறது.
எல்லாம் நல்லபடியாகவே நடக்கிறது.

இல்லை, அவர்கள் மாட்டக்கூடாது என்று பிரபாகரன் சொன்
னார். கைது செய்த கணத்தில் சயனைட் அருந்த முயற்சி செய்து
அத்தனை பேரும் தோற்றிருந்தார்கள். கைவசமிருந்த சயனைட்

103

குப்பிகள் எதுவும் இல்லை. எனில் மாட்டக்கூடாது என்றால் எப்படி?

பலாலி ராணுவ முகாமில் அவர்கள் சிறை வைக்கப்பட்டிருந்த சமயம் அது. அங்கிருந்து கொழும்புவுக்கு அழைத்துச் செல்வ தாக ஏற்பாடாகியிருந்தது. அவர்கள் கொழும்பு செல்லக்கூடாது என்று பிரபாகரன் நினைத்தார்.

எனவே மாத்தையாவும் பாலசிங்கமும் பலாலி முகாமுக்குச் சென்று பதினேழு பேரையும் சந்தித்தார்கள்.

பதினேழு நிமிடங்களுக்கும் குறைவு. பதினேழு புதிய சயனைட் குப்பிகள். பதினேழு உடல்கள். (ஒரு சிலர் காப்பாற்றப்பட்டு விட்டதாகப் பிறகு சொல்லப்பட்டது.)

தமிழ் கூறும் உலகம் முழுதும் அதிர்ந்து நின்றது. என்ன நடக்கிறது இலங்கையில்? ஏதோ அமைதி என்றார்களே?

இல்லை நண்பர்களே. இது யுத்தத்தின் இன்னொரு புதிய தொடக்கம் என்று பிரபாகரன் மௌனமாகத் தெரிவித்தார். சூழல் அப்படி. நிகழ்ந்தவை அப்படி. நம்பிக்கை மோசடியைக் காட்டிலும் குரூரம் வேறில்லை. அதைவிடச் சித்திரவதை பரவா யில்லை. மரணம் பரவாயில்லை. தோல்விகூடப் பரவாயில்லை.

பதினேழு பேரின் மரணம் ஈழத் தமிழர்கள் அத்தனை பேரையும் உலுக்கியிருந்தது. இந்திய அமைதி காக்கும் படையின்மீது அவர் களுக்கு வெறுப்பு தோன்ற அதுவே ஆதிமூலக் காரணமானது.

அதிக அவகாசம் எடுக்கவில்லை. நாலைந்து தினங்களுக்குள் காங்கேசன் துறையில் ஒரு சிமெண்ட் தொழிற்சாலை வாசலில் வைத்து மாத்தையா ராக்கெட்டுகள் சிலவற்றை ஏவினார். ஐந்து இந்திய ராணுவத்தினர் அந்தத் தாக்குதலுக்குப் பலியானார்கள். ஈழ விடுதலைப் போரின் இடைச்செருகலாக இந்தியப் படைகளுக்கும் விடுதலைப் புலிகளுக்குமான யுத்தம் அந்தக் கணத்தில் ஆரம்பித்தது.

மாத்தையாதான் அதையும் ஆரம்பித்தார்.

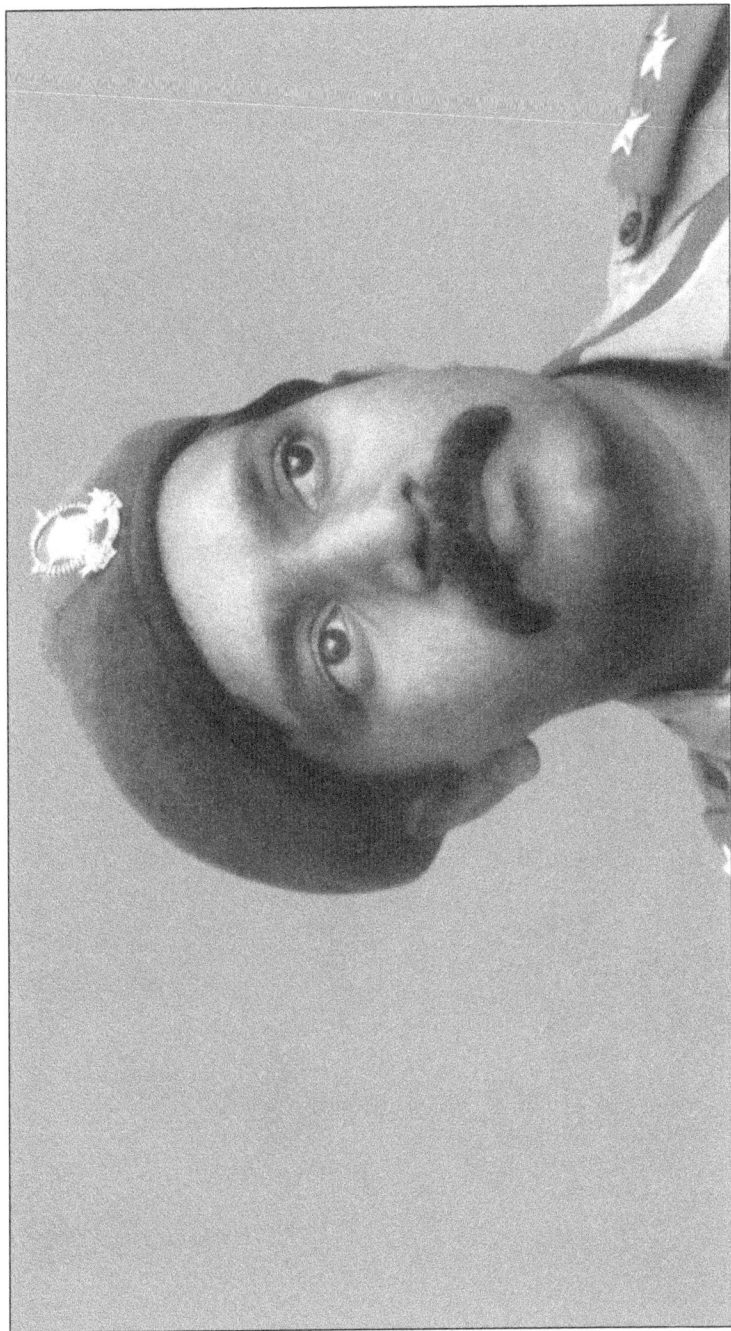

இளம் வயதில் பிரபாகரன்

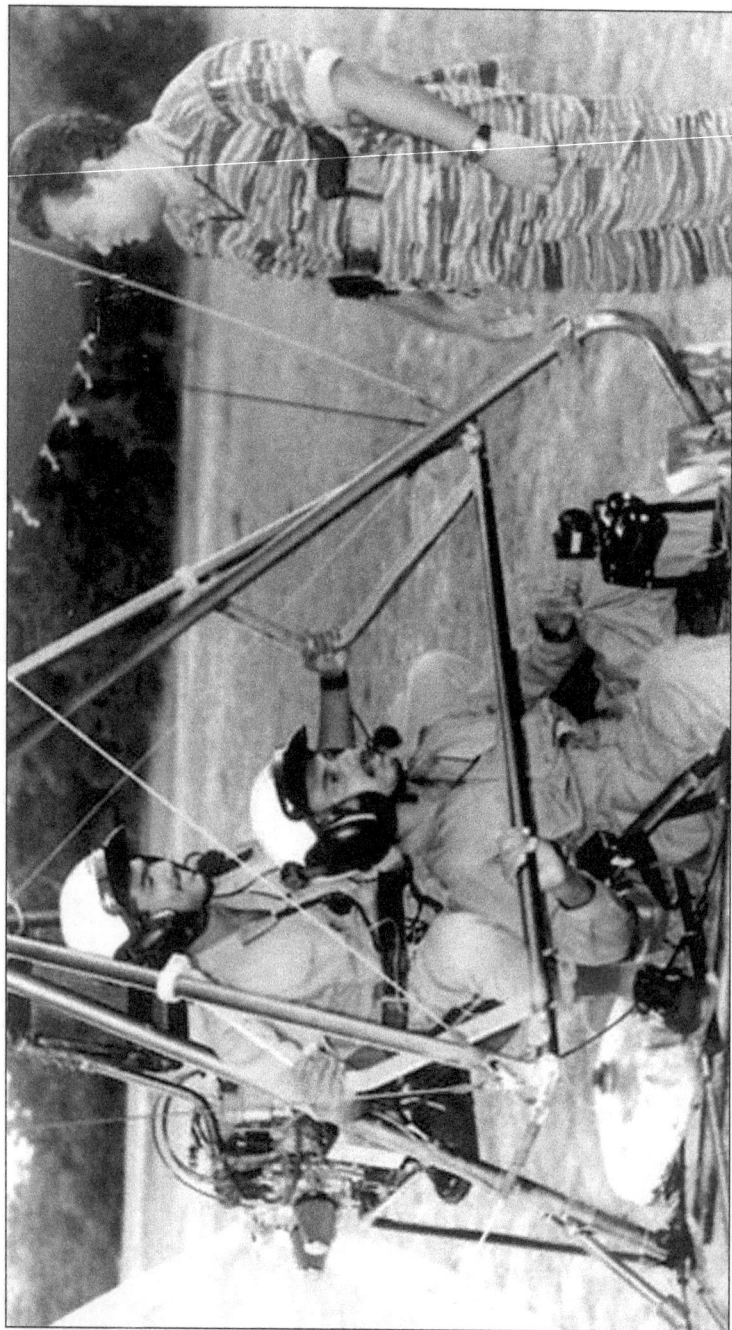

விமானப்படை அமைக்க முன்னோட்டம்

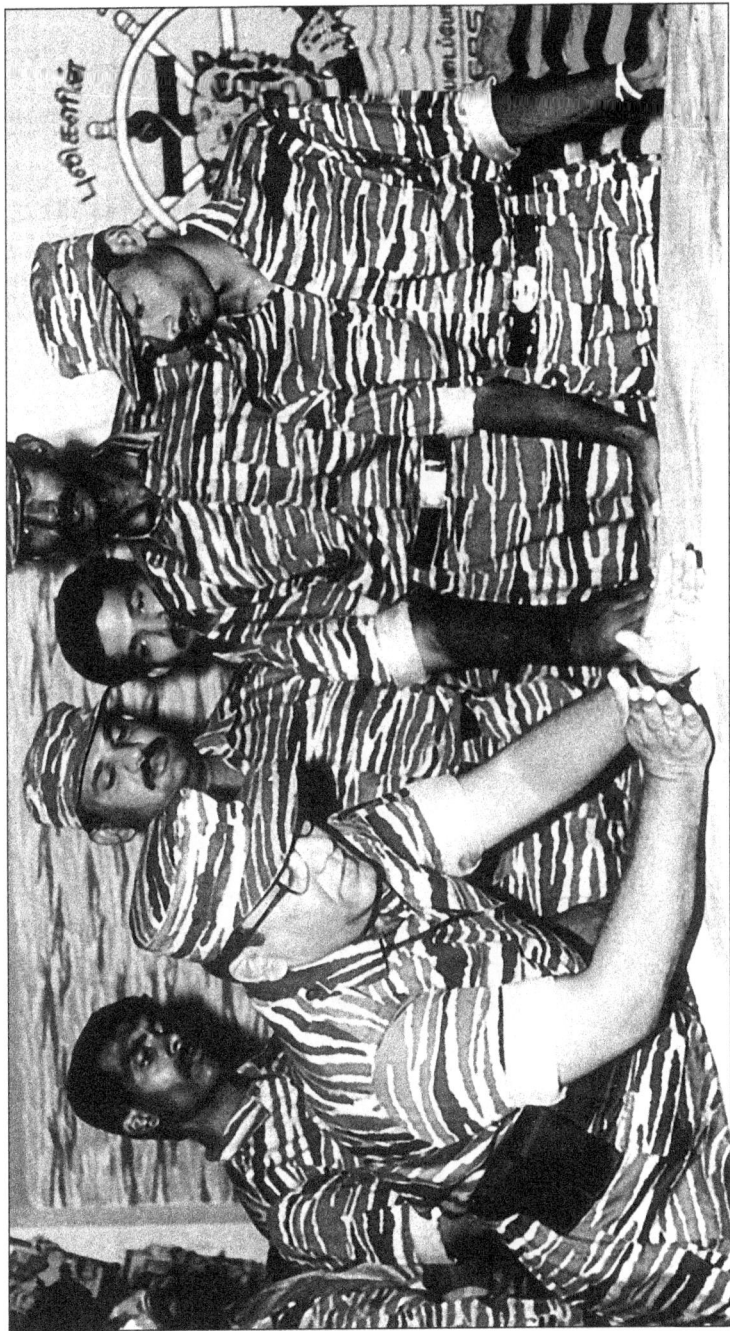

கள முனையில் வழிநடத்தல் - வரைபடம் வைத்து விவரிக்கிறார்

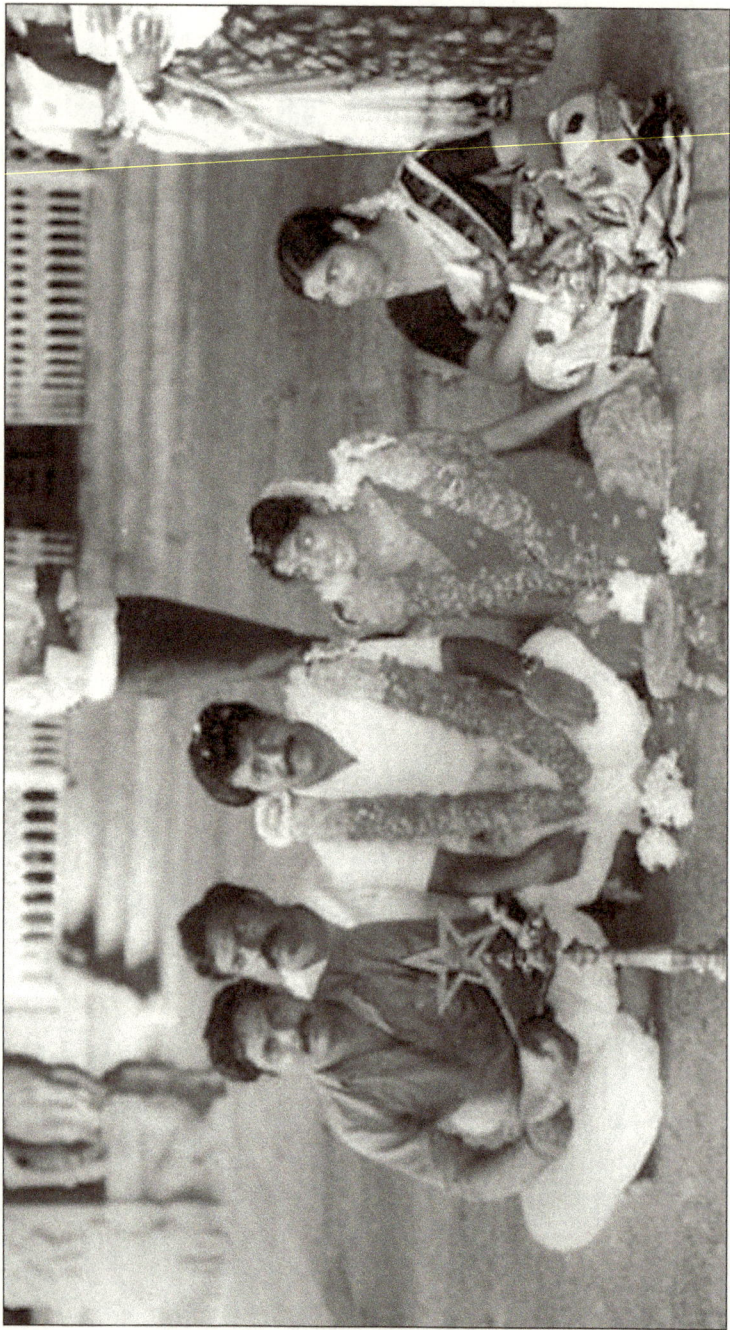

திருப்போரூரில் திருமணம் - இடது ஓரத்தில் இருப்பவர் கேபி

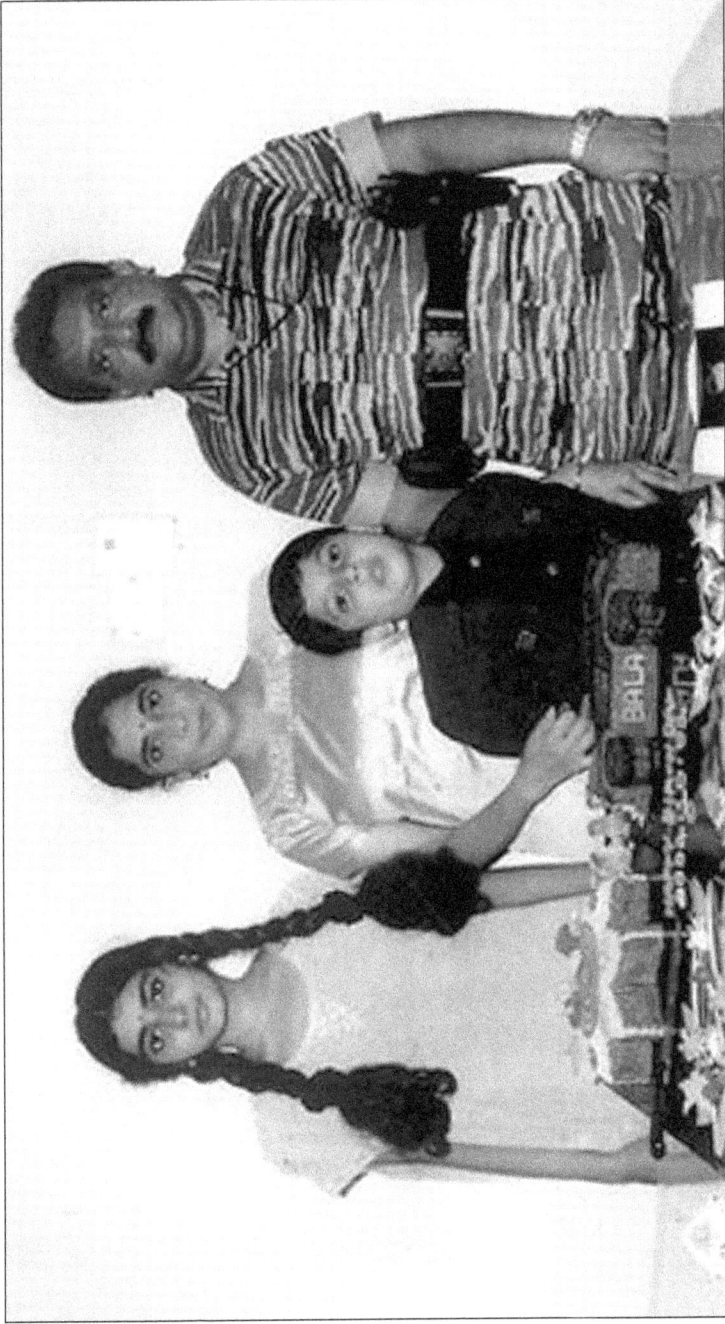

துவாரகா, மதிவதனி, பாலச்சந்திரனுடன்

கலைஞர் விடுத்த அழைப்பு: பத்மநாபா, பாலகுமார், சிறீசபாரத்னம்

எம்.ஜி.ஆருடன் பிரபா

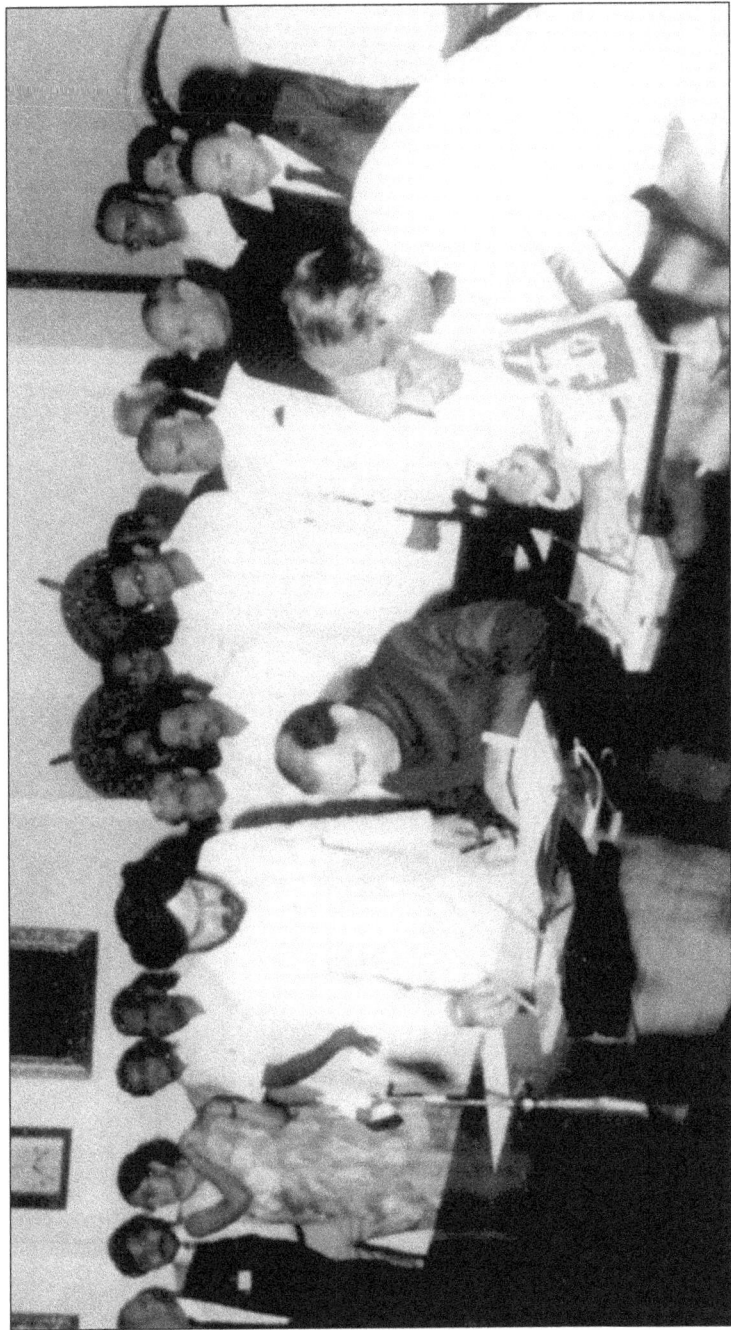

ராஜிவ்-ஜெயவர்த்தனா ஒப்பந்தம்

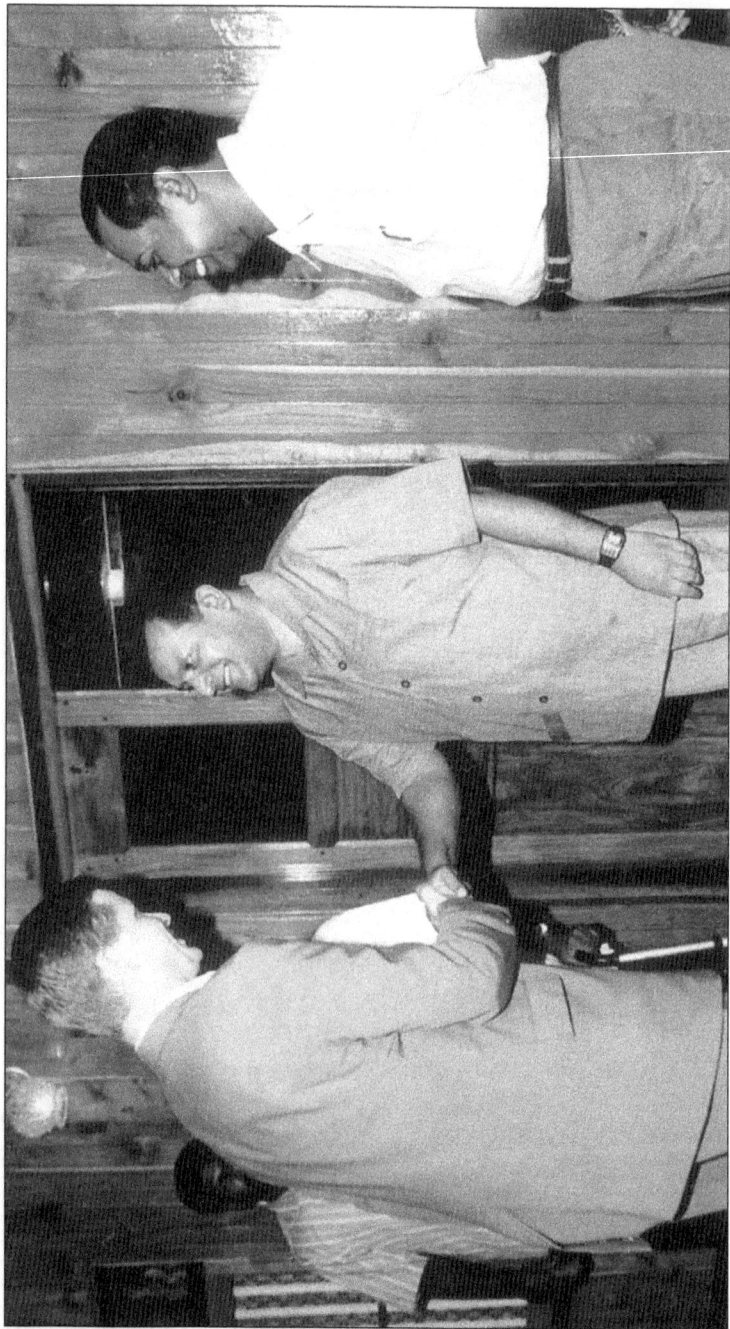

அமைதியே வா! நார்வே தூதுக்குழுவை வரவேற்கிறார்

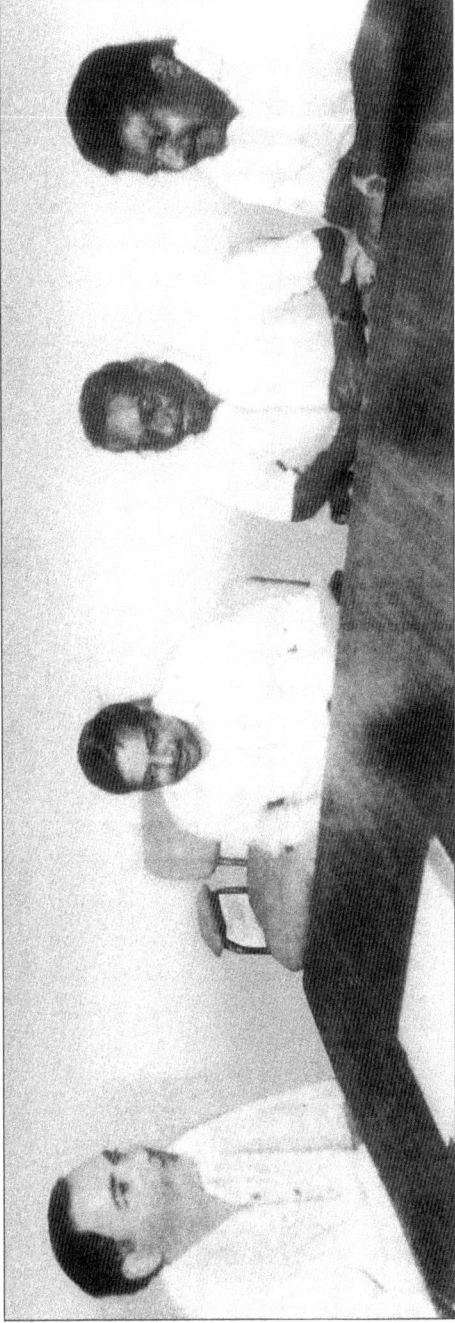

மதிநுப்பாராகாரன்: எழுதாத ஓவியங்கள்

ராஜீவ்-பிரியாங்கா-ரஜீ

முதல் கொலை: துரையப்பா

புலிகள் வெளியிட்ட தன்னிலை விளக்க அறிக்கையின் முகப்பு

50 killed in LTTE-TELO
LTTE, TELO seek
mutual liquidation
துப்பாக்கி சண்டையில்
100 பேர் சாவு!
Faction fighting claims
100 lives in Lanka
COLOMBO, May 1 (PTI) The Liberation Tigers of Tamil Eelam (LTTE) captured
However, in Colombo a National Security Ministry spokesman denied
ஈழப் போராளிகளுக்குள் மோதல்:
சிறீசபாரத்தினத்தை
சிறை பிடித்தனர்
பிரபாகரன் அணியினர்!
TELO leader,
two aides
shot dead
Conflicting claims by TELO, LTTE
TELO-LTTE clash will
The Tamil Eelam Liber (TELO) leader, Sri Sabaratn lieutenants were killed when members of the
Tigers' bid to take over
Eelam struggle
விடுதலைப்புலிகள்-
டெலோ
மோதல்.
உண்மை
விளக்கம்

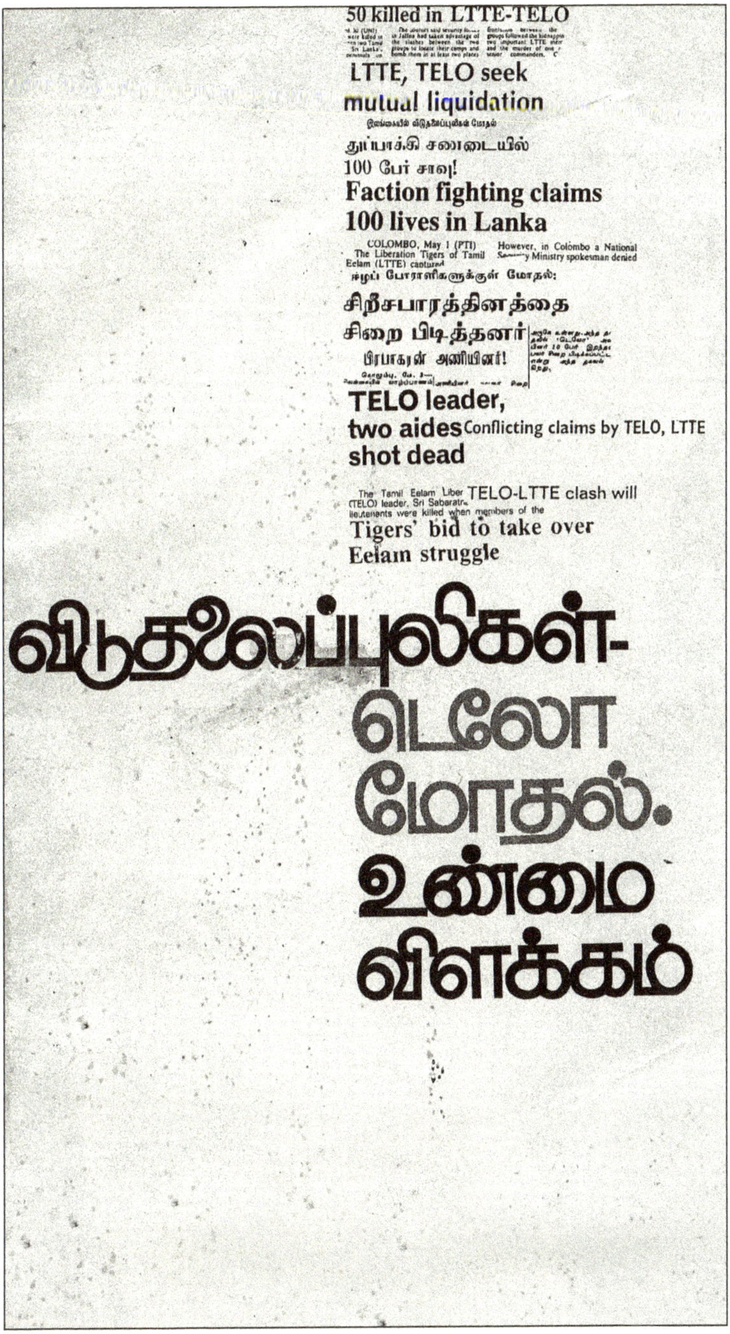

கனவின் ஒரு துளி!

தமிழீழ வைப்பகம்
Bank of Tamileelam
Pay
உரூபா Rupees
Date
Rupees
BALANCE
413051
001-002
413051
001-002

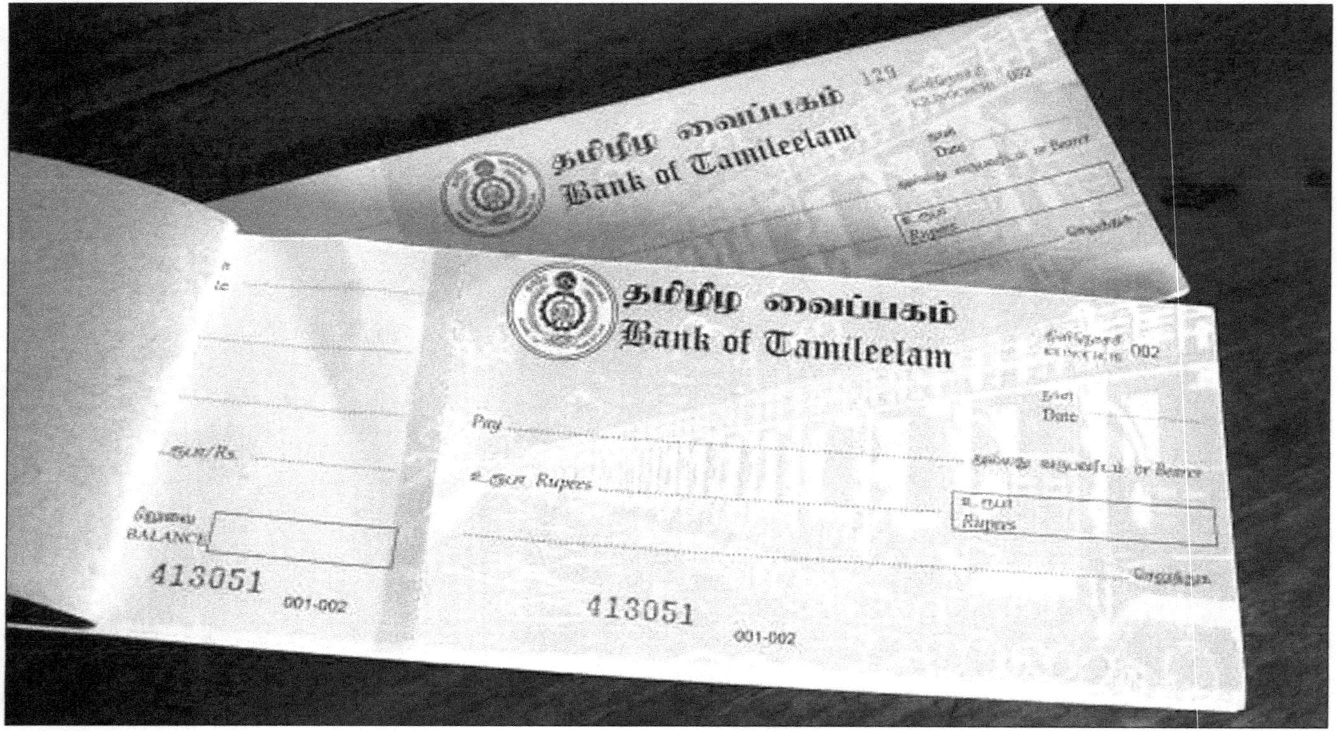

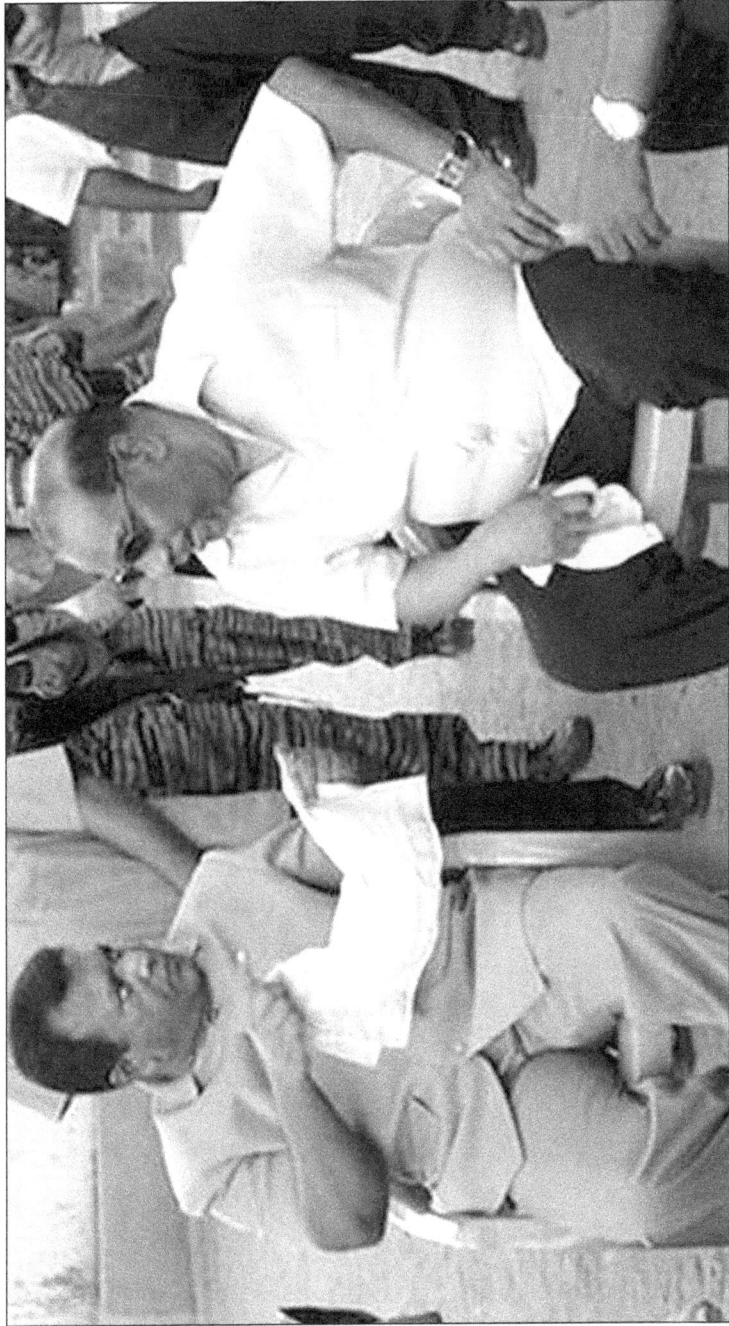

ஆண்டன் பாலசிங்கத்துடன்

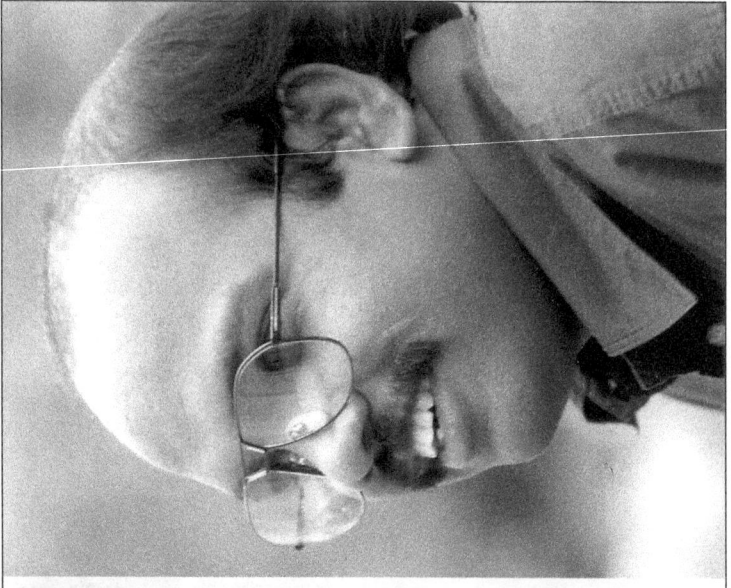

இந்திய அமைதிப் படை அதிகாரிகளுடன் மாத்தையா

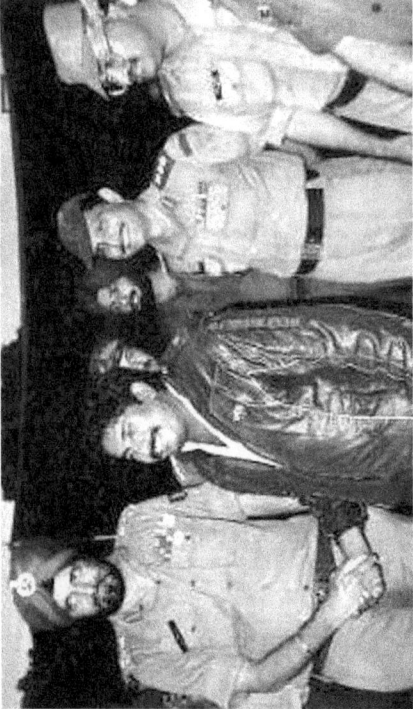

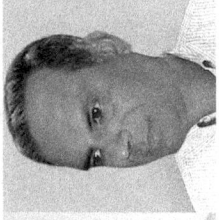

பொட்டு அம்மான்

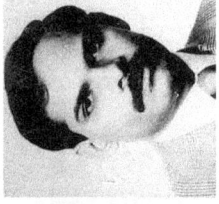

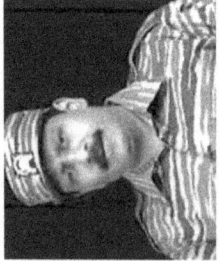

கேபி... ...இன்று!

கிட்டு

இனி இல்லை!

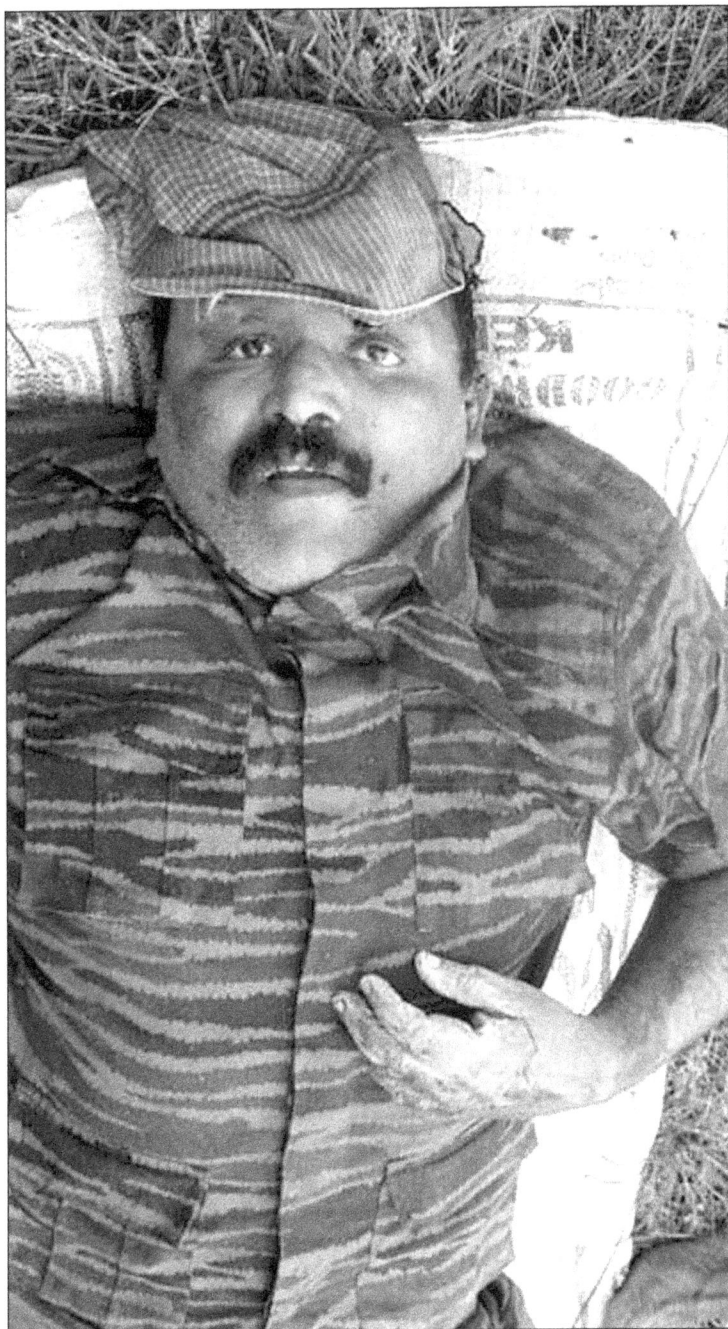

பிரபாகரன் உடலை எரிக்க எடுத்துச் செல்லும் சிங்கள ராணுவத்தினர்

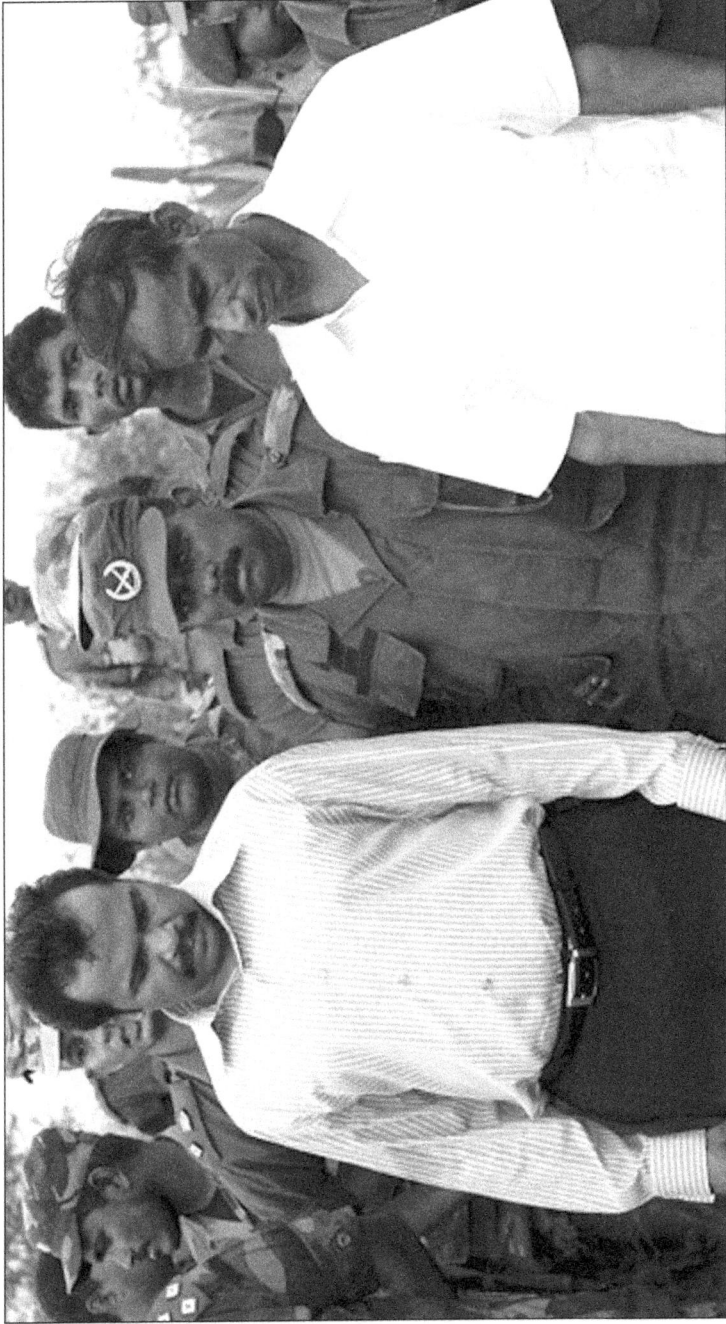

அடையாளம் சொல்ல வந்தேன்! - கருணா, தயா மாஸ்டர்

வெற்றிக் களிப்பு: சிங்களர்களின் சந்தோஷம்

16. பத்து பக்க அறிக்கை

அதுதான் பிரபாகரனுக்குப் பிரச்னையாக இருந்தது. அதுதான் மிகுந்த குழப்பம் தந்தது. இயக்கத்தின் சார்பில் முன்னெடுக்கப்பட்ட பல முக்கிய நட வடிக்கைகளைத் தலைமை தாங்கி நடத்தியது மாத்தையா. அதே சமயம் இயக்கத்துக்குள்ளே நிகழ்ந்த பல திடுக்கிடும் சம்பவங்களுக்குக் காரணமும் அவர்தான் என்று சொல்லப்படுகிறது. முன்னது உண்மையானால் பின்னது உண்மையாக இருக்க முடியாது. இரு கட்சிக்கு வேலை பார்க்க இயலாது. தவிரவும் ஒரு போராளி இயக்கமென்பது அரசியல் கட்சியைப் போன்றதல்ல. சட்ட திட்டங்கள் கடுமையானவை. தண்டனைகள் மிகக் கடுமை யானவை. ஒழுங்கில் ஒரு மாற்று குறைந்தாலும் உயிருக்கு உத்தரவாதமில்லை. இது சொல்லிப் புரியவேண்டிய விஷயமே இல்லை. அனைவருக்கும் தெரியும். நேற்று இணைந்த போராளி வரை. 78லிருந்து இருப்பவருக்குத் தெரியாமல் இருக்குமா?

புலிகளுக்கும் இந்திய அமைதிப்படைக்கும் இடையே யுத்தம் தொடங்கிய சில நாள்களில் யாழ்ப்பாணம் இந்திய ராணுவ வசமாகிப் போனது. ராட்சச பலம் மிக்க இந்திய ராணுவம். அன்றைய தேதியில் புலிகள் இயக்கம் அதிக ஆயுத பலம் கொண்ட அமைப்பல்ல. தவிரவும் அவர்கள் இந்திய ராணுவத்திடம் சில குறைந்தபட்ச கட்டுப்பாடு களை எதிர்பார்த்தார்கள். முக்கியமாக பிரபாகரன் எதிர்பார்த்தார்.

அமைதிப்படை என்று சொல்லிக்கொண்டல்லவா வந்திருக் கிறார்கள்? நிச்சயம் பீரங்கிகள் இருக்காது. கனரக ஆயுதங்கள் இருக்காது.

ஆனால் இருந்தது. பெரிய அளவில் இல்லாவிட்டாலும் ஓரளவு கனரக ஆயுத சௌகரியங்களுடனேயே இந்திய ராணுவம் இலங்கைக்கு வந்திருந்தது. இந்திய ராணுவம் புலிகளைத் தாக்குகிறது என்று தெரிந்ததும் ஜெயவர்த்தனா குஷியாகிப் போனார். ஆஹா இதுவல்லவா தருணம். இப்படியொரு எதிர்பாராத திருப்பத்தை யார் நினைத்துப் பார்த்திருக்க இயலும்? நான் நினைக்கவில்லை? நீங்கள்? நீங்கள்? நீங்கள்?

மகிழ்ச்சியில் கொழும்பு ஹோட்டல்கள் பலவற்றில் மது விருந்து கள் நிறைய நடந்தன. அந்தத் தருணங்களில் மாத்தையா கொழும் புக்கு அடிக்கடி சென்று வருவதாகப் பொட்டு சொன்னார்.

உண்மையாகவா? இருக்காதே. இருக்க முடியாதே. அவர் களத்தில் அல்லவா இருக்கவேண்டும்?

யாழ்ப்பாணம் வீழ்ந்த பிறகு பிரபாகரன் தனது தலைமையிடத்தை வன்னிக்கு மாற்றிக்கொண்டிருந்தார். பெருவாரியான படையணி வன்னிக் காட்டுப்பகுதியில்தான் இருந்தது. மாத்தையா மட்டும் புத்தூரில் இருந்தார். மிகவும் தள்ளி. தொடர்புகள் அத்தனை எளிதில்லை. ஆனாலும் அவசியமான விஷயங்கள் பரிமாறப்பட வசதிகள் இருந்தன. தகவல் தெரிவிக்கவென்றே பிரபாகரன் மூலைக்கொரு ஆள் வைத்திருந்தார். இங்கிருந்து அங்கே. அங்கிருந்து இங்கே. எங்கிருந்தும் எங்கும்.

அனைத்தையும் தாண்டித்தான் மாத்தையா தனது கொழும்பு தொடர்புகளைப் பேணிக்கொண்டிருந்தார். அப்படித்தான் பொட்டு சொன்னார்.

பிரபாகரன் யோசித்தார். ஒரு முடிவுக்கு வருவதற்குச் சாதகமாக இன்னொரு சம்பவம் நடந்தது. வெகு முக்கியமான சம்பவம். கிட்டுவின் மரணம்.

பிரபாகரனை மட்டுமல்ல. புலிகள் இயக்கத்தில் அத்தனை பேரையும் உலுக்கிப் போட்ட சம்பவம் அது. 87ல் அவர் குண்டு வெடிப்பில் இடது காலை இழக்க நேரிட்டபோது இந்தியாவுக்கு சிகிச்சைக்காக வந்திருந்தார். சிகிச்சையெல்லாம் சரி. ஆனால் இந்திய அரசு அவரைக் கொஞ்சநாள் வீட்டுக்காவலிலும் பிறகு

பத்து பக்கங்கள் கொண்ட அந்தக் குற்றப்பத்திரிகை, சரித்திரத்திலேயே முதல் முறையாக யாழ்ப்பாணத்தில் பொது மக்கள் முன்னிலையில் வாசித்துக் காட்டப்பட்டது. மாத்தையா மீதான குற்றப்பத்திரிகை. சந்தேகம் பரவிய வினாக்கள். ஆதி முதல் அன்றுவரை அவர்மீது பிறர் சுமத்திய குற்றச்சாட்டுகள் அனைத்துக்கும் விளக்கம் கேட்டிருந்தது அந்தக் குற்றப்பத்திரிகை.

மத்திய சிறைக் காவலிலும்தான் வைத்திருந்தது. பலத்த போராட்டத்துக்குப் பிறகு அமைதி ஒப்பந்த ஆரம்ப ஏற்பாடு களின் தொடர்ச்சியாக ஈழத்துக்கு அழைத்துச் சென்றுதான் விடுவித்தார்கள்.

1989ம் ஆண்டு இலங்கை அரசுடன் ஒரு பேச்சுவார்த்தை நடத்து வதற்காகக் கொழும்புவுக்குச் சென்று அங்கிருந்து லண்டனுக்குப் போயிருந்தார். புலிகள் அமைப்பில் அப்போது வெளிநாட்டுப் பிரிவின் பொறுப்பு கிட்டுவிடம்தான் அளிக்கப்பட்டிருந்தது. களப்பணிகள் செய்ய முடியாத சூழலில் அரசியல் பணிகளில் அவர் தீவிரமாகியிருந்த சமயம். கடல் தாண்டிப் போவதும் வருவதும் கிட்டுவுக்கு மட்டுமல்ல. அனைவருக்குமே சர்வ சாதாரணமாகத்தான் இருந்தது. கடற்படை, ரோந்துப் படை, சர்வதேசக் கடல் எல்லை, இந்த நாட்டுக் காவல், அந்த நாட்டுக் காவல் எல்லாம் எல்லோருக்கும் அத்துப்படி.

ஆனாலும் லண்டனிலிருந்து கிட்டு ஈழத்துக்குத் திரும்பிக் கொண்டிருந்த தகவல் எப்படி இந்தியக் கடற்படைக்குத் தெரிந்தது என்பது ஒரு முக்கியமான வினா. யாரும் சொல்லாமல் தெரிய வாய்ப்பில்லை. சொல்லக்கூடிய அளவுக்கு விஷயம் தெரிந்தவர்கள் வெகு சொற்பம். அவர்களுள் இந்திய அதிகாரி களுடன் நெருக்கம் பேணுகிற ஒரே நபர் மாத்தையா.

போதுமா என்றார் பொட்டு.

எம்.வி. அகத் என்கிற அந்தக் கப்பல் இந்தியப் படையினரால் சுற்றி வளைக்கப்பட்டது இந்திய எல்லையில் கூட இல்லை. சர்வதேசக் கடல் எல்லை. ஆனாலும் வளைத்தார்கள். வேறு வழியில்லை என்று கிட்டு தீர்மானித்தார். கப்பலை வெடிக்க வைத்து இறந்து போனார். பிரபாகரன் இடிந்து போனார்.

125

சரி என்று ஒரு முடிவுக்கு வந்த பிரபாகரன் பொட்டு அம்மானை ஒரு குற்றப்பத்திரிகை தயாரிக்கச் சொன்னார். பத்து பக்கங்கள் கொண்ட அந்தக் குற்றப்பத்திரிகை, சரித்திரத்திலேயே முதல் முறையாக யாழ்ப்பாணத்தில் பொது மக்கள் முன்னிலையில் வாசித்துக் காட்டப்பட்டது.

மாத்தையா மீதான குற்றப்பத்திரிகை. சந்தேகம் பரவிய வினாக்கள். ஆதி முதல் அன்றுவரை அவர்மீது பிறர் சுமத்திய குற்றச்சாட்டுகள் அனைத்துக்கும் விளக்கம் கேட்டிருந்தது அந்தக் குற்றப்பத்திரிகை.

முன்னதாக மாத்தையாவின் பொறுப்புகள் அனைத்தும் திரும்பப் பெறப்பட்டு, உப்புச் சப்பில்லாத ஒரு பதவியில் அவரை உட்கார வைத்தார்கள். அகதி நல அமைப்பின் தலைமைப் பொறுப்பு. மாத்தையாவிடமிருந்து பெறப்பட்ட பொறுப்புகளுக்கு பேபி சுப்பிரமணியம் நியமிக்கப்பட்டிருந்தார்.

மாத்தையா கண்டுகொள்ளவில்லை. அப்படியா சரி.

இதுவும் பிரபாகரனுக்கு வியப்பாக இருந்தது. அப்படியிருக்கச் சாத்தியமில்லை. எந்தப் போராளியும் இவ்வாறான குற்றச் சாட்டுகள் வைக்கப்படுமானால் துடித்துப் போவார்கள். தன் தரப்பு உண்மைகளை எடுத்துச் சொல்லத் தவித்துத் தாவி வருவார்கள்.

பொட்டு, மாத்தையா என்ன சொன்னார்?

பதில் அத்தனை ரசிக்கும்படியாக இல்லை. நான் ஏன் வந்து விளக்கம் அளிக்க வேண்டும்? வேண்டுமானால் என் இடத்துக்கு வந்து கேட்டுச் செல்லவும்.

மாத்தையாவின் பதில் அப்படித்தான் இருந்தது. சரி போதும் என்று பொட்டு அம்மான் நினைத்தார். பிரபாகரனை அர்த்த முடன் பார்த்தார். பிரபாகரன் கண்ணை மூடிக்கொண்டிருந்தார். சொல்ல ஒன்றுமில்லை. எதுவும் ஒரு முடிவுக்கு வந்துதான் தீரவேண்டும்.

மாணிக்கவாசகம் மகேந்திர ராஜா என்றொரு எஞ்சினியர் இருந்தார். யாழ்ப்பாணத்துக்காரர். மாத்தையாவுக்கு ரொம்ப வேண்டப்பட்டவர். அவரைக் கண்காணிக்க ஆள் அமர்த்தி யிருந்த பொட்டு அம்மானுக்கு ஒரு நாள் செய்தி வந்தது.

எஞ்சினியர் சார் மாத்தையாவைச் சந்தித்துவிட்டுத் திரும்பி வந்துகொண்டிருக்கிறார். என்ன செய்யவேண்டும்?

மடக்குங்கள் என்று உத்தரவிட்டார் பொட்டு அம்மான்.

மகேந்திர ராஜா கைது செய்யப்பட்டு பொட்டுவிடம் அழைத்துச் செல்லப்பட்டார். அநேகமாக மாத்தையாவுக்குத் தீர்ப்பளிப்பதற்கான அனைத்து ஆதாரங்களையும் அவரைப் பற்றிய உண்மை களையும் அந்த எஞ்சினியரே அளித்துவிட்டார் என்றுதான் சொல்லவேண்டும். விசாரணை அப்படி.

விஷயம் உடனடியாகப் பிரபாகரனுக்குச் சொல்லப்பட்டது. பொறுத்திருந்தது போதும் என்று நினைக்கிறேன் ஐயா. பொட்டு அம்மான் காத்திருந்தார். நெடு நேரம் யோசித்துக்கொண்டிருந்த பிரபாகரன், இறுதியில் மெல்லத் தலையாட்டினார்.

அன்றைக்குத் தேதி 31. மார்ச் மாதம், 1993ம் வருடம். கொக்குவில் என்ற இடத்தில் இருந்த மாத்தையாவின் ரகசிய இடத்தை பொட்டு அம்மானின் சிறு படையொன்று சுற்றி வளைத்தது. பொட்டு இருந்தார். சொர்ணம், சூசை, பால்ராஜ் ஆகிய மூன்று முக்கியத் தளபதிகள் இருந்தார்கள். அதிகாலை நேரம். மாத்தையா தூங்கிக்கொண்டிருந்தார். கதவை உடைத்துச் சென்று தட்டியெழுப்பிக் கைது செய்தார்கள்.

சிறு எதிர்ப்பு இருந்தது. மாத்தையாவிடமும் அவருக்கு நம் பிக்கையான வீரர்கள் உண்டல்லவா? ஆனால் பெரிய பிரச்னை யில்லை. எதிர்த்தவர்கள் அனைவரும் கொல்லப்பட்டார்கள். மாத்தையாவைக் கைது செய்து சாவகச்சேரிக்கு அழைத்துச் சென்றார்கள்.

பிறகு மாத்தையாவைப் பற்றி யாரும் பேசவில்லை. பிரபாகரன் உள்பட யாரும்.

என்ன ஆனார்? எங்கே இருக்கிறார்? கொன்றுவிட்டார்களா? சிறையில் வைத்திருக்கிறார்களா?

தெரிந்துகொள்வதற்கு நிறைய முயற்சிகள் மேற்கொள்ளப் பட்டன. மாத்தையாவுக்கு வேண்டப்பட்டவர்கள் எடுத்த முயற்சிகள் மட்டுமல்ல. இந்திய உளவுத் துறையும் தண்ணி குடித்துத் தலைகீழாக நின்று பார்த்தது.

ம்ஹூம். தெரியவில்லை. யாருக்கும் தெரியவில்லை. பிறகு வெகு காலம் கழித்து படு சாதாரணமாகத் தகவல் சொல்லப்பட்டது. மாத்தையா மீதான குற்றங்கள் நிரூபிக்கப்பட்டன. அவர் ஒப்புக் கொண்டு தண்டனையை ஏற்றார். தண்டனை நிறைவேற்றப் பட்டது.

இடையே ஒரு சிறந்த நகைச்சுவைக் காட்சிகூட அரங்கேறியது. 1995ம் ஆண்டு வேலூர் சிறைச்சாலையில் இருந்து 43 கைதிகள் சுரங்கம் தோண்டித் தப்பித்தார்கள் என்று ஒரு பரபரப்பு எழுந்தது நினைவிருக்கிறதா?

அப்படித் தப்பியவர்களுள் பதினான்கு பேர் விடுதலைப் புலிகள் அமைப்பைச் சேர்ந்தவர்கள். பெரும்பாலும் மாத்தையாவின் ஆள்கள். அவர்களைத் தப்பவைத்து, விசைப்படகு மூலம் யாழ்ப்பாணம் கொண்டு சென்றது இந்திய உளவுப்பிரிவான 'ரா'தான் என்று ஒரு பேச்சு எழுந்தது.

என்ன நோக்கம்? கைதாகி, கண்ணுக்குத் தெரியாமல் எங்கோ சிறையில் இருக்கும் மாத்தையாவை விடுவிப்பதற்காக என்று சொல்லப்பட்டது. ஆனால் அதற்கெல்லாம் வெகு முன்ன தாகவே மாத்தையாவின் மரண தண்டனை நிறைவேற்றப்பட்டு விட்டிருந்தது. (டிசம்பர் 28, 1994 என்று பாலசிங்கம் எழுதி யிருக்கிறார். ஆனால் அதற்குப் பிறகும் மாத்தையாவைப் பார்த்ததாகச் சில புலி உறுப்பினர்களே சொல்கிறார்கள். இந்தக் குழப்பம் இன்றுவரை தீராதது.) விஷயம் தெரிந்ததும் 'தப்பித்த' பதினான்கு பேரும் கர்ம சிரத்தையாகத் திரும்பக் கைது செய்யப்பட்டு அழைத்து வந்து அடைக்கப்பட்டுவிட்டார்கள்!

17. துணி வியாபாரிகளின் கதை

*மா*த்தையாவின் மரணத்தால் மிக அதிகம் பாதிக்கப் பட்டவர்கள் என்று யாரையாவது சுட்டிக்காட்ட வேண்டுமானால், இந்திய உளவுத்துறை அதிகாரி களைத்தான் சொல்லவேண்டும்.

நிறைய விலை கொடுத்திருந்தார்கள். ஒரு குழந் தையை வளர்ப்பது மாதிரி மாத்தையா என்கிற போராளியை திசை திருப்பி, மூளைச் சலவை செய்து, அவர் மீண்டும் மனம் மாறிவிடாமல் பார்த்துக் கொண்டு, பொத்திப் பொத்தி வளர்த்தார்கள்.

பிரபாகரனால் இதைப் புரிந்துகொள்ள முடிந்தது. ஆனால் செய்வதற்கு ஒன்றுமில்லை. விடுதலைப் புலிகள் தவிர ஏனைய அனைத்துப் போராளி இயக்கங்களையும் ஏதோ ஒரு கட்டத்தில் இந்திய அரசுக்குச் சாதகமாகச் செயல்பட வைக்க ராவால் முடிந்தது. இந்தியா சொல்வதைக் கேட்கவேண்டு மென்று கூட அவர்கள் நிர்ப்பந்திப்பதில்லை. எதிர்த்து ஏதும் பேசாதிருந்தாலே போதும்.

ஆளும் வர்க்கம் சில தீர்மானங்கள் செய்கிறது. ஏதேதோ காரணங்கள். அதிகாரவர்க்கம் அதனைச் செயல்படுத்த நடவடிக்கை எடுக்கிறது. இடையே ஏற்படும் தடைகளை உடைக்கக்கூடியதாக இருந் தால் உடைத்துவிடலாம். இரும்புத் தடைகளை அகற்றித்தான் ஆகவேண்டும். இலங்கை விஷயத் தில் புலிகள் அமைப்பு இந்திய அதிகார வர்க்கத் துக்கு ஓர் இரும்புத் திரையாகவே எப்போதும் இருந்து வந்திருக்கிறது.

129

பிரச்னையே அதுதான். ஒரே நோக்கம். ஒரே செயல்திட்டம். தனி ஈழம். இடையே இடைக்கால அரசை ஏற்றுக்கொண்டு, போர் நிறுத்தத்துக்குப் பிரபாகரன் ஒப்புக்கொண்டதாகச் சொன்னது பல்வேறு நிர்ப்பந்தங்களினால் மட்டுமே. ராஜிவ் கொடுத்த வாக்குறுதி. எம்.ஜி.ஆர். கேட்டுக்கொண்ட விதம். போராளி இயக்கங்களுக்கிடையே ஒற்றுமை வேண்டும் என்கிற தமிழ் மக்களின் இடைவிடாத நச்சரிப்பு.

எதுவும் பலன் தராதபோதுதான் தன் வழியே சரியென்று மீண்டும் பிரபாகரன் ஆயுதம் ஏந்தத் தொடங்கினார். இந்திய உளவுத்துறை சிண்டைப் பிய்த்துக்கொண்டது அப்போதுதான்.

மாத்தையாவை வைத்து அவர்கள் நிறைய விளையாடிப் பார்த்திருக்கிறார்கள். இயக்கத்துக்குள்ளே மிகத் தெளிவாக மாத்தையா கோஷ்டி என்று ஒன்று உருவாகி விட்டதென்றும், அதுதான் நிஜமான புலிகள் என்றும் ஈழம் முழுதும் செய்தி பரப்ப ஒரு மாபெரும் செயல் திட்டமே தீட்டப்பட்டது.

உளவாளிகள் மூன்று விதமாக யாழ்ப்பாணத்துக்குள் புகுந்தார் கள். துணி வியாபாரிகளாகக் கொஞ்சம் பேர். கொழும்புவில் இருந்து மூட்டை மூட்டையாகத் துணிகளைக் கட்டி எடுத்துக் கொண்டு வடக்கு கிழக்கு மாகாணங்களுக்கு அவர்கள் விமானத்தில் வருவார்கள். வந்து இறங்கியதும் வேஷம் மாறிவிடும். எளிய துணி வியாபாரி வேஷம். வீடு வீடாகப் போய் மூட்டை விரித்துத் துணி விற்பது.

அம்மா புடைவை பார்க்கிறீர்களா? ஐயா, வேட்டி பார்க்கிறீர் களா? இது வெளிநாட்டுச் சட்டைத் துணி. இந்த பேண்ட் பிட் உங்கள் பிள்ளைக்கு நன்றாக இருக்கும். பெண், உங்கள் மகளா? நல்ல வடிவான பெண். இந்தச் சேலையை உடுத்திப் பாரம்மா.

எளிய தவணைகளில் மலிவு விலைத் துணி. எல்லாம் எக்ஸ் போர்ட் குவாலிடி. கண்ணுக்குத் தெரியாத குறைபாடுகளால் நிராகரிக்கப்பட்டு கப்பலில் வந்து இறங்கியிருக்கிறது. பணத் துக்கு இப்போது அவசரமில்லை. அடுத்த முறை வரும்போது வாங்கிக்கொள்கிறேன். அப்பா, என்ன வெயில். குடிக்கக் கொஞ்சம் தண்ணீர் கொடுங்களம்மா.

மூட்டை விரித்து உட்கார்ந்து வக்கணையாக ஊர்க்கதை பேசு வார்கள். அப்படியே நோட்டம் இடுவார்கள். புலிகளின்

> ஒருமுறை, யார் உங்களுக்கு நெருங்கிய நண்பர் என்று ஒரு பத்திரிகையாளர் பிரபாகரனிடம் கேட்டார். அதற்கு அவர் சொன்ன பதில்: இயற்கை என் தோழன். வாழ்க்கை என் தத்துவ ஆசிரியர். வரலாறு என் வழிகாட்டி.

நடமாட்டம் பற்றி, பிராந்தியத்தில் யார் யார் இருக்கிறார்கள், என்ன செய்கிறார்கள், என்ன திட்டம், எப்படி செயல்படு கிறார்கள் என்று வெளியே தெரியாமல் வேவு பார்ப்பார்கள். ஒருத்தருக்கும் சந்தேகம் வராமல் நிதானமாக விசாரிப்பார்கள். சேலைகளைப் பார்த்து, அவற்றின் அழகில் மயங்கி, பெண்கள் பேசுவார்கள். அதுதானே வேண்டும்? பேசுங்கள் தாயே, பேசுங்கள்.

இன்னொரு குழு உளவாளிகள் குறி சொல்பவர்களாக வருவார் கள். ஈழத்து மக்களுக்குக் குறி கேட்பதில் கட்டுக்கடங்காத ஆர்வம். இன்றைய தினம் நன்றாக இல்லை என்பதற்கு எந்தக் குறி சொல்பவரும் வேண்டாம். நாளை நன்றாக இருக்கும் என்று யாரும் சொன்னால் கேட்கக் கசக்கவா போகிறது?

எனவே குறி சொல்பவர்கள். கையில் ஒரு சிறு கோலும் நெற்றியில் அகலப் பொட்டும் சரிகை உடுப்பும் நிறைய ருத்திராட்ச மாலைகளும் பாசி மணிகளுமாக அவர்களது பாணி முற்றிலும் வேறு. நிறையக் கேள்வி கேட்பார்கள். சகுனம், நிமித்தம் என்று என்னென்னவோ சொல்லி லேசாக அச்சமூட்டிப் பரிகாரம் பேசுவார்கள். நிலைமை சரியில்லை. ராகுவும் கேதுவும் தீர்மானமே செய்துவிட்டார்கள். நாளைக்கு காங்கேசன் துறை யில் பெரிய குண்டு வெடிக்கப்போகிறது. எப்படியும் நூறு பேருக்கு மரணம் சம்பவித்தே தீரும். முடிந்தால் அந்தப் பக்கம் போகாதிருங்கள்.

ஐயோ அப்படியா என்று அப்பாவிகள் கேட்டால், அடுத்த கொக்கியில் அவர்களை மாட்டி ஏதேனும் கறக்கப் பார்ப்பார்கள். இந்த ஊருக்குக் கேடு இன்ன ரூபத்தில் வந்திருக்கிறது. கருப் பாக, உயரமாக, பச்சை சட்டை போட்டுக்கொண்டு ஒருத்தன் இங்கே ஒளிந்திருக்கிறான். கிழக்கும் வடக்கும் சந்திக்கும் திக்கில் அவன் தரித்திருக்கும் வரை கிராமத்தைக் கடவுளாலும் காக்க முடியாது என்பார்கள்.

இல்லை ஐயா, வந்திருப்பவர் எம் விருந்தாளி. இயக்கத் தோழர். அவர் கிழக்கும் வடக்கும் கூடும் இடத்தில் இல்லையே? மேற்கு வீதியில் அல்லவா ஒளிந்திருக்கிறார்?

அப்பாவிகள் கேட்பார்கள். ஓ, அப்படியா? சரி. கிழக்கே போகாதிருக்கச் சொல்லும் என்று சொல்லிவிட்டுப் போவார்கள். மேற்கு வீதிக்கு வினாடிப் பொழுதில் இந்திய ராணுவம் வந்துவிடும்.

படிக்காத மக்களைக் குறிவைத்து உளவாளிகள் இம்மாதிரி நூறு விதமாகப் பணி பார்த்துக்கொண்டிருந்தார்கள். ரொம்ப மோசம், மீனவர்களோடு மீனவர்களாக வேஷமிட்டு அமர்வது.

சென்னையிலிருந்து புறப்பட்டு இந்தியக் கடல் எல்லை வரை ரோந்துப் படகில் போவார்கள். பிறகு மீன்பிடிப் படகுகளில் ஏறி, யாழ்ப்பாணக் கரையோரம் இறங்கிவிடுவது. இறங்கும்போதே ஆடை அலங்காரங்கள் மாறியிருக்கும். பேச்சு மாறியிருக்கும். நடவடிக்கைகள் மாறியிருக்கும். பெரிய பெரிய மீன்களை எளிய விலைக்குக் கொடுத்து இடம் பிடித்து உட்காருவார்கள்.

மீன் மார்க்கெட் என்பது தங்கச் சுரங்கம். தகவல் சுரங்கம். எத்தனை எத்தனை விவரங்கள் அங்கே வந்து குவியும்!

ஒரு மீன் வியாபாரி வேஷத்தில் இருந்த இந்திய உளவாளி ஒருத்தர்தான் முதல் முதலில் அப்படியொரு தகவலை ஒலிபரப்பினார். பிரபாகரன் இறந்துவிட்டார்.

'ஐயோ, நானா!' என்றார் பிரபாகரன்.

'ஆமாம் தம்பி. நீங்கள்தான் இறந்துவிட்டீர்கள். அப்படித்தான் பேசிக்கொள்கிறார்கள்' என்றார் பேபி சுப்பிரமணியன்.

'யார்? எங்கே?'

'யாரைச் சொல்வது? ஈழம் முழுதும் இதுதான் பேச்சு. நாளைக்கு எப்படியும் பேப்பரில் வந்துவிடும் என்று நினைக்கிறேன்.'

வருடம் **1989**. ஜுலை **23**ம் தேதி வன்னிக் காட்டுக்குள் இருந்த பிரபாகரனிடம் விஷயம் சொல்லப்பட்டது. மறுநாள் காலை சென்னையில் வெளியான ஹிந்து நாளேட்டில் இது பிரதான செய்தியாக வெளிவந்தது. விடுதலைப் புலிகளின் தலைவர்

பிரபாகரன், அவருக்கு அடுத்த நிலைத் தளபதியாக இருந்த மாத்தையாவால் கொல்லப்பட்டார். சில தினங்களுக்கு முன்னர் இந்தச் சம்பவம் நடந்திருக்கிறது என்று இலங்கை வட கிழக்கு மாகாண வட்டாரங்கள் தெரிவிக்கின்றன. கொல்லப்பட்ட பிரபாகரனின் உடல் வவுனியாவுக்கு இருபது கிலோ மீட்டர் தொலைவில் அனந்த பெரிய குளம் என்னும் கிராமத்தில் பொதுமக்கள் பார்வைக்கு வைக்கப்பட்டிருக்கிறது. மாத்தையா புலிகள் இயக்கத்தின் தலைவராக அறிவிக்கப்பட்டிருக்கிறார். அவர் அறிவித்துக்கொள்ளும் வீடியோ கேசட் ஈழ மக்கள் மத்தியில் வேகமாகப் பிரபலமாகி வருகிறது.

பிரபாகரன் வியப்புடன் செய்தியை வாசித்துக்கொண்டிருந்தார். அடடே அப்புறம்?

தமிழ் மக்களின் நம்பிக்கைக்குரிய நாளேடான ஹிந்து இப்படியொரு செய்தியை உளமாற நம்பி வெளியிட்டது ஒரு பக்கம் என்றால் சோ போன்ற அரசியல் வல்லுநர்கள் அப்போது செய்தி உண்மைதான் என்று நம்புவதாகச் சொன்னது தமிழகத்தில் மிகப்பெரிய பதற்றத்தையும் கொந்தளிப்பையும் ஏற்படுத்தியது.

உளவுத்துறைகள் ஏன் இப்படிச் செய்கின்றன? இந்திய உளவுத் துறை மட்டுமல்ல. பொதுவாக உலகெங்கும் இம்மாதிரியான வழக்கம் உளவு அமைப்புகளிடையே உண்டு. க்யூபாவில் பிடல் காஸ்டிரோவை அமெரிக்க உளவுத்துறை எத்தனை முறை கொன்றிருக்கிறது என்பதற்குக் கணக்கு வழக்கே கிடையாது. ஓசாமா பின்லேடன் அநேகமாக முப்பத்தியேழு முறை இறந்திருக்கிறார். பல தென்னமெரிக்கப் புரட்சியாளர்கள், கம்யூனிஸ்ட் தலைவர்கள் இம்மாதிரி அடிக்கடி இறந்து போவது எல்லா ஊர்களிலும் எப்போதும் வழக்கமே.

மிக எளிய காரணங்கள். முதலாவது சமநிலையைச் சற்றே குலைத்துக் கலைத்துப் போடுவது. அடுத்தபடியாக, அமைப்புக்குள் பிளவை உண்டாக்குவது. ஒருவரைத் தூக்கிப் பிடிப்பதன் மூலம் இன்னொருவருடன் பகையை உருவாக்குவது. அதன் மூலம் ஒருவரையொருவர் அடித்துக்கொண்டு அழித்துக்கொள்ள வழி வகுப்பது. மூன்றாவது, தாம் தூக்கிப் பிடிக்கும் நபருக்குக் கட்டுக்கடங்காத கனவுகளை உருவாக்கி, அதன்மூலம் தான் அழிக்க விரும்பும் இலக்கை அவராகவே மனமுவந்து அழிக்கச் செய்வது.

பிரபாகரனுக்கு இது புரிந்தது. மாத்தையாவுக்குப் புரியவில்லை. அப்படித்தான் அவர் வலையில் விழுந்தார்.

1994ல்தான் மாத்தையாவுக்குப் புலிகள் மரண தண்டனை விதித்தார்கள். முன்னதாக 1991ம் ஆண்டு நடைபெற்ற ராஜிவ் படுகொலைச் சம்பவத்தின்போதெல்லாம் மாத்தையா புலிகள் இயக்கத்தின் இரண்டாம் நிலைத் தலைவராகவே இருந்தார். அவருக்கு அடுத்தபடியான நிலையில் இருந்த பொட்டு அம்மானை ராஜிவ் கொலைச் சதியில் சேர்த்த இந்தியப் புலனாய்வு நிறுவனங்கள், மிகக் கவனமாக மாத்தையாவின் பெயரைப் பட்டியலில் எப்போதும் சேர்க்காததை இங்கே சிந்தித்துப் பார்க்கலாம். சற்றே விவரம் புரியக்கூடும்.

பிரபாகரன் இது பற்றியெல்லாம் பெரிதாக அலட்டிக் கொண்டதே இல்லை. ஆனால் வருத்தமில்லாமல் இல்லை. நெஞ்சு முட்டும் வருத்தம்தான். வேதனைதான். சில சந்தர்ப்பங்களில் வெளிப்படுத்தியும் இருக்கிறார். ஒருமுறை, யார் உங்களுக்கு நெருங்கிய நண்பர் என்று ஒரு பத்திரிகையாளர் பிரபாகரனிடம் கேட்டார். அதற்கு அவர் சொன்ன பதில்: இயற்கை என் தோழன். வாழ்க்கை என் தத்துவ ஆசிரியர். வரலாறு என் வழிகாட்டி.

அடடே இத்தனை அழகாகப் பேசுகிறாரே? எனில், இன்னும் கொஞ்சம் பேசலாமே? நீங்கள் எப்போது ரொம்ப வெறுத்துப் போய் விரக்தியின் உச்சத்தைத் தொட்டீர்கள் பிரபா?

பிரபாகரன் ஒரு கணம் யோசித்தார். வேறு எதுவும் தோன்ற வில்லை. கண்ணை மூடிக்கொண்டு பதில் சொன்னார்: சில நண்பர்கள் ஏமாற்றிய தருணம்தான். நேர்மையாகவும் அர்ப் பணிப்புடனும் செயலாற்றிக்கொண்டிருந்த நண்பர்கள். சட் டென்று எப்படி மாறிப்போவார்கள்? புரியவில்லை. நினைத்தால் வெறுப்படையச் செய்யும் விஷயம் அதுதான். அது ஒன்றுதான்.

மாத்தையா, யோகி, கருணா என்று ஒரு பள்ளியே பிரபாகரனை ஏமாற்றியது அவரது வாழ்க்கையில் ஒரு முக்கியமான பாடம்தான். சந்தேகமில்லை.

ஆனால் எதன்பொருட்டும் அவர் மனம் தளர்ந்ததில்லை. இந்திய உளவுத்துறை திட்டமிட்டுத் தனக்கு எதிராகச் செயல்படுகிறது என்பது தெரிந்த நாளாகப் பிரபாகரன் சந்தித்த நெருக்கடிகள் பல.

2005ம் ஆண்டு தன் வாழ்வில் இரண்டாவது முறையாகவும் அவர் இறக்க நேரிட்டது.

பிரபாகரன் சுனாமியில் அடித்துச் செல்லப்பட்டார். கஷ்டப்பட்டு சடலம் மீட்கப்பட்டது. நிவாரணப் பொருள்களுடன் சவப் பெட்டியை ரகசியமாகப் புலிகள் காட்டுக்கு எடுத்துச் சென்றிருக் கிறார்கள்.

செய்தி சொன்னது சிலோன் ரேடியோ. தயாசந்த கிரி என்பவர் அப்போது இலங்கை ராணுவத்தின் துணைத் தளபதியாக இருந் தார். அவர்தான் செய்தி வெளியிட்டார் என்று மீடியா சொன்னது. வானொலிச் செய்தியைச் சில நாளேடுகளும் உறுதிப்படுத்தின. இதனை நம்பி ஏஎஃப்பி செய்தி நிறுவனம் இந்தச் செய்தியை வெளியிட, வழக்கம்போல் தமிழகத்தில் ஹிந்து பத்திரிகை கர்ம சிரத்தையாக எடுத்துப் போட்டது. பிரபாகரன் சுனாமியில் சிக்கினார். சடலம் கிடைத்தது.

பிரபாகரன் சிரித்தார். சுனாமியில் பாதிக்கப்பட்ட இலங்கைத் தமிழர்களுக்கு இலங்கை அரசோ ராணுவமோ, இந்திய அரசோ செய்ததைக் காட்டிலும் பிரபாகரனும் அவரது இயக்கமும் செய்த உதவிகள் அதிகம். மிக அதிகம். காட்டில் எங்கோ ஒளிந்து உட் கார்ந்துகொண்டு பிரபாகரன் உத்தரவிட்டுக்கொண்டிருக்க வில்லை. பல இடங்களில் மிக நேரடியாக அவரே களப் பணியைத் தலைமை தாங்கி நடத்தியதை மக்கள் பார்த்திருக்கி றார்கள். பல தாய்மார்களிடம் ஆறுதல் சொல்லி, பல வீடுகளுக்கு நேரில் சென்று நலம் விசாரித்து, இயக்கத்தில் இருக்கும் அந்த வீட்டு உறுப்பினரை நினைவுகூர்ந்து, அவர் நன்றாக இருப்ப தாகத் தகவல் சொல்லி, தேநீர் போடச் சொல்லி உட்கார்ந்து குடித்துவிட்டு, தட்டிக் கொடுத்து, நம்பிக்கை சொல்லிவிட்டுப் போயிருக்கிறார்.

துரதிருஷ்டவசமாகத் துணி வியாபாரிகள்தான் யாரும் அப்போது அந்தப் பக்கம் வராது போய்விட்டார்கள்!

135

18. ஒப்பந்த நாயகன்

ராஜிவ்.

பிரபாகரனுக்கு அதுதான் இறுதிவரை விளங்க
வில்லை. இந்த முகத்தை நம்பாதே என்று எந்த
மனிதனுடைய உள்ளுணர்வும் அத்தனை எளிதில்
குரல் கொடுக்காது. இந்திய இலங்கை அமைதி
ஒப்பந்தத்தின் தொடர்ச்சியாக நடைபெற்ற சம்ப
வங்கள் திரும்பத் திரும்ப அவருக்கு அதைத்தான்
நினைவூட்டிக்கொண்டிருந்தன. எத்தனை நம்
பிக்கை சொன்னார்? எத்தனை வாக்குறுதிகள்
அளித்தார்? எப்படியெல்லாம் பேசினோம்?

அந்த தினத்தை அவரால் மறக்க முடியாது. 1987ம்
ஆண்டு ஜூலை 28ம் தேதி. புதுடெல்லி அசோகா
ஹோட்டலில் பிரபாகரன், பாலசிங்கம், திலீபன்
ஆகியோர் தங்கவைக்கப்பட்டிருந்தார்கள். யார்
யாரோ வந்து பேசினார்கள். என்னென்னவோ
பேசினார்கள். ஒப்பந்தம், அமைதி, ஒப்பந்தம்,
அமைதி, ஒப்பந்தம் அமைதி. சாரம் அதுதான்.
ஜே.என். தீக்ஷித் குட்டிக்கரணம் அடித்துப் பார்த்து
விட்டுச் சோர்ந்து போய்த் திரும்பியிருந்தார். 'நீங்கள்
நான்கு முறை இந்தியாவை ஏமாற்றிவிட்டீர்கள்
பிரபாகரன்!' என்று பரிதாபம் கொப்பளிக்கும்
முகத்துடன் தீக்ஷித் விடைபெறும்போது சொல்லி
யிருந்தார். அதற்குப் பிரபாகரனின் பதில்: 'எனில்,
நான்கு முறை நான் எம் மக்களைக் காப்பாற்றி
யிருக்கிறேன் என்று பொருள்.'

புரியவில்லை. யாருக்குமே. மிக எளிதாக ஒரு தேசத்தின் பிரச்னையை இன்னொரு தேசத்தின் பிரச்னையுடன் ஒப்பிட்டு அங்கே அப்படி, இங்கே இப்படி என்று பேசிவிட முடியும். பிரிவினை என்கிற சொல்லைக் கொண்டு நோக்கத்தைக் கொச்சைப்படுத்திவிடுவது சுலபம். காஷ்மீரை விட்டுக் கொடுக்காத இந்தியா, காலிஸ்தானைக் கிள்ளி எறிந்த இந்தியா, வடகிழக்கு மாநிலப் போராளிகளுடன் விடாமல் மல்லுக்கட்டும் இந்தியா எப்படி ஈழம் பிரிவதற்கு மட்டும் ஆதரவளிக்கும் என்று கேட்டுவிடலாம். எளிது. மிகவும் எளிது.

யாரும் புரிந்து கொள்ள மெனக்கெடத் தயாரா? பிரபாகரன் அதைத்தான் திரும்பத் திரும்பக் கேட்டார். இரண்டு வேறு வேறு இனங்கள். ஒன்றுக்கொன்று எந்தச் சம்பந்தமும் எந்தக் காலத்திலும் இருந்ததில்லை. மதம் வேறு. கலாசாரம் வேறு. மொழி வேறு. வரலாறு வேறு. வாழ்க்கை முறை வேறு. சகலமும் வேறு. ஒன்று மெஜாரிடி இனம். இன்னொன்று சிறுபான்மை இனம்.

சிறுபான்மை இனத்தின்மீது பெரும்பான்மை இனம் ஒரு தாக்குதலை நிகழ்த்துகிறது. திட்டமிட்ட தாக்குதல். தொடர்ச்சியான, இடைவெளியற்ற, நோக்கம் சிதறாத, கட்டுக்கோப்பான தாக்குதல். எத்தனை ஆட்சிகள் மாறினாலும் தாக்குதல் மாறவில்லை. இலங்கை சுதந்தரம் கண்ட நாளாக அதுதான் நிலைமை. முற்றிலும் தமிழினத்தை ஒழித்துவிடப் பார்க்கிறார்கள். இதுவரை கொல்லப்பட்ட மக்களின் எண்ணிக்கை வேண்டுமா? தர இயலும்.

ஆனால் வைத்துக்கொண்டு நீங்கள் என்ன செய்யப்போகிறீர்கள் என்று சொல்லுங்கள். உதவுவதென்றால் மனப்பூர்வமாக உதவி செய்யுங்கள். அல்லது எங்களை நிம்மதியாகப் போராட அனுமதியுங்கள். அதைத்தான் அவர் கேட்டார். மௌனமாக.

ராஜிவ் காந்தி தயாரித்திருந்த அமைதி ஒப்பந்தம் பிரபாகரன் ஏற்கக்கூடியதாக இல்லை. ஒரு நிரந்தரத் தீர்வுக்கான எந்த

புலிகள் இயக்கத்தின் பலத்தைக் குறைப்பது இந்திய உளவுத்துறையின் முக்கியச் செயல்திட்டங்களுள் ஒன்று. உளவுத்துறைக்குச் சாதகமான போராளி இயக்கங்களைக் கொண்டே இக்காரியத்தைச் சாதிக்க அவர்கள் முடிவு செய்திருக்கிறார்கள்.

வாசலும் அந்த ஒப்பந்தப் பிரதியில் இல்லை என்று பிரபாகரன் கருதினார். தீக்ஷித் கொடுத்துவிட்டுப் போயிருந்த ஒப்பந்த நகலை பாலசிங்கம் படித்துச் சொன்னபோது பிரபாகரன் அப்படித்தான் சொன்னார்.

இல்லை அண்ணை. இது சரிப்படாது. நாம் ஏற்பதற்கில்லை.

திரும்பத் திரும்ப அதைத்தான் பேசினார்கள். ஜே.என். தீக்ஷித். எம்.கே. நாராயணன். ரொமேஷ் பண்டாரி. அதிகார வர்க்கத்தின் அழகுப் பிரதிநிதிகள். அவர்களுக்குப் பதற்றம் இருந்தது. அச்சம் இருந்தது. ராஜிவ் பிரதமராகியிருந்த புதிது. சர்வதேச அளவில் இந்த ஒப்பந்தம் அரங்கேறினால் ஒரு கவனம் கிடைக்கும். உலகம் எப்போதும் இந்தியாவை கவனித்துக்கொண்டேதான் இருக்கிறது. தெற்காசிய வல்லரசு. வலுவான மத்திய அரசு. ஒற்றைக் கட்சி அரசு. புதிய பிரதமர் எப்படிச் செயல்படப் போகிறார்?

கவனமாகப் பார்ப்பார்கள். இந்திராவின் தவப்புதல்வன் என்ப தெல்லாம் போஸ்டருக்குச் சரி. உலகம் வியக்க ஓர் ஒப்பந்தம் அவசியம். இலங்கையுடனான ராஜிவின் ஒப்பந்தம் மட்டும் நடைமுறைக்கு வருமானால் அது பிராந்தியத்தில் இந்தியாவின் அந்தஸ்தைப் பல மடங்கு உயர்த்தும். சந்தேகமில்லை.

ஆனால் அதைத்தான் பிரபாகரன் எதிர்த்துக்கொண்டிருந்தார். அதுதான் இந்திய அதிகாரிகளுக்குப் பிரச்னையாக இருந்தது.

அன்றைக்கு இரவு பன்னிரண்டரை தாண்டிய நேரம் பிரபாகரனின் அறைக்கதவு தட்டப்பட்டது. எழுந்து விளக்கைப் போட்டு, கதவைத் திறந்தால் பாதுகாப்பு அதிகாரிகள் நின்றிருந்தார்கள். ராஜிவ் உங்களைச் சந்திக்க விரும்புகிறார். நாம் உடனே புறப்பட வேண்டும்.

நள்ளிரவிலும் விழித்திருந்து வேலை பார்க்கும் ராஜிவ். அப்போதும் தன் புன்னகையை உறங்கவிடாமல் உலவ விடும் ராஜிவ். வாருங்கள் பிரபாகரன். உங்களைப் பற்றி நிறைய கேள்விப்பட்டிருக்கிறேன். உட்காரலாமே.

வெகு நேரம் பேசினார்கள். மூன்று விஷயங்களில் பிரபாகரன் உறுதியாக இருந்தார். ஒப்பந்தத்தில் குறிப்பிடப்பட்டிருந்த மூன்று விஷயங்கள்.

★ இலங்கையின் வடகிழக்கு மாகாணங்களில் தமிழர்களும் முஸ்லிம்களும் வரலாற்றுக் காலம் தொட்டு வாழ்ந்து வருகிறவர்கள். அது அவர்களுடைய தாய்மண். அத்துமீறிக் குடியேற்றங்கள் நிகழ்த்தியது சிங்கள அரசுதான். அது புரியாமல் ஒப்பந்தத்தில், நிலம் தொடர்பான கருத்து வாக்கெடுப்பு நடத்த வேண்டுமென்று சொல்லியிருப்பதை ஏற்க முடியாது. வாக்கெடுப்புக்கு எந்த அவசியமும் இல்லை. வடக்கும் கிழக்கும் தமிழர் பூமி.

★ இடைக்கால அரசு என்கிறீர்கள். மாகாண சபைக்கு என்ன அதிகாரம் கொடுக்கப்பட்டிருக்கிறது? வெளிப்படையாகச் சொல்வதென்றால் ஒன்றுமில்லை. ஒரு பொம்மை அரசு. அதிகாரமற்ற ஓர் அரசு அமைவதில் எந்தப் பயனுமில்லை.

★ அது கூடப் பரவாயில்லை. ஆனால் மாகாண சபையைக் கலைக்கும் அதிகாரம் அதிபருக்கு உண்டு என்று சொல்லப் பட்டிருக்கிறது. சிங்கள இன வெறியரான ஜெயவர்த்தனா ஒப்பந்தம் முடிந்து எத்தனை நாளைக்குக் கலைக்காமல் வைத்திருப்பார் என்று எதிர்பார்க்கிறீர்கள்? இதையும் ஒப்புக்கொள்ள இயலாது.

இன்னும் நிறையப் பேசினார்கள். ஒப்பந்தம் முடிந்த எழுபத்தி இரண்டு மணி நேரத்துக்குள் போராளிகள் தம் ஆயுதங்கள் அனைத்தையும் இந்திய ராணுவத்திடம் ஒப்படைக்க வேண்டு மென்கிற விதி, போர் நிறுத்தம், இந்திய மேற்பார்வை இன்ன பிற அம்சங்கள்.

அந்த இரவில்தான் ராஜிவ் காந்திக்கும் பிரபாகரனுக்கும் இடையே முன் சொன்ன எழுதாத ஒப்பந்தமும் அரங்கேறியது. நீங்கள் ஒப்புக்கு ஆயுதங்களை ஒப்படைத்தால் போதும். மாதச் செலவுக்கு இந்தியா பணம் கொடுக்கும். ஆதரிக்க வேண்டாம், எதிர்க்காதிருந்தால் போதும். மாகாண சபையில் புலிகளுக்குக் கணிசமான இடம் இன்ன பிற.

நிறையப் பேசினார்கள். இரவெல்லாம் பேசினார்கள். மறுநாள் ராஜிவ் காந்தி இலங்கைக்குச் சென்று ஒப்பந்தத்தில் கையெழுத் திட்டுவிட்டால் கணப்பொழுதில் இலங்கை ஓர் அமைதிப்பூங்கா வாகிவிடும். இதில் சந்தேகமில்லை. ஒப்புக்கொள்ளுங்கள், ஒப்புக்கொள்ளுங்கள்.

பிரபாகரனுக்கு அதுதான் பிரச்னை. அவரைத் தவிர மற்ற போராளி இயக்கங்கள் எது பற்றியும் இந்தியாவுக்குக் கவலை யில்லை. எல்லோரும் ஏற்றுக்கொண்டு விட்டார்கள். யாருக்கும் எந்தப் பிரச்னையும் இல்லை. ஆஹா, இடைக்கால அரசு. அட்டே ஆட்சி நம்வசம். பாதுகாவலுக்கு இந்தியா. என்ன செய்ய முடியும் ஜெயவர்த்தனாவால்? எதுவானாலும் பார்த்துக் கொள்ளலாம். இந்தியா இருக்கிறது. ராஜிவ் இருக்கிறார்.

இந்தியாவுக்கும் அதுதான் பிரச்னை. அனைத்து இயக்கங்களும் ஒப்புக்கொண்டுவிட்டாலும் பிரபாகரன் ஒப்புக்கொள்ளாத வரை ஒப்பந்தத்தில் அர்த்தமில்லை என்பது ராஜிவுக்குத் தெரி யும். விடுதலைப் புலிகளின் பலம் அவருக்குச் சொல்லப் பட்டிருந்தது. அவர்களுக்கு இருந்த மக்கள் ஆதரவு பற்றி துணி வியாபாரிகள் கதை கதையாகச் சொல்லியிருந்தார்கள். 'இயக்கங்களுக்கிடையே பிரச்னை, எதையாவது ஒன்றைத் தேர்ந்தெடு என்றால் யாழ்ப்பாணத்து மக்கள் கண்ணை மூடிக்கொண்டு பிரபாகரன் பக்கம்தான் நிற்பார்கள்' என்று குறி சொல்லும் நபர் ஒருவர் அறிக்கை அனுப்பியிருந்ததை ராஜிவ் நினைவுகூர்ந்தார்.

அதனால்தான் அத்தனை பாடு பட்டார்கள். திரும்பத் திரும்ப மெனக்கெட்டார்கள். பிரபாகரன், தயவு செய்து சம்மதம் சொல்லுங்கள்.

ராஜிவ் - பிரபாகரன் பேச்சுவார்த்தைகளின்போது தமிழக அமைச்சர் பண்ருட்டி ராமச்சந்திரன் உடன் இருந்தார். ஒரு சாட்சி. அல்லது ஒரு சௌகரியம். பண்ருட்டி, எம்.ஜி.ஆரின் ஆள். அவரை அருகே வைத்துக்கொண்டு பேசுவதன் மூலம், ஒப்பந்தத் துக்கு எம்.ஜி.ஆரின் ஆதரவும் இருப்பதாக மௌனமாகத் தெரி விப்பதற்கான ஓர் உத்தி.

நீண்ட உரையாடல்களுக்குப் பிறகு அசோகா ஹோட்டலுக்குத் திரும்பியதும் பிரபாகரன் பாலசிங்கத்திடம் சொன்னார். அண்ணை, இந்த வாக்குறுதிகள் ஏதும் செயல்வடிவம் பெறாது. அனைத்தும் ஏமாற்று வித்தை. பொறுத்திருந்து பாருங்கள்.

சற்றே நிதானமாக யோசித்துப் பார்த்தால், ஒப்பந்தம் செயல் பட்டிருக்க முடியும். வாய்ப்புகள் இருந்தன. ராஜிவ் காந்தி பிரபா கரனைக் கொஞ்சம் குறைத்து மதிப்பிட்டிருக்காவிட்டால்.

என்ன செய்துவிட முடியும் என்கிற அலட்சியபாவம் இருந்திருக்கிறது. உளவுத்துறை அளித்த அறிக்கைகள் காரணமாயிருக்கலாம். இயக்கத்தைப் பிளந்து விடலாம், எளிது என்று சொல்லப்பட்டிருக்கலாம். பிரபாகரனின் பலம் குறித்த தவறான கணிப்புகள் அறிக்கையாக அனுப்பப்பட்டிருக்கலாம். மாத்தையாவை முன்னிறுத்தி இன்னொரு அரசியல் ஆடிப்பார்க்க ஆலோசனை வழங்கப்பட்டிருக்கலாம். அனைத்துக்கும் மேலாக இந்தியா பிரிவினைவாத இயக்கங்களை ஆதரிக்காது என்கிற நிலைபாட்டைத் திரும்பத் திரும்ப நினைவு படுத்தி, புலிகளை ஒழித்தாக வேண்டியது இந்தியாவின் பிராந்திய நலனுக்கு அவசியம் என்று அதிகார வர்க்கத்தினால் எடுத்துச் சொல்லப்பட்டிருக்கலாம்.

எது நடந்திருக்கும், அல்லது எது வேலை செய்திருக்கும் என்று சொல்லமுடியாது. ஆனால் இவற்றில் ஏதேனும் ஒன்று அல்லது எல்லாமே வேலை செய்யாமல் ஒப்பந்தம் அப்படிக் காற்றில் பறந்திருக்க வாய்ப்பில்லை.

மாகாண சபை அமைப்பதில் காலதாமதம் மேற்கொள்ளப்பட்டது. பிரபாகரன் பல்லைக் கடித்தார். போர் நிறுத்த காலத்தில் புலிகள் கைது செய்யப்பட்டார்கள். பிரபாகரனின் உதடு துடித்தது. விடுதலைப் புலிகள் இயக்கத்துக்குள் பிளவை உண்டாக்க இந்திய உளவுத்துறை வெகு மும்முரமாக வேலை செய்தது. அவர் பொறுமை இழந்து போனார்.

புலிகள் அமைப்பு நீங்கலான பிற அனைத்து இயக்கங்களுடனும் தோழமை வளர்த்து, புலிகளைத் தனிமைப்படுத்தப் பார்த்தது, பதினேழு விடுதலைப் புலிகளை இலங்கை ராணுவம் கைது செய்தபோது இந்தியா தலையிடாமல் வேடிக்கை பார்த்தது, பிரபாகரனைக் கொலை செய்யத் திட்டம் தீட்டிய விஷயம் பொட்டு அம்மானால் கண்டுபிடிக்கப்பட்டது எல்லாம், எல்லாம் சேர்ந்து பிரபாகரனைச் சீண்டியது.

காங்கேசன் துறையில் பற்றவைக்கப்பட்ட ராக்கெட்டுகள் அதனால்தான் இந்திய அமைதிப்படையின்மீது போய் விழுந்தன. மாத்தையாவைக் கொண்டு அந்தக் காரியத்தைச் செய்ததுகூடப் பிரபாகரன் ஒரு யோசனையுடன் செய்ததுதான். அது மாத்தையாவுக்கு வைக்கப்பட்ட பரீட்சை.

அந்தப் பரீட்சையில் மட்டுமல்ல. அம்மாதிரியான பல பரீட்சை களிலும் மாத்தையா தயங்காமல் கலந்துகொண்டதும் தனது விசுவாசத்தை வெளிக்காட்டக் கிடைத்த எந்த சந்தர்ப்பத்தையும் நழுவ விடாதிருந்ததும்தான் அவரை 1994வரை உயிர் தரிக்க வைத்திருந்தது.

ஆனால் அவர் விலைபோய்விட்ட விஷயம், இந்திய அமைதிப் படை இலங்கை மண்ணைத் தொட்ட சில நாள்களுக்குள் பிரபாகரனுக்குத் தெரியும் என்கிற விஷயம் மட்டும் மாத்தையா வுக்கு வெகு நாள்களுக்குத் தெரியாமலேயே இருந்தது.

அதைக் கூடப் பிரபாகரனால் பொறுத்துக்கொண்டிருக்க முடியும். இந்தியப் படைகளுடன் யுத்தம் என்கிற முடிவை அவர் எடுப் பதற்கு மிக முக்கியக் காரணமாக இருந்த விஷயம் ஒன்றுண்டு. சற்றே தீவிரமானது.

ஒப்பந்தம் நடந்தேறி, இந்திய அமைதிப்படை பலாலியில் வந்து இறங்கி யாழ் வீதிகளில் உலா வரத் தொடங்கியிருந்த சமயம். சில மாதங்கள் கடந்திருந்தன. ஒப்பந்த விரோதமாக சிங்கள அரசு தமிழர் பகுதியில் புதிய காவல் நிலையங்களைத் திறப்பது, புதிய சிங்களக் குடியேற்றங்களுக்கு அடிக்கல் நாட்டுவது என்று தன் வழக்கப்படிக் காரியங்களை நடத்திக்கொண்டிருக்க, இந்தியா ஏன் வேடிக்கை பார்க்கிறது என்று புரியாமல் பிரபாகரன் ராஜிவ் காந்திக்குக் கடிதங்கள் எழுதிக்கொண்டிருந்தார்.

மறுபுறம் இந்தியாவில் இருந்து அணி அணியாக ஈ.பி.ஆர்.எல்.எஃப், ப்ளொட், டெலோ இயக்க உறுப்பினர்கள், இந்திய உளவுத்துறையால் சிறப்புப் பயிற்சிகள் அளிக்கப்பட்டு இலங்கைக்குக் கொண்டு வந்து இறக்கப்பட்டுக்கொண்டிருந் தார்கள்.

முந்தைய இரு இயக்கப் போராளிகளும் மட்டக்களப்பு பகுதிக் கரையோரம் இரவுப் பொழுதுகளில் வந்து இறங்குவார்கள். டெலோ உறுப்பினர்கள் மன்னார் வளைகுடாப் பகுதியில் வந்து இறங்குவார்கள்.

என்ன நடக்கிறது? பிரபாகரன் கவலை கொண்டார். சொல்லி வைத்த மாதிரி இரவு ரோந்தில் இருந்த புலிப் போராளிகள் பலர் இந்தப் புதிய நண்பர்களால் கொல்லப்பட்ட செய்திகள் அநேகமாக தினசரி வரத்தொடங்கியது.

பிரபாகரன் உடனடியாகப் பொட்டு அம்மானை அழைத்தார். சில ரகசிய உத்தரவுகள் தரப்பட்டன. கண்காணிப்புகளை பலப் படுத்துங்கள். இரவு ரோந்து போகிறவர்களின் எண்ணிக்கையை அதிகப்படுத்துங்கள். பாதுகாப்புப் படை எந்நேரமும் கடலோரம் தயாராக இருக்கட்டும்.

அப்படிச் செய்ததன் விளைவாக ஈ.பி.ஆர்.எல்.எஃப்., ப்ளொட் இயக்க உறுப்பினர்கள் சிலரைக் கைது செய்து அழைத்து வர முடிந்தது.

வன்னிக் காட்டுப் பகுதியில் பிரபாகரன் அவர்களை விசாரித்தார். விவரம் வெளியே வந்தது. புலிகள் இயக்கத்தின் பலத்தைக் குறைப்பது இந்திய உளவுத்துறையின் முக்கியச் செயல்திட்டங் களுள் ஒன்று. உளவுத்துறைக்குச் சாதகமான போராளி இயக்கங்களைக் கொண்டே இக்காரியத்தைச் சாதிக்க அவர்கள் முடிவு செய்திருக்கிறார்கள்.

இதற்குமேல் ஒன்றுமில்லை என்னும் நிலை வந்தபோதுதான் பிரபாகரன் ஒப்பந்தத்தை நிராகரித்துவிட்டு ஆயுதம் தூக்க முடிவு செய்தார்.

19. ஆயுதம் செய்வோம்

யுத்தம் தொடங்கி, யாழ்ப்பாணம் விழுந்தாலும் பிரபாகரன் விழவில்லை. பெரிய இழப்புதான். கோட்டை கைவிட்டுப் போனது தாங்க முடியாத சோகம்தான். தமிழர்கள் அத்தனை பேரும் அதிர்ந்து தான் போயிருந்தார்கள். சர்வ வல்லமை பொருந் திய இந்திய ராணுவத்துடன் போரிடுவது அத்தனை எளிதல்ல என்பது பிரபாகரனுக்குத் தெரிந்துதான் இருந்தது. ஆனாலும் வேறு வழியில்லை. இது விதி. போராட விதிக்கப்பட்டிருக்கிறது என்று அவர் தம் படையினருக்குச் சொன்னார்.

யாரும் அச்சப்படத் தேவையில்லை. யாரும் கவலை கொள்ளத் தேவையில்லை. நமக்கு சர்வதேசத் தமிழர்களின் ஆதரவு இருக்கிறது. உலகெங்கும் மக்கள் நமக்காகக் கவலைப்படுகிறார்கள். கண்ணீர் சிந்துகிறார்கள். உதவிகள் செய்கிறார்கள். இலக் கில் பிசகின்றி நாம் செயலை மட்டும் முன்னெடுப் போம். மற்றவை நல்லபடியாகவே நடக்கும்.

அது ஒரு பலம்தான். சந்தேகமில்லாமல் பெரிய பலம். உலகத் தமிழர்களின் ஆதரவு. எளிதில் வந்ததல்ல. நிறையக் கஷ்டப்பட்டிருக்கிறார். உலக நாடுகள் எங்கும் தமிழர் வசிக்கும் இடங்களுக்குச் சென்று பேசிப்பேசி ஆதரவு திரட்டி, நிதி திரட்டி, தொடர்புகளை வலுப்படுத்தி -

இத்தனைக்கும் பிரபாகரன் இந்தியா தவிர வேறு எந்த தேசத்துக்கும் சென்றவரில்லை. அவருக்கு

ஆங்கிலம் பேச வராது. மெல்லப் பேசினால் புரியும். அல்லது இந்தியர் ஆங்கிலம் புரியும். நார்வே தூதுக்குழுவினர் வந்தால் அவரால் தனியே தாக்குப்பிடிக்க முடியாது. பாலசிங்கம் தேவைப்படுவார். தமிழ்ச்செல்வன் தேவைப்படுவார். என்ன பேசவேண்டும், எப்படிப் பேசவேண்டும், எந்த விஷயத்தில் என்ன நிலைபாடு, எதுவரை விட்டுக்கொடுக்கலாம், எங்கே இழுத்துப் பிடிக்கவேண்டும் என்று முன்னதாகத் தன் பிரதிநிதிகளிடம் ஆணித்தரமாகச் சொல்லிவிடுவார். பிறகு அவர்களைப் பேசவிட்டு, பொறுமையாக அமர்ந்து கேட்டுக் கொண்டிருப்பார். இதுதான் வழக்கம். இதுதான் நடைமுறை.

வெளிநாடுகளில் ஆதரவு திரட்டுவது என்று முடிவு செய்து ஒரு செயல்திட்டம் வகுத்து வேலைகளைத் தொடங்கியபோது இருவேறு விதமான நடவடிக்கைகளை அவர் ஒரே சமயத்தில் ஆரம்பித்தார்.

அரசியல் ரீதியில் பேச்சுவார்த்தைகள் நடத்த, பொதுமக்களைச் சந்திக்கத் தனியே அரசியல் குழு. இயக்கத்துக்குப் பணம் திரட்ட, ஆயுதங்கள் வாங்க, அதற்கான வெளிநாட்டுத் தொடர்புகளை உருவாக்கிப் பேண முற்றிலும் வேறான இன்னொரு குழு.

1984ம் ஆண்டு முதலே பிரபாகரன் இதற்கான வேலைகளை ஆரம்பித்திருந்தார். ஒரு கப்பல் கம்பெனி தொடங்க வேண்டு மென்பது அவருடைய முதல் எண்ணமாக இருந்தது. கடற்படை அமைப்பதற்கெல்லாம் முன்னால் ஏற்பட்ட எண்ணம் அது.

அது தேவை. வெகு முக்கியம். இயக்கத்துக்கு ஆயுதங்கள் வாங்க வேண்டும். தொலைதூர ஐரோப்பிய தேசங்களில் இருந்தும் தென் அமெரிக்க தேசங்களில் இருந்தும் ஆயுதங்கள் கொண்டு வந்தாக வேண்டும். தாய்லாந்திலிருந்து மலிவு விலைச் சரக்கு கொண்டுவருவதென்றாலும் சொந்தக் கப்பல் இல்லாமல் சாத்தியமில்லை.

கேபி தலைமையில் இயங்கும் ஆயுதக் கொள்முதல் பிரி வின் செயல்பாடுகள் அநேகமாகச் சற்றும் வெளியே தெரியாதவை. கேபிக்குத் தெரியும், பிரபாகரனுக்குத் தெரியும். இயக்கத்துக்குள்ளேயே வேறு யாருக்கும் தெரியுமா என்பது சந்தேகம்.

ஆனால் ஒரு போராளி இயக்கம், கப்பல் கம்பெனி நடத்துவது அத்தனை எளிதான காரியமும் இல்லை. வெளிப்படையாக விடுதலைப் புலிகள் என்று பெயர் போட்டுக் கப்பல் ஓட்ட முடியாது. ஆயுதச் சரக்குகளை, தகவல் தொடர்புச் சாதனங்களை அப்பட்டமாகக் கொண்டுவர முடியாது. ரகசியமாகத்தான் செய்தாகவேண்டும். மாற்றுப் பெயர்களில்தான் இயங்கியாக வேண்டும்.

பிரபாகரன் கேபியுடன் உட்கார்ந்து பேசினார். செய்துவிடலாம், பிரச்னையில்லை என்றுதான் குமரன் பத்மநாதன் சொன்னார். பிரபாகரனுக்கு இன்னொரு யோசனை இருந்தது. நமது கப்பல் நமக்கு ஆயுதம் கொண்டு வருவது இருக்கவே இருக்கிறது. அப்படியே சாதாரண சரக்குக் கப்பலாகவும் செயல்படுமானால் வருமானத்துக்கு வருமானமும் ஆச்சு, வியாபாரிகளுக்கு உதவியது போலவும் ஆகுமே?

அப்படித்தான் செய்தார்கள். பிரபாகரன் கிட்டுவைக் கூப்பிட்டு அனுப்பினார். வல்வெட்டித்துறையில் ஏராளமான மரைன் எஞ்சினியர்கள் உண்டு. கடலோர வடக்கு மாவட்ட நகரங்கள், கிராமங்களில் கப்பல் தொழில்நுட்பம் அறிந்தவர்கள் இப் போதும் நிறையப்பேர் உண்டு. அவர்களில் நம்பிக்கைக்குரிய யாராவது ஒருவரைப் பிடிக்கச் சொன்னார் பிரபாகரன்.

கிட்டு, டேவிட் என்றொரு கப்பல் கேப்டனை அழைத்து வந்தார். யாழ்ப்பாணத்துக்காரர். வருடத்தில் எட்டு மாதம் வெளிநாடு களில் சுற்றிக்கொண்டிருந்தவர். நல்ல அனுபவஸ்தர். இவர் நமக்கு உதவுவார் என்று கிட்டு சொன்னார்.

பிரபாகரன் டேவிட்டை கேபிக்கு அறிமுகம் செய்துவைத்தார். ஒரு கப்பல் கம்பெனி தொடங்குவதற்கான ப்ளூ ப்ரிண்ட் போடப்பட்டது. சிங்கப்பூரை மையமாக வைத்து தென் கிழக்காசிய நாடுகள் பகுதியில் இயங்கக்கூடியதாக முதலில் தொடங்கலாம் என்று பிரபாகரன் சொன்னார்.

முதல் முதலாக 'சன் ஹிங்' என்றொரு சீனக்கப்பலை செகண்ட் ஹேண்டில் வாங்கினார்கள். படு பழைய கப்பல். அதைச் செப்பனிட்டு, சரி செய்து டேவிட் இயங்க வைத்தார். புதிதாகப் பெயிண்ட் அடித்து எம்.வி. சோழன் என்று பெயரிட்டு பனாமா வுக்குக் கொண்டு போய் பதிவு செய்தார்கள். அரசு மேரிடைம் கப்பல் கம்பெனியின் முதல் கப்பல்.

எலுமிச்சம்பழம் நசுக்கி, சூடம் காட்டி மலேசியாவில் சரக்கு ஏற்றிக்கொண்டு ஒரு பரீட்சார்த்த சுற்றாக எம்.வி. சோழன் கிழக்குக் கடலில் இறங்கி, நகரத் தொடங்கியது. விசாகப் பட்டினம் துறைமுகத்துக்கு வந்து நின்று சரக்கு இறக்கியது. கப்பலில் இறக்காத சரக்காகச் சில துணி பார்சல்கள், மழை கோட்டுகள், தோல் பொருள்கள், பதப்படுத்தப்பட்ட உணவுப் பொருள்களுடன் கொஞ்சம் ஆயுதங்களும் தகவல் தொடர்புக் கருவிகளும் விசைப்படகு எஞ்சின்களும் இருந்தன.

ஒன்றும் பிரச்னையில்லை. பயணம் இனிதே நடந்து முடிந்தது. பிரபாகரனுக்கு நம்பிக்கை வந்தது. தொடுவானம் என்ற இன் னொரு கப்பல் வந்து சேர்ந்தது. விரைவில் மூன்றாவது கப்பலாக நோவா, அடுத்தபடியாக யஹதா, அமேஸான், நிஃப்ளை, கடற் குதிரை, தங்கப்பறவை என்று கப்பல்கள் சேர்ந்துகொண்டே போயின.

அரசு மேரிடைம் போதாது என்று தோன்றியது. பாயிண்ட் பெட்ரோ ஷிப்பிங் கார்ப்பரேஷன், விக்ரம் ஹோல் டிங்ஸ் பிரைவேட் லிமிடெட், பிளைமௌத் மாரிடைம் பிரைவேட் லிமிடெட் என்று வேறு பல கம்பெனிகள் பிறந்தன.

இந்தக் கம்பெனிகளின் கப்பல்கள் உலகெங்கும் நீர்ப்பரப்பில் மெல்ல மெல்ல வலம் வரத் தொடங்கின. சரக்குக் கப்பல்களுக்கு எப்போதும் எல்லா இடங்களிலும் தேவை உண்டு. எனவே நல்ல வருமானம் இருந்தது.

யாருக்கும் எந்தச் சந்தேகமும் எழாத வண்ணம் வெகு துப்புர வான ஆவணங்கள். பல நாடுகளில், சட்ட விதிகளுக்கு முரண் படாத வண்ணம் ஒழுங்காகப் பதிவு செய்து ஓடிய கப்பல்கள். புலிகளா? யார் என்று கேட்பார்கள். அப்படியொரு தொடர்பற்ற தொடர்பை இந்தக் கப்பல் கம்பெனிகள் வைத்திருந்தன. பிரபாகரன் வெகு அழகாகப் பயிற்றுவித்திருந்தார். கப்பல்கள் ஓடுவது வருமானத்துக்காக. வருமானம் எக்காரணம் கொண்டும் பாதிக்கப்படக்கூடாது.

தவிரவும் ஆயுதக் கொள்முதல் என்னும் மாபெரும் செயல் திட்டமும் இருந்தபடியால் இந்தக் கப்பல்கள் புலிகளின் கப்பல்கள் என்பது அவற்றில் வேலை பார்க்கும் பலருக்கே தெரியாதிருந்தது.

கேபி மிகத் தீவிரமாக வேலை பார்த்தார். உலகெங்கும் எங்கெல்லாம் ஆயுதங்கள் ரகசியமாகக் கிடைக்கின்றன என்று பட்டியல் எடுத்தார். விலை விவரங்கள் சேகரித்தார். ஒப்பிட்டு, லாபகரமான இடங்களை வட்டமிட்டார். ரகசியப் பேச்சு வார்த்தைகளுக்குத் தனிக்குழு அமைத்தார். அனைத்துக் குழுவுக்கும் அவரே தலைமை தாங்கினார்.

ஒரு பக்கம் சர்வதேச அளவில் ஈழத் தமிழர்களைச் சந்தித்து இயக்கத்துக்கு நிதி திரட்டுவது. மறு பக்கம் திரட்டிய நிதியை ஆயுதங்களாகவும் தகவல் தொடர்புச் சாதனங்களாகவும் மாற்றுவது.

அப்படி மாற்றியதை ஆங்காங்கே கப்பல்களில் ஏற்றி சரக்குகளுக்கு மத்தியில் பதுக்கி இலங்கைக்கு அனுப்புவது. சிங்கப்பூர், தாய்லாந்து, சைப்ரஸ், ஜெர்மனி போன்ற தேசங்களிலும் இந்தியாவிலும் கேபி பல பெயர்களில் வங்கிக் கணக்குகள் திறந்தார். வருகிற நிதி மிகக் கவனமாக அவற்றில் சேர்க்கப்பட்டது. யாருக்கும் எந்தச் சந்தேகமும் எழாத வண்ணம் அந்த நிதி ஆயுதங்கள் வாங்கப் பயன்படுத்தப்பட்டது.

பெரும்பாலும் நார்வே, அமெரிக்கா, கம்போடியா, தாய்லாந்து, கொலம்பியா மற்றும் இஸ்ரேலில் இருந்தே விடுதலைப் புலிகளுக்கான ஆயுதங்கள் தருவிக்கப்பட்டிருக்கின்றன. சிங்கப்பூர், ஜப்பானிலிருந்து தகவல் தொடர்புச் சாதனங்கள்.

சரி. ஆயுதங்கள் என்றால்?

விடுதலைப் புலிகள் வெளிநாடுகளிலிருந்து வாங்கிய பெரும்பாலான ஆயுதங்கள் நவீன ஏகே ரகத் துப்பாக்கிகள். பழைய சோவியத் தயாரிப்புகளான ஏகே 56, ஏகே 81, ஏகே 47 ரக இயந்திரத் துப்பாக்கிகள் இவற்றுள் பிரதானமானவை. இவை தவிர கையெறி குண்டுகள், குறுகிய தூரம் பயணம் செய்து தாக்கும் சிறு ராக்கெட்கள், அவற்றைச் செலுத்துவதற்குத் தேவையான லாஞ்ச்சர்கள், எஸ்.ஏ.7 என்கிற தரையிலிருந்து சீறிச் சென்று விமானங்களைத் தாக்கி அழிக்கக்கூடிய ராக்கெட்டுகள், ஆர்.பி.ஜி.7 ரக கிரேனேட் லாஞ்ச்சர்களும் நிறைய வாங்கப்பட்டிருக்கின்றன.

தொடக்கத்தில் ஒரு துப்பாக்கி ரவை கூடக் கைவசமில்லாமல் பயிற்சிக்கே வழியற்றுக் கிடந்த காலங்களைச் சந்தித்தவர் பிரபாகரன். பல காவல் நிலையத் தாக்குதல்களை விடுதலைப் புலிகள் மேற்கொண்டதன் காரணமே, அங்கிருக்கும் ஆயுதங்

களை எடுத்து வரலாம் என்பதனால்தான். எனவே, கையில் பணம் கிடைக்கும்போதெல்லாம் அதை ஆயுதங்களாக மாற்றி வைக்க வேண்டுமென்பதில் மிகத் தீவிரமாக இருந்தார். கேபிக்கு இது புரிந்தது.

சோவியத் தயாரிப்புகள், அதிலிருந்து பிரிந்த உதிரி தேசங்களின் கள்ள மார்க்கெட்டில் எளிதில் கிடைக்கும். உஸ்பெகிஸ்தான், துர்க்மெனிஸ்தான் போன்ற தேசங்கள். சோவியத் தயாரிப்புகளின் நகல் ஆயுதங்களை பெல்ஜியத்தில் வாங்குவது வழக்கம். மேலே குறிப்பிடப்பட்டிருக்கும் சில ரகங்களைத் தவிரவும் பல அதிநவீன ஆயுதங்கள், தகவல் தொடர்புக் கருவிகள், வயர்லெஸ் செட்கள், ரேடியோக்கள், டிரான்ஸ்மிட்டர்கள், பாட்டரிகள் புலிகளிடம் உண்டு. உலகம் சுற்றும் கேபி, எதை எங்கே வாங்கு வார் என்பது யாருக்கும் தெரியாது. தொழில்நுட்ப உபகரணங்கள் மட்டும் சிங்கப்பூரிலிருந்தும் ஜப்பானிலிருந்தும் தருவிக்கப்படும் என்பது தெரியும்.

விடுதலைப் புலிகள் இயக்கம், தொடக்க காலத்தில் நிதிக்குக் கஷ்டப்பட்டிருக்கிறதே தவிர *84-85*ம் ஆண்டுக்குப் பிறகு பெரிய அளவில் அவர்களுக்குப் பணப்பிரச்னை இருந்ததாகத் தெரிய வில்லை. உலகெங்கிலுமிருந்து அவர்களுக்கு நிதி வந்து கொண்டிருந்தது. கேபி அதன் பொறுப்பாளராக இருந்தார்.

ஒரு பிசினஸ்மேன், தனக்குக் கிடைக்கும் கூடுதல் பணத்தைத் தொழிலில் போட்டு மேலும் அதனை வளர்க்க நினைப்பது போலவே பிரபாகரன் இயக்கத்துக்கென கிடைத்த பணத்தை இயக்கத்தின் வளர்ச்சிக்கு மட்டுமே செலவழிப்பதில் கவனமாக இருந்தார். ஒரு தேசத்தின் ராணுவத்தைப் போலவே புலிகள் இயக்கமும் ஆயுத வசதியில், படைப்பிரிவு வசதிகளில் தன்னிறைவு கொண்டிருக்க வேண்டுமென்பது அவரது கனவாக இருந்தது.

கப்பல் படை, விமானப்படை, தரைப்படை என்றெல்லாம் திட்ட வட்டமான படைப்பிரிவுடன் இயங்கும் போராளி இயக்கம் உலகி லேயே வேறு கிடையாது. பார்த்துப் பார்த்துச் சேர்த்தார். வெகு கவனமாகத் தனது பன்னாட்டுத் தொடர்புகளைப் பயன்படுத்தி, படைகளுக்குத் தேவையான தளவாடங்களைக் கொண்டுவந்தார்.

பிரபாகரன் நேரடியாக வேறு எந்தப் போராளி இயக்கத்துடனும் தொடர்பு கொண்டதற்கான ஆதாரங்கள் கிடையாது. ஆனால் விடுதலைப் புலிகளின் சர்வதேசப் பிரிவில் பெயர் அறியாத

சிலருக்கு மத்தியக் கிழக்குப் போராளி இயக்கங்கள் பலவற்றுடன் - குறிப்பாக அல் காயிதா மற்றும் ஹிஸ்புல்லாவுடன் தொடர்புகள் உண்டு. கேபி தலைமையில் இயங்கும் ஆயுதக் கொள்முதல் பிரிவின் செயல்பாடுகள் அநேகமாகச் சற்றும் வெளியே தெரியாதவை. கேபிக்குத் தெரியும், பிரபாகரனுக்குத் தெரியும். இயக்கத்துக் குள்ளேயே வேறு யாருக்கும் தெரியுமா என்பது சந்தேகம்.

சிங்கப்பூர், தாய்லாந்து, பர்மா ஆகிய தேசங்களில் விடுதலைப் புலிகளுக்கு ஆயுதம் வாங்கும் பிரிவு தனியொரு இயக்கமாகவே செயல்பட்டுக்கொண்டிருப்பதாகச் சொல்லப்படுகிறது. இந்தோ னேஷிய இயக்கமான ஜமா இஸ்லாமியாவின் உதவியுடன் முன்னாள் ஆப்கன் போராளிகள் மூலம் அவர்கள் உக்ரைனிலிருந்து டி.என்.டி. மற்றும் ஆர்.டி.எக்ஸ் வெடிபொருள்களைத் தருவிப்ப தாகச் சொல்வார்கள். இந்தச் சரக்குகள் உக்ரைனில் இருந்து தாய் லாந்து கொண்டு செல்லப்பட்டு, அங்கிருந்து கப்பல் மார்க்கமாக ஈழத்துக்கு வந்து சேரும். எஸ்.ஏ.7 விமான எதிர்ப்பு ஏவுகணை களைப் புலிகள் கம்போடியாவில் வாங்குவதாக ஒரு தகவல் உண்டு.

திடீரென்று செய்தியில் அடிபட்ட புலிகளின் விமானத்தாக்குதல் கூட ஒருநாளில் நிகழ்ந்த மாயாஜாலமல்ல. பல்லாண்டு கால யோசனை. தெளிவான திட்டங்கள். ரகசியக் காப்பு. பல்வேறு நாடுகளிலிருந்து விமானத்துக்கான பகுதிகள் தனித்தனியே வாங்கப்பட்டு ஆஸ்திரேலியாவுக்கு அனுப்பப்பட்டு, அங்கிருந்து பார்சல் பார்சலாக வன்னிக் காட்டுப்பகுதிக்குக் கொண்டு செல்லப்பட்டிருக்கின்றன. வெளிநாடுகளில் வசிக்கும் ஈழத் தமிழ் எஞ்சினியர்கள், விமானத் தொழில்நுட்பம் அறிந்தவர்கள் தருவிக்கப்பட்டு, அவர்கள் மூலம் விமானம் கட்டப்பட்டதாகச் சொல்லப்படுகிறது.

ஒரு விஷயம். இன்றைக்கு வரை தமிழ் மீடியா, பிரபாகரனின் மகன் சார்ல்ஸ் ஆண்டனி விமானப்படைப் பிரிவைத் தலைமை தாங்குவதாகவும் அவர் ஒரு சிறந்த விமான எஞ்சினியர், விமான பைலட் என்றும் விடாப்பிடியாக எழுதிக்கொண்டிருக்கிறது.

உண்மையில் சார்ல்ஸ் ஆண்டனிக்கும் விமானங்களுக்கும் எந்தத் தொடர்பும் இருப்பதாகத் தெரியவில்லை. ஒரு சில சந்தர்ப்பங் களில் அவர் விமானத்தில் பறந்திருக்கிறார் என்பது தவிர. அவர் விடுதலைப் புலிகளுக்குத் தேவையான 'ஷெல்'கள் தயாரிக்கும் ஒரு தொழிற்சாலையை நடத்தி வந்தார். அவ்வளவுதான்!

20. கம்ப்யூட்டர் கொஞ்சம் கடலைப்பருப்பு சுண்டல் கொஞ்சம்

காலம்தான் எத்தனை வேகமாக ஓடுகின்றது, கப்பல்களைப் போல? பிரபாகரன் சிரித்துக் கொண்டார். யாழ்ப்பாணத்தை இந்திய ராணுவத் தின் வசம் விட நேர்ந்து, வன்னிக்கு இடம் பெயர்ந்த நாள் முதல், இந்திய ராணுவத்தை வீதி வீதியாகத் துரத்தியடித்து இழந்த பகுதிகளை மீட்டு, மறு படியும் புலிக்கொடி பறக்கவிட்டதுவரை எத்தனை எத்தனை அனுபவங்கள்.

ஒரு போராளி இயக்கத் தலைவர் - அதுவும் நிரந்தர மான பதற்றத்தில் இருக்கும் ஒரு தேசத்தில் செயல் பட்டுக்கொண்டிருப்பவர் ஒரு நாளில் இருபத்தி நான்கு மணி நேரமும் ஆயுதம் தரித்திருப்பார் என்றுதான் பெரும்பாலும் நினைக்கத் தோன்றும்.

ம்ஹூம்! ஒரு பக்கம் கொலைவெறித் தாக்குதல் நடந்துகொண்டிருந்தாலும் மறுபக்கம் பயிற்சி முகாமில் இளம் போராளிகளுக்கு அவர் நிதானம் தவறாமல் குறிபார்த்துச் சுடவும் நீளம் தாண்டவும் உயரம் தாண்டவும் சொல்லிக்கொடுத்துக்கொண் டிருப்பார். ஓய்வு கிடைத்தால் புத்தகம் படிப்பார். கம்ப்யூட்டர் செக்ஷனுக்குப் போய் உட்கார்ந்து தொழில்நுட்பம் பயில்வார். பிரபாகரனுக்கு இங்கி லீஷ்தான் வராது. கம்ப்யூட்டர் நன்றாக வரும். கழற்றி மாட்டும் ஹார்ட்வேர் நுட்பங்கள் முதல் எழுதி அழிக்கும் சாஃப்ட்வேர் நுட்பங்கள்வரை அனைத்தும் அவருக்கு அத்துப்படி. ஆப்பரேட்டிங் சிஸ்டங்கள் பற்றி அவருக்குத் தெரியும். வைரஸ்கள்

151

பற்றி அறிவார். வெப் சர்வர், இணையத்தளம், மின்னஞ்சல் அனைத்தும் பழக்கமுண்டு. தகவல் தொடர்புகளை மின்மய மாக்குவதன் அவசியத்தை இயக்கத்துக்கு எடுத்துச் சொன்னதே அவர்தான். தன் கையாலேயே கடலைப்பருப்பு சுண்டல் சமைத்து வைத்துக்கொண்டு கம்ப்யூட்டர் முன்னால் அமர்ந்து வெகுநேரம் வேலை பார்ப்பார். இரண்டும் அவருக்கு வெகு இஷ்டம். கடலைப்பருப்பு சுண்டல், கம்ப்யூட்டர்.

போரில் காயமுற்று சிகிச்சை பெற்றுக்கொண்டிருக்கும் போராளி களை அடிக்கடி போய்ப் பார்ப்பார். போர்க்காலம், அமைதிக் காலம், அதிரடிக்காலம் என்றெல்லாம் கிடையாது. தோன்றிய போது புறப்பட்டுவிடுவார். இடையே என்ன நெருக்கடி வந்தாலும் சரி. நினைத்தது முடியாமல் இன்னொன்றில்லை. வழியில் யாராவது போராளியின் வீடு கண்ணில் தென்பட்டு, சட்டென்று ஞாபகம் வந்தால், வண்டியை நிறுத்தி இறங்கிச் சென்று அந்த வீட்டில் இருப்பவர்களைக் கூப்பிட்டு நலம் விசாரிப்பார்.

ஐயா உங்கள் மகன் என்னுடன் தான் இருக்கிறான். நன்றாக இருக்கிறான். அபாரமாகச் செயல்பட்டுக்கொண்டிருக்கிறான். உங்களுக்கு எந்தக் கவலையும் வேண்டாம். நான் இருக்கிறேன். பார்த்துக்கொள்கிறேன்.

ஆடிப்போய்விடுவார்கள். பல்லாயிரக்கணக்கான போராளிகள் விடுதலைப் புலிகள் இயக்கத்தில் உண்டு. இப்படி எத்தனை பேரை, அவர்களது பூர்வீகத்தை, பெற்றோரை, முகவரியை இவர் நினைவில் வைத்திருப்பார்? தெரியாது.

உன் பெற்றோரைச் சந்தித்து வந்தேன் என்று குறிப்பிட்ட இளைஞனைக் கூப்பிட்டுப் பிற்பாடு சொல்வாரா என்றால் கிடையாது. அவனுக்கே தானாகத் தெரிந்தால் உண்டு. அது தெரியவரவே பல மாதங்கள், அநேகமாக வருடம் கூட ஆகலாம்! அப்போது அவன் பிரபாகரனின் அருகில் இருப்பான் என்று சொல்வதற்கில்லை. எங்கேனும் ஒரு மூலையில் இருக்கலாம். வெளிநாட்டிலேயே கூட இருக்கலாம். யாருக்குத் தெரியும்? வியந்து போய்விடுவான்.

அவர் தமது இயக்கத்தில் இருப்பவர்களை மிகவும் நேசித்தார். ஒரு வகையில் தனது குடும்பத்தைக் காட்டிலும். ஒரு கணவனாக, தந்தையாகப் பிரபாகரன் தனது கடமைகளில் எத்தனை தூரம் சரியாக இருந்திருக்கிறார் என்று சரியாகச் சொல்ல முடியாது.

> என்ன காரணம் சொன்னாலும் நியாயப்படுத்த முடியாததாக இன்றளவும் உலகம் வைத்திருக்கும் ஒரே விஷயம், தனி மனிதப் படுகொலைகள். பிரபாகரன் என்னும் ஆளுமையின் உருவாக்கத்திலும் சரி, பிம்பச் சிதைப்பிலும் சரி. இந்தக் கொலைகளின் இடம் பெரிது.

போதிய விவரங்கள் அதற்குக் கிடையாது. மகனையும் மகளையும் தன் விருப்பப்படி படிக்க வைத்ததோ, போர்க்காலங்களில் கூட மனைவியின் விருப்பத்துக்கு மதிப்பளித்து பல சமயம் அவரைத் தங்களுடன் காடுகளில் தங்க அனுமதித்ததோ ஒரு பெரிய விஷயமில்லை என்று தோன்றக்கூடும்.

ஒரு போராளி இயக்கத் தலைவர் வேறென்ன செய்துவிட முடியும்? மதிவதனிக்கு அது தொடக்கத்திலிருந்தே புரிந்திருக்கத் தான் வேண்டும். குழந்தைகளை வளர்ப்பதன்பொருட்டு எண்பதுகளில் அவர் வெகுகாலம் வெளிநாடுகளில் தங்கியிருந்திருக்கிறார். அப்போதெல்லாம் தொலைபேசியில் கூடப் பேசக்கூடிய வசதி கிடையாது.

பிறகு 95ம் ஆண்டு யாழ்ப்பாணம் இலங்கை ராணுவத்தின் வசம் விழுந்த சமயத்தில் மதிவதனி ஈழத்தில் இருந்ததும், அப்போது அவருக்கு மூன்றாவது குழந்தை பிறந்ததும் யாழ்ப்பாணம் முழுதும் பேசுபொருளானது. சகுனம், ராசி, குறி கேட்டல், நிமித்தம் பார்த்தல் என்று பழம் நம்பிக்கைகளில் அபார நாட்டம் கொண்ட யாழ்ப்பாணத்து மக்கள் குழந்தை பிறந்த வேளை யாழ்ப்பாணம் கைவிட்டுப் போனதென்று பேசியதைப் பொறுத்துக்கொண்டுதான் காலம் தள்ளினார்கள். பிரபாகரன் தன் மனைவிக்கு என்ன ஆறுதல் சொல்லியிருப்பார்? தெரியாது. தெரிய வாய்ப்பில்லை. ஒருவேளை அப்படி ஒன்று தேவையில்லை என்றுகூட அவர் கருதியிருக்கலாம்.

கைவிட்டுப் போனது யாழ்ப்பாணம்தான். நம்பிக்கையல்ல. ராஜீவ் தொடங்கி சந்திரிகா வரை அவர் நம்ப நேர்ந்த எந்தத் தலைவரும் ஈழப் பிரச்னைக்குச் சரியான தீர்வு காண உதவவில்லை என்பதுதான் பிரபாகரனின் நிரந்தர வருத்தம், நிரந்தரக் கோபம். பேச்சுவார்த்தைகளில், அமைதித் தீர்வுகளில், போர் நிறுத்தங்களில் அவர் நம்பிக்கை இழந்து போனதும் இதனால்தான்.

அண்ணை, ஒருவேளை எம்.ஜி.ஆர். இறக்காதிருந்திருந்தால் நமக்கு ஏதேனும் நல்லது நடந்திருக்குமோ?

பாலசிங்கத்திடம் கேட்டிருக்கிறார். அப்போதெல்லாம் நிலைமை அத்தனை கைமீறிச் சென்றிருக்கவில்லை. நம்பிக்கை இருந்தது. எதிர்பார்ப்பு இருந்தது. ஏதேனும் நல்லது நடந்து விடும் என்கிற நப்பாசை மிச்சம் இருந்தது. அனைத்தும் பொய்த்தது ஐ.பி.கே.எஃப். காலத்தில்தான்.

ராஜிவ் காந்தியைக் கொல்லலாம் என்று முடிவு செய்ததும் அமைதிப்படை நடவடிக்கைகளால்தான். ஈழத்தில் இருந்த சகோதர இயக்கங்களை வளைத்து வைத்துக்கொண்டு, ஒப்பந்தத் துக்கு விரோதமாக ஈ.பி.ஆர்.எல்.எஃபுக்கு ஆட்சியதிகாரத்தை வழங்கி, புலிகள் அமைப்புக்குள் குழப்பம் விளைவித்து, சேதாரம் உண்டாக்கி, சீண்டிவிட்டுப் போருக்கு இழுத்து, நாலாயிரத்துக்கும் மேற்பட்ட பொதுமக்கள் மரணமடையக் காரணமான யுத்தத்துக்குப் பிள்ளையார் சுழி போட்டு - எத்தனை அவலங்கள்.

பிரபாகரனுக்குக் கொலைகள் புதிதல்ல. யாழ்ப்பாண மேயர் ஆல்ஃபிரட் துரையப்பாவைக் கொன்றது தொடங்கி, விடுதலைப் புலிகளின் வரலாற்றில் நிறையத் தனிமனிதப் படுகொலைகள் குறுக்கிட்டதுண்டு. கொள்கை அல்லது செயல்பாடு தனக்கு உகந்ததாக இல்லாதபோது எதிராளியின் இருப்பு முடித்து வைக்கப்படவேண்டியது என்னும் மனோநிலை வெகு நிச்சய மாக ஒரு சர்வாதிகாரிக்கு மட்டுமே இருக்கக்கூடியது.

கருத்து முரண்பாடுகளை, அதிருப்திகளைப் பேசித் தீர்ப்பது, அமைதி வழியில் போராடுவது, எதிர்கொள்வது, இறுதி வரை விட்டுக்கொடுக்காமல் அவ்வழியிலேயே போரிட்டு வெல்வது போன்றவை ஒரு போராளி இயக்கத்தின் இயல்பாக இருக்க முடியாது என்று சொல்வதற்கில்லை. யாசிர் அரஃபாத், நெல்சன் மண்டேலா போன்ற போராளிகளின் செயல்பாடுகளோடு பிரபா கரனின் இம்மனோநிலையை நாம் ஒப்பிட்டுப் பார்க்கலாம்.

அல் ஃபத்தா என்னும் போராளி இயக்கத்தைத் தொடங்கிய நாள் முதல், அனைத்து பாலஸ்தீன் போராளி இயக்கங்களையும் ஒரு குடையின்கீழ் திரட்டி பி.எல்.ஓ. என்னும் பேரமைப்பாக உரு வாக்கி நாளொரு குண்டு வெடிப்பு, பொழுதொரு ராக்கெட்

தாக்குதல் என்று பிராந்தியத்தையே ரணகளப்படுத்திக் கொண்டிருந்தவர்தான் அரஃபாத். அவரது பிரசித்தி பெற்ற இண்டிஃபாதா போராட்டங்களே, கூட்டத்தில் சில தனி மனிதர் களை (பெரும்பாலும் காவல் அதிகாரிகளை) குறிவைத்துத் தீர்த்துக்கட்டுவதற்காக ஏற்படுத்தப்பட்டவைதான் என்றுகூடச் சொல்வார்கள்.

ஆனால் இஸ்ரேலியப் பிரதமருடன் நோபல் விருதைப் பகிர்ந்து கொள்ளும் அளவுக்கு அவருக்கு ஜனநாயக அரசியல் மீதும் நம்பிக்கை இருந்திருக்கிறது. பாலஸ்தீன் முஸ்லிம்கள் அத்தனை பேரும் வீதியில் நின்று தூற்றித் தள்ளியபோதும் அவர் முன்னின்று முடித்த ஓஸ்லோ ஒப்பந்தம்தான் ஓரளவேனும் அங்கே 'பாலஸ்தீன்' என்னும் தேசம் பற்றிய கனவைத் தக்கவைத்துக்கொள்ள வழி வகுத்தது.

லட்சியம் முக்கியமானதுதான். அதில் சந்தேகமில்லை. ஆனால் அதனை அடைவதற்குக் காலம் அங்கீகரிக்கும் வழிமுறைகளை முற்றிலும் புறக்கணிப்பது என்பது எப்போதும் பிரச்னைக் குள்ளாக்கக் கூடியதே.

தென்னாப்பிரிக்க இனப்போராட்ட வரலாற்றில் நெல்சன் மண்டேலாவின் போராளி வாழ்க்கை மிக முக்கியமானதொரு அத்தியாயம். அவரும் துப்பாக்கி ஏந்தியவர்தான். குழு அமைத்து, மறைந்து வாழ்ந்து போரிட்டவர்தான். ஆனால் சட்டென்று ஒரு கட்டத்தில் முடிவெடுத்து அமைதிப் போராட்டத்தை மனப்பூர்வ மாக ஏற்றுக்கொண்ட கணம்தான் அத்தேசத்தின் விடுதலைக்கே வித்திட்டது என்பதை இங்கே நினைவுகூரலாம்.

வித்தியாசம் இல்லாமல் இல்லை. தென்னாப்பிரிக்காவில் கருப்பர்கள் பெரும்பான்மை இனத்தவராக இருந்தார்கள். அவர்களது போராட்டத்தின் நியாயத்தை உலகம் உடனே ஒப்புக்கொண்டது. மண்டேலாவின் பல்லாண்டு காலச் சிறை வாழ்க்கை உண்டாக்கிய தாக்கம் இன்னொரு பக்கம்.

அரஃபாத்தின் மக்களைக்கூட மைனாரிடிகள் என்று சொல்ல முடி யாது. இருக்கிற இஸ்ரேலியர்களின் எண்ணிக்கைக்குச் சற்றேறக் குறையச் சம அளவில்தான் அவர்கள் இருந்தார்கள். அகதிகளாகப் புலம் பெயர்ந்து சென்றவர்கள் போக மிச்சமிருந்தவர்களே அந்தளவு இருந்ததையும் கருத்தில் கொள்ள வேண்டும்.

ஒரு மைனாரிடி இனத்திலிருந்து புறப்பட்ட போராளியான பிரபாகரனின் பிரச்னைகள் இவற்றிலிருந்து முற்றிலும் வேறு பட்டதில்லை என்றாலும் ஓரளவு வித்தியாசங்கள் இருக்கவே செய்கின்றன. பிரபாகரன் பிறந்து வளர்ந்த சூழல், பாதியில் கைவிட்ட படிப்பு, வெகு இளம் வயதிலேயே ஆரம்பமாகி விட்ட கானக வாழ்க்கை, அவருடன் இருந்த அத்தனை பேருமே அவரிடம் படித்தவர்களாக இருந்தது, எதிர்க்கருத்து என்ற ஒன்றை முன்வைக்க அவர்கள் முன்வராதது - எத்த னையோ உண்டு. ஒரு தீவிரத்தில் உதித்த அவரது எண்ணங்கள் பெரும்பாலும் செயலாக்கப்பட்ட பின்புதான் பரிசீலனைக்கே உட்படுத்தப்பட்டிருக்கின்றன. இதனால்தான் இயக்கத்துக் குள்ளேயேகூட மாற்றுக்கருத்துகள், எதிர்த்தரப்புகள் உருவான சூழலை அவரால் ஏற்று சரி செய்யவோ, பேசித் தீர்த்து வைக் கவோ இயலாமல் போனது. தேச விடுதலை என்பது நோக்கம். அதற்கு இடையூறாக எது இருந்தாலும் அகற்றி விடுவது என்னும் அவரது சித்தாந்தத்தின் அடிப்படையில் ஒரு பாமர முரட்டுத்தனம் இருப்பதை மறுக்க முடியாது.

ஏ. தியாகராஜன், எஸ்.ஜே. முத்தையா, வி. தர்மலிங்கம், கே. ஆலாலசுந்தரம், கே.ராஜன் நாயகம் போன்ற நாடாளுமன்ற உறுப்பினர்கள், நீலன் திருச்செல்வம், ஏ. தங்கதுரை, வி. யோகேஸ்வரன், எஸ். சபாரத்ன மூர்த்தி, வி. மாஸ்டர் போன்ற டி.யூ.எல்.எஃப் பிரமுகர்கள், லட்சுமண் கதிர்காமர், பி. கிருபாகரன், கணேசலிங்கம் போன்ற அமைச்சர்கள், அமிர்த லிங்கம், குமார் பொன்னம்பலம் போன்ற பெரும் அரசியல் தலைவர்கள் - இன்னும் சொல்லலாம். கிட்டத்தட்ட ஐம்பதுக் கும் மேற்பட்ட தமிழ்ப் பிரமுகர்கள் விடுதலைப் புலிகளால் பல்வேறு காலகட்டங்களில், பல்வேறு காரணங்களுக்காகக் கொல்லப்பட்டிருக்கிறார்கள்.

சக போராளி இயக்கங்களை ஒழிப்பது என்று முடிவெடுத்ததும் டெலோவின் தலைவர் சிறீ சபாரத்தினம், ஈ.பி.ஆர்.எல்.எஃப் தலைவர் பத்மநாபா முதல் அந்தந்த இயக்கங்களைச் சேர்ந்த ஒவ்வொரு போராளியாகத் தேடித்தேடிக் கொன்ற கதை மிகப் பெரிது. ஈரோஸ் இயக்கத்தின் முக்கியத் தலைவர்களுள் ஒருவராக இருந்த பாலகுமாரனே அச்சத்தின் காரணமாகத்தான் விடுதலைப் புலிகள் இயக்கத்துக்கே வந்து சேர்ந்தார் என்று

சொல்வோர் உண்டு. பிரபாகரனைப் பகைத்துக்கொள்ள வேண்டாம், பணிந்து போய்விடு என்று ஈ.பி.ஆர்.எல்.எஃப் பத்மநாபாவுக்கு பாலகுமார் அட்வைஸ் செய்த சம்பவம் ஒன்றுண்டு.

இன்னொன்றையும் சொல்லவேண்டும். உன்னோடு உறவு முறிந்தது; ஆனால் உன்னைக் கொல்லமாட்டேன் என்று தமிழகத்தில் வைத்து உமா மகேஸ்வரனிடம் சொல்லிவிட்டுப் போனபிறகு இறுதிவரை பிரபாகரன் உமா விஷயத்தில் கொடுத்த வாக்குக்கு நேர்மையாகவே நடந்துகொண்டிருக் கிறார். உமா மகேஸ்வரன் கொழும்பில் கொல்லப்பட்டபோது தமிழ் உலகம் முழுவதும் பிரபாகரனைத்தான் குற்றம் சாட்டியது. உண்மையில் உமாவைக் கொன்றது, அவரது கார் டிரைவராகவும் மெய்க்காப்பாளராகவும் இருந்த ஒருவர்தான். கொலைக்குத் திட்டம் தீட்டியது, வடிவம் கொடுத்தது - ப்ளொட் இயக்கத்தில் உமாவுக்கு வலக்கரம் போலிருந்த ஆச்சி ராஜன் என்பவர்!

கொடுத்த வாக்கானாலும் சரி, எடுத்த முடிவானாலும் சரி. ஒரு சொல். ஒரு செயல். சக போராளிகள், தமிழினத் தலைவர்கள், அரசியல்வாதிகள் விஷயத்திலேயே கருணை காட்டாத பிரபாகரன், சிங்கள அரசியல்வாதிகள் விஷயத்தில் மறு சிந்தனை செய்திருக்கச் சற்றும் வாய்ப்பில்லை. ரஞ்சன் விஜேரத்னே, லலித் அதுலத் முதலி, ஜி.எம். பிரேமச்சந்திரா, வீரசிங்கே மல்லிமராச்சி, காமினி திஸ்ஸநாயகே, சி.வி. குணரத்னே, ஜெயராஜ் ஃபெர்னாண்டோபுலே என்று தொண்ணூறுகளின் தொடக்கம் முதல் 2008ம் ஆண்டு வரை புலிகளால் கொல்லப் பட்ட சிங்கள அமைச்சர்களின் பட்டியல் பெரிது.

பல நாடாளுமன்ற உறுப்பினர்கள், பிராந்திய கவுன்சிலர்கள், மேயர்கள், ராஜினி திரணகம, ஸ்டான்லி விஜேசுந்தரா போன்ற கல்வியாளர்கள், ராணுவ அதிகாரிகள், காவல் துறை அதிகாரி கள், செல்வநிதி தியாகராசா, நிகால் டிசில்வா போன்ற எழுத் தாளர்கள் - பெரிய பட்டியல். அனைத்திலும் உச்சம், அதிபர் பிரேமதாசாவை மனித வெடிகுண்டு வைத்துக் கொன்றது. மொத்தமாகச் சுமார் இருநூறு தனிநபர் கொலைகளை விடுதலைப் புலிகள் அமைப்பு செய்திருக்கிறது என்று பொது வில் சொல்வார்கள். அதாவது சக இயக்கங்களை அழித்தது

தவிர. இது மிகைப்படுத்தப்பட்ட எண்ணிக்கையாக இருக்கக் கூடும். ஆனால் இதற்குச் சம்பந்தமே இல்லாத அளவுக்கு, ஐந்து பத்து கொலைகள்தான் செய்யப்பட்டன என்று அபத்த வாதம் புரிய முடியாது.

இந்தப் படுகொலைகள் பலவற்றைப் பிரபாகரன் மறுத்திருக் கிறார். இயக்கம் சார்பில் மறுப்பு அறிக்கைகள் வெளியிடப் பட்டிருக்கின்றன. நாங்கள் செய்யவில்லை. அபாண்டக் குற்றச்சாட்டு.

சில கொலைக்குற்றச்சாட்டுகளுக்கு மறுப்பு என்று ஏதும் வந்ததில்லை. ஆனால், எந்தப் படுகொலைச் சம்பவத்துக்கும் உடனே உடனே புலிகளைக் குற்றம் சாட்டும் வழக்கமும் சிங்கள அரசுக்குத் தொடக்கம் முதலே இருந்து வந்திருக்கிறது என்பதையும் கவனிக்க வேண்டும். அதாவது டெலோ, ஈ.பி.ஆர்.எல்.எஃப்., ப்ளொட் போன்ற இயக்கங்கள் ஈழத்தில் தீவிரமாக இயங்கிக்கொண்டிருந்த போதும்.

டெலோ மீது பிரபாகரனுக்கு இருந்த அடிப்படைக் கோபமே அதுதான். இந்திய உளவுத்துறையின் வேலையாள் மாதிரி அவர்கள் சுட்டிக்காட்டும் இலக்குகளையெல்லாம் சுட்டு வீழ்த்திக்கொண்டிருந்தது டெலோ. மிக அழகாகப் பழி, புலிகளின்மீது வந்து விழும்படிச் செய்வது சிங்கள அரசின் பொறுப்பு. பிரபாகரன் இதனைக் குறிப்பிட்டிருக்கிறார். பாலசிங்கமும் குறிப்பிட்டிருக்கிறார். தனியே புகையிலைத் தோட்டத்தில் மாட்டிக்கொண்ட சிறீ சபாரத்தினத்தைக் கிட்டு சுட்ட விதத்தில் இருந்த உள்ளார்ந்த வெறுப்பை இங்கே நினைவுகூரலாம். ஒரு தனி மனிதனைக் கொல்ல ஒரு குண்டு போதும். ஆனால் இருபது தோட்டாக்களால் உடல் முழுதும் சல்லடையாகத் துளைத்தெடுத்து ரத்த வெள்ளத்தில் கிடத்தி விட்டுப் போக எத்தனை வேரோடிய வன்மமும் உக்கிரமும் இருந்திருக்க வேண்டும்!

டெலோவைப் பிளப்பதற்காக இந்திய உளவுத்துறைதான் புலிகளைக் கொண்டு சிறீ சபாரத்தினத்தைக் கொல்லச் சொன்னது என்று ஒரு வதந்தி அப்போது எழுந்தது. வெகு அபத்தமான வதந்தி அது. ராவுடன் பிரபாகரன் இணங்கி நின்ற சந்தர்ப்பம் என்று அநேகமாக ஒன்றுமில்லை என்று சொல்லிவிடலாம்.

டெலோவின் தலைவர் சிறீ சபாரத்தினத்தைக் கொன்றதில் ஆரம்பித்து அநேகமாக சுமார் இருநூறு டெலோ போராளி களைப் பிரபாகரனின் உத்தரவின் பேரில் புலிகள் கொன்றிருக் கிறார்கள். ஈழத்தில் டெலோ கிட்டத்தட்ட இல்லை என்னும் நிலை வந்தபிறகு தேடிப்பிடித்து சுமார் முப்பது டெலோ போராளிகளை மீட்க முடிந்தது.

மீட்டது ஈ.பி.ஆர்.எல்.எஃப்பின் தலைவர் பத்மநாபா. பெரி தாகச் செய்ய ஒன்றுமில்லை. காப்பாற்றி, தோணியேற்றித் தமிழகத்துக்குக் கொண்டு வந்து சேர்த்தார்கள் பத்மநாபாவும் அவருடைய சகாக்களும்.

இது நடந்துகொண்டிருக்கும்போதே ஈரோஸ் தனது செயல் பாடுகளை நிறுத்திக்கொள்வதாகச் சொல்லிவிட்டது. பால குமார் புலிகளோடு வந்து சேர்ந்துகொண்டார். 1986 டிசம்பரில் பிரபாகரன் ப்ளொட் மற்றும் ஈ.பி.ஆர்.எல்.எஃப்பின்மீது கவனம் செலுத்த ஆரம்பித்தார். இனி நீங்கள் செயல்படுவதற் கில்லை. ஈழத்தில் நீங்கள் அரசியல் செய்யவோ, ஆயுத மேந்தவோ விடுதலைப் புலிகள் தடைவிதிக்கிறது. மீறினால் விளைவுகளைச் சந்திக்கலாம்.

அறிவிப்பே வெளியானது. பலபேர் காணாமல் போனார்கள். இந்தியாவுக்கும் பிரான்சுக்கும் கனடாவுக்கும், சாத்தியமுள்ள அனைத்து தேசங்களுக்கும் ஓடிச்சென்று தலைமறைவானார்கள். இடையே கைது செய்யப்பட்டு புலிகளின் கட்டுப்பாட்டு சிறைச்சாலையில் வைக்கப்பட்ட ஐம்பதுக்கும் மேற்பட்ட ஈ.பி.ஆர்.எல்.எஃப் போராளிகள் ஒரே நாளில் சுட்டுக் கொல்லப்பட்டார்கள். தப்பிச் சென்றவர்களின் பட்டியல் தயாரிக்கப்பட்டு தேடச்சொல்லி ஆள் அனுப்பப்பட்டது.

தேடித்தேடிக் கொன்றார்கள். தீரும்வரை கொன்றார்கள். இரண்டு காரணங்கள் பொதுவில் பேசப்பட்டது. இந்திய உளவுத் துறைக்கு ஆதரவாக அவை செயல்பட்டதும், ஈழ மக்களுக்கு உதவாத இந்திய - இலங்கை ஒப்பந்தத்தை அவர்கள் தாற்காலிக சுகங்களுக்காக ஆதரித்து நடந்துகொண்டதும் ஒரு காரணம். புலி களைத் தவிர இன்னொரு இயக்கம் இருக்கக்கூடாது, இன்னொரு இயக்கம் விடுதலைக்காகப் பாடுபட்டது என்னும் பெயர் வந்து விடக்கூடாது என்னும் பிரபாகரனின் அடிப்படை மேலாதிக்க மனோபாவம் இன்னொரு காரணம். புலி எதிர்ப்பாளர்களும்

ஆதரவாளர்களும் இந்த இரண்டில் ஒரு காரணத்தைத் தம் வசதிக்குச் சொல்லிக்கொண்டார்கள்.

இயக்கங்களை ஒழித்ததற்கான காரணங்களைப் பிரபாகரன் வெளிப்படையாக அறிவிக்கவில்லை. அவர் அமைதியாகவே இருந்தார். டெலோ ஒழிப்பு நடந்துகொண்டிருந்தபோது மட்டும் யாழ்ப்பாண மக்களுக்குத் தகவல் அறிக்கை போல ஒரு சிறு வெளியீடு அச்சிட்டு வழங்கப்பட்டது. என்ன பிரச்னை? ஏன் மோதல்? எதனால் டெலோவைக் களையெடுக்கிறோம்? டெலோ செய்த பிழைகள் என்ன? ஓரளவு அந்த அறிக்கையில் விவரிக்கப்பட்டிருந்தது.

ஆனால் அந்த அறிக்கையில் விவரிக்காத ஒரு விஷயத்தைப் பிரபாகரனே பின்னொரு சமயம் சொல்லியிருக்கிறார். டெலோ அழிப்புக்கான காரணம்.

அவர்கள் மக்கள் விரோதச் செயல்களில் ஈடுபட்டார்கள். யாழ்ப்பாணத்திலுள்ள தமிழர்களிடம் அவர்களே கொள்ளை யடிக்க ஆரம்பித்துவிட்டார்கள். சந்தேகமிருந்தால் நீங்களே யாழ்ப்பாணம் சென்று மக்களிடம் நேரடியாகக் கேட்டுப்பார்க் கலாம். வேறு வழியில்லாமல்தான் டெலோவைக் களை யெடுக்க ஆரம்பித்தோம்.

பிரபாகரன் சொன்னதுதான். ஆனால் டெலோ ஒழிப்பின்போது மட்டும். பிற இயக்கங்களை காலி செய்த சந்தர்ப்பங்களில் எல்லாம் இப்படி ஏதும் அவர் பேசவில்லை. அல்லது அவசியமில்லை என்று கருதியிருக்கக்கூடும்.

என்ன காரணம் சொன்னாலும் நியாயப்படுத்த முடியாததாக இன்றளவும் உலகம் வைத்திருக்கும் ஒரே விஷயம், தனி மனிதப் படுகொலைகள். பிரபாகரன் என்னும் ஆளுமையின் உருவாக்கத் திலும் சரி, பிம்பச் சிதைப்பிலும் சரி. இந்தக் கொலைகளின் இடம் பெரிது. விடுதலைப் புலிகள் மீது தமிழ் மக்களுக்கு இருந்த மதிப்பில் அச்சம் கலக்கத் தொடங்கியது இத்தகைய கொலைச் சம்பவங்களுக்குப் பிறகுதான். 'புலி எதிர்ப்பு' என்னும் கோஷம் ஒருபுறமிருந்து எழத்தொடங்கியதும் இவற்றின் தொடர்ச்சியாகவே. ஒரு போராளி இயக்கம் களத்தில் செய்ய வேண்டியிருக்கும் கொலைகளைக் குறித்துப் பொதுமக்கள்

விமரிசிக்க மாட்டார்கள். ஆனால் தனிநபர் படுகொலைகள் அவ்வாறானதல்ல.

பிரபாகரன் இதற்கும் விளக்கம் வைத்திருக்கக்கூடும். தேசமே போர்க்களமாயிருக்கும் மண்ணில் தனி நபரென்ன? அரசாங்க மென்ன?

பொதுவாக அவர் விளக்கங்களைத் தருவதில்லை. முடிவு களுக்கும் செயல்பாட்டுக்கும் அதிக அவகாசம் எடுத்துக் கொள்வதுமில்லை.

21. பை நிறையக் குற்றச்சாட்டு

ஆனால் ராஜிவ் போன்ற ஒரு மாபெரும் தலை வரைக் கொல்லலாம் என்று அவர் முடிவு செய்தது மாபெரும் சறுக்கல். வி.பி.சிங் ஆட்சிக்காலத்தில் அமைதிப்படை திரும்பப் பெறப்பட்டதோடு நிறுத்திக்கொண்டிருந்திருக்கலாம். நிலைமை இன்றத்தனை மோசமடைந்திருக்காது. ஆனால் மீண்டும் ராஜிவ் ஆட்சிக்கு வந்தால் இலங்கை இந்திய ஒப்பந்தம் மறு உருவம் பெற்றுவிடுமோ என்று பிரபாகரன் அஞ்சியதுதான் அனைத்துக்கும் மூலகாரணமாகிப் போனது.

பிரபாகரனின் விமரிசகர்கள் எப்போதும் முன் வைக்கும் குற்றச்சாட்டுகளை இப்படி வரிசைப்படுத் தலாம்:

★ அவர் சர்வாதிகாரி. தன்னைத் தவிர இன்னொரு வர் வளர்வதையோ, பெயர் பெறுவதையோ விரும்ப மாட்டார்.

★ புலிகளைத் தவிர வேறு எந்த இயக்கமும் விடு தலைப் போரில் பெயரையோ வெற்றியையோ பெற்றுவிடக் கூடாது என்பதற்காகவே சகோதர இயக்கங்களைக் கொன்று ஒழித்தார்.

★ இந்திய அமைதிப்படை இலங்கை மண்ணில் அமைதியை நிலைநாட்ட எடுத்த முயற்சிகள், போர் வெறியரான பிரபாகரனுக்குப் பிடிக்க வில்லை. தனி ஈழம் என்னும் புலிகளின் கோரிக்கைக்கு ஈழ மக்களிடையே ஆதரவு

162

இல்லாது போய்விடுமோ என்கிற அச்சம்தான் அவரை ராஜிவ்
கொலைக்கு இட்டுச் சென்றது.

★ பிரபாகரன் இருக்கும்வரை ஈழத்தில் அமைதி சாத்திய
மில்லை. தம் மக்களுக்காக அவர் தன் தனி விருப்பங்கள்
எதையும் விட்டுக்கொடுக்க மாட்டார்.

★ வலுக்கட்டாயமாகச் சிறுவர்களை இயக்கத்தில் சேர்க்கிறார்.
அப்பாவி மக்களைப் போர்க் கேடயமாகப் பயன்படுத்து
கிறார்.

★ இயக்கம் செய்யும் மனித உரிமை மீறல்களை மறைத்து,
இலங்கை ராணுவ நடவடிக்கைகளை மட்டும் பெரிதாக ஊதிக்
காட்டுகிறார்.

இவற்றில் எவை உண்மை? எவை பொய்? எது மிகைப்படுத்தப்
பட்டது? எது அப்பட்டமானது? எல்லாமே உண்மையா?
எல்லாமே பொய்யா?

பொதுவாக நியாயங்கள் இரு பக்கம் கொண்டவை. உண்மைக்கு
எப்போதும் ஒரு முகம்தான்.

பிரபாகரன் சர்வாதிகாரிதான். அதில் சந்தேகமில்லை. யாழ்ப்
பாணம் புலிகளின் கோட்டையாக இருந்த காலத்தில் தமிழீழ
வைப்பகம், தமிழீழக் காவல் நிலையம், நீதி மன்றம் என்று அவர்
கனவு கண்டு நிறுவிய அமைப்புகள் அவரது எண்ண ஓட்டத்தை
மிகத் தெளிவாக வெளிப்படுத்தக்கூடியவை. தம் மக்களை அவர்
நேசித்தார். அதில் சந்தேகமில்லை. அந்நியர் இடையூறில்லாமல்
தம் மக்களுக்கு ஒரு நல்லாட்சியைத் தான் வழங்கவேண்டு
மென்கிற எண்ணம் அவருக்கு உண்டு.

மற்ற போராளி இயக்கத் தலைவர்களுக்கும்
பிரபாகரனுக்கும் இடையே உள்ள அடிப்படை
வித்தியாசமே அதுதான். இந்தியாவை மற்றவர்கள் ஒரு
பெரும் சக்தியாக, உதவும் சக்தியாக, ஆக்கவும்
அழிக்கவும் முடிந்த சக்தியாகப் பார்த்த சமயத்தில்
பிரபாகரன் மட்டும் தொடக்கத்திலிருந்தே சந்தேகப்
பார்வை பார்த்தார். அவரது சந்தேகங்கள் வெற்றி
கண்டதுதான் சரித்திரத்தின் துயரப் பக்கங்களை எழுதின.

அது ஜனநாயக ஆட்சியாக இருக்க வாய்ப்பில்லை. பிரபாகரனின் இயல்பு அதுவல்ல. நிச்சயமாக அல்ல. ஈழ மக்கள் விடுதலை என்கிற முதல் கனவின் தொடர்ச்சியாக, விடுதலைப் புலிகளின் ஆட்சி என்கிற வெளியிடப்படாத கனவு எப்போதும் இருந்து வந்திருக்கிறது. ஜனநாயக சோஷலிசம் என்பதைத் தமது சித்தாந்தமாகப் பிரபாகரன் சொல்லியிருக்கிறார். இருக்கலாம். ஆனால் நடைமுறையில் அது சர்வாதிகார சோஷலிசமாக மட்டுமே இருக்க இயலும். இதனை மறுக்க இயலாது.

ஆனால் சகோதர இயக்கங்களை அவர் அழித்ததற்குச் சொல்லப்படும் காரணத்தை இதனுடன் முடிச்சுப் போடுவது அத்தனை சரியாக இருக்காது. திம்பு பேச்சுவார்த்தை காலத்தில் எல்லாம் பிரபாகரன் கூட்டாகச் செயல்பட ஒப்புக்கொண்டிருப் பதை நினைவுகூரலாம். டெலோவுடன் ஈரோஸுடன் அவருக்கு இருந்த பழைய நட்புகள் எதுவும் சாதாரணமானவை அல்ல. போராளி இயக்கங்களின் கூட்டமைப்பு என்ற ஒன்று உருவான போதும் அவர் முகம் சுளிக்காமல் அதில் பங்குபற்றியிருக்கிறார். பின்னாளில் விடுதலைப் புலிகள் அமைப்பின் சார்பில் ஓர் அரசியல் கட்சி தொடங்குமளவுக்குக் கூட அவர் சமாதானம் விரும்பியிருப்பது சரித்திரம்.

ஆனால் இந்திய உளவுத்துறையின் பிரித்தாளும் நடவடிக்கை களின் தொடர்ச்சியாக, பெரும்பாலான ஈழப் போராளி அமைப்புகள் இந்தியாவின் ஊழியர்களாகச் செயல்படத் தொடங்கியதுதான் பிரபாகரனின் கோபத்துக்கு முதன்மையான காரணம்.

மற்ற போராளி இயக்கத் தலைவர்களுக்கும் பிரபாகரனுக்கும் இடையே உள்ள அடிப்படை வித்தியாசமே அதுதான். இந்தியாவை மற்றவர்கள் ஒரு பெரும் சக்தியாக, உதவும் சக்தியாக, ஆக்கவும் அழிக்கவும் முடிந்த சக்தியாகப் பார்த்த சமயத்தில் பிரபாகரன் மட்டும் தொடக்கத்திலிருந்தே சந்தேகப் பார்வை பார்த்தார். அவரது சந்தேகங்கள் வெற்றி கண்டதுதான் சரித்திரத்தின் துயரப் பக்கங்களை எழுதின.

அமைதிப்படை காலத்தில் ஈழத்தில் நிகழ்ந்த கொடும் செயல்கள், பாலியல் பலாத்காரங்கள், வீடிழப்புகள், இடப்பெயர்ச்சிகள், அகதி வாழ்க்கை அவலங்கள் அனைத்தையும் பார்த்த பிறகும் சக இயக்கப் போராளிகள் வாய்பொத்தி இருந்ததுதான் பிரபாகரனை

அவர்களுக்கு எதிராக ஆயுதம் ஏந்தச் செய்தது. இந்தியாவின் உதவியைக் கொண்டு இவர்கள் பெயரும் பதவிகளும் பொருளும் அதிகாரமும் பெற்றுவிடுவார்களோ என்கிற கவலை பிரபாகர னுக்கு இருந்திருக்க நியாயமில்லை. ஏனெனில் இந்தியா உதவிய போதும் பிற இயக்கங்களின் பலம் விடுதலைப் புலிகளின் பலத் துக்கு வெகு தொலைவில்தான் எப்போதும் இருந்திருக்கிறது.

சற்று யோசித்துப் பார்க்கலாம். 1983ம் ஆண்டு விடுதலைப் புலிகள் இயக்கத்தில் மிஞ்சிப்போனால் ஐம்பது உறுப்பினர்கள் இருந்தார்கள். அதாவது தீவிர உறுப்பினர்கள். முழுநேரப் போராளிகள். அப்போது அவர்கள் வசம் இருந்த ஆயுதங்களின் எண்ணிக்கை அநேகமாக இருபதாக இருக்கலாம் என்று Tigers of Lanka நூலின் ஆசிரியரும் அரசியல் விமரிசகருமான எம்.ஆர். நாராயணசாமி ஓர் அறிக்கையில் தெரிவித்திருக்கிறார். யாழ்ப் பாணத்து மக்களுக்கு அப்போது புலிகளைத் தெரியும். பிரபா கரனைத் தெரியும். கிழக்கு மாகாணத்தில் யாருக்கும் தெரியாது. எல்.டி.டி.ஈ என்கிற பதத்தின் விரிவே பலருக்குத் தெரியாது.

ஆனால் நான்கு வருடங்களில் - 1987ம் ஆண்டு - புலிகள் பெற் றிருந்த கவனமும் வீச்சும் வேறு எந்தப் போராளி இயக்கத்துக்கும் இல்லாதிருந்ததன் காரணம் என்னவாக இருக்க முடியும்? கணக்கற்ற உறுப்பினர்கள். ஏராளமான ஆயுதங்கள். தடையற்ற பணப்புழக்கம். வந்து குவியும் நிதி. மக்களின் ஆதரவு.

ஏன் டெலோவுக்கு இல்லை? ஏன் ஈ.பி.ஆர்.எல்.எஃப்புக்கு இல்லை? ஏன் ஈரோஸால் சாதிக்க முடியவில்லை? ஏன் ப்ளொட் பின் தங்கிப் போனது? இந்தியா உதவினால்தான் செயல்படமுடியும் என்கிற நிலையில் மற்ற இயக்கங்கள் இருந்தபோது தன் முயற்சியால் புலிகள் அமைப்பு முன்னுக்கு வர எது காரணம்?

அப்படியொரு அசுர வளர்ச்சி சாத்தியம் என்றால் பிரபாகரன் ஏன் பிற இயக்கங்களின் வளர்ச்சி கண்டு அஞ்சியிருக்கவேண்டும்? வாய்ப்பில்லை அல்லவா? அதனாலா கொன்று ஒழிக்க நினைத்திருப்பார்? சாத்தியமில்லை அல்லவா?

ஈழத்தின் பிற போராளி இயக்கங்கள் இந்தியாவின் செல்லப் பிள்ளைகளாக, கிளிப்பிள்ளைகளாக வளர்ந்ததும், வடகிழக்கில் ஈ.பி.ஆர்.எல்.எஃப் ஆட்சி புரியத் தொடங்கிய பிறகு அவர்களது

அத்து மீறல்கள் அளவுகடந்து போனதும் அப்பாவி மக்கள் தினம் தோறும் அவர்களால் பாதிக்கப்பட்டதும்தான் அடிப்படைக் காரணம்.

கொன்று ஒழித்தது பிழைதான். பெரும் குற்றம்தான். சந்தேக மில்லை. ஆனால் ஒழித்ததற்குச் சொல்லப்படும் காரணம் தவறு. பொறாமையல்ல. பயமல்ல. தற்காப்பல்ல. கோபமும் வெறுப்பும் மட்டுமே. நீ தவறு செய்தாய், அதனால் இருக்காதே என்கிற பிரபாகரனின் அந்த மனோபாவம் அவரது சர்வாதி காரத்தனத்தை வெளிப்படுத்துவதைக் காணலாம். அது மாத்தையாவானாலும் சரி, மற்றவர்களானாலும் சரி. தண்டிக்கும் தகுதி தன்னுடையது என்று கருதுவது அவர் குணம். ராஜிவ் காந்தி, பிரேமதாசா வரை அந்தக் குணம்தான் வேலை செய்திருக்கிறது.

மூன்றாவது குற்றச்சாட்டு, பிரபாகரன் ஒரு போர் வெறியர் என்பது. அமைதிக்கான வாசல்கள் அடிக்கடி அடைக்கப்படும் தேசத்தில் யுத்தம் தவிர்க்க முடியாத விஷயமாகிறது. ஈழத்து மக்கள் போருக்கு எதிரானவர்களாக இருந்திருந்தால், அவர்கள் பிரபாகரன் காலத்துக்கு முந்தைய தலைமுறையைச் சேர்ந்த தந்தை செல்வாவின் தமிழரசுக் கட்சி, அதற்கும் முந்தைய தமிழர் காங்கிரஸ் வழியில் போராடியிருக்கலாம். பிரபாகரன்கள் உருவாகும்போதே தடுத்திருக்கலாம்.

ஆனால் செய்யவில்லை. அவர்கள்தான் நினைத்தார்கள். யுத்தம்தான் தீர்வு. சிங்களர்களுக்கு ஆயுத மொழிதான் புரியும்.

அவர்கள் முன்மொழிந்ததைத்தான் பிரபாகரன் வழிமொழிந்தார். பிரபாகரன் மட்டுமல்ல. ஈழத்தில் உதித்த முப்பத்தி ஒன்பது போராளி இயக்கங்களும் அந்த வழியைத்தான் பின்பற்றின. இடையே இந்தியா புகுந்தபோது பிற இயக்கங்கள் அமைதி காக்க முடிவு செய்தும், பிரபாகரன் அதைச் செய்யாதது ஒன்றுதான் வித்தியாசம்.

பிரபாகரன் சற்றுப் பொறுத்திருந்திருக்கலாம். இடைக்கால அரசு ஏற்படத் தாமதமானதையும் பதினேழு போராளிகள் கைது செய்யப்பட்டதையும் யுத்தத் தொடக்கத்துக்குக் காரணமாகச் சொன்னாலும் இந்தியா வாக்களித்திருந்த மாதம் ஐம்பது லட்சம் என்கிற உதவித் தொகை இரண்டாவது மாதம் வந்து சேராத

166

உடனேயே போரைத் தொடங்கியதுதான் வேறு மாதிரியான பேச்சுக்குக் காரணமானது.

ஆனால் பின்னாளில் சமாதானத்துக்கு வழி செய்யக்கூடிய எந்த ஒரு பேச்சுவார்த்தை வாய்ப்புகளையும் அவர் தவறவிட்ட தில்லை. போர் நிறுத்தங்கள் செய்யாதிருந்ததில்லை. நார்வே குழுவுக்கு ஒத்துழைப்பு தராமல் இருந்ததில்லை. ஓயாத யுத்தத் துக்கு விடுதலைப் புலிகள் மீது நூறு சதம் குற்றம் சுமத்தினால் நூற்றைம்பது சதம் இலங்கை அரசின்மீதும் சுமத்தியாக வேண்டும்.

அடுத்த குற்றச்சாட்டு, இயக்கத்தில் சிறுவர்களைச் சேர்ப்பது, மனிதக் கேடயங்களைப் பயன்படுத்துவது பற்றியது. இவை பல சந்தர்ப்பங்களில் பேசப்பட்டிருக்கின்றன. விடுதலைப் புலிகள் இயக்கத்தில் சிறுவர்கள் இருந்திருக்கிறார்கள். பெண் குழந்தை கள் போராளிகளாகப் பயிற்சி பெறும் ஒளிப்படங்கள் இணையத் திலேயே காணக்கிடைக்கின்றன. இலங்கை அரசும் அத்தகைய ஒளிப்படங்களை அவ்வப்போது வெளியிட்டு வந்திருக்கிறது. மறுக்க முடியாது.

ஆனால் புலிகள் பொதுமக்களை மனிதக் கேடயங்களாகப் பயன்படுத்துகிறார்கள் என்கிற குற்றச்சாட்டுக்கு நேர் சாட்சியங் கள் இல்லை. 2009ம் ஆண்டு தொடக்கம் நடந்துவரும் உச்சக் கட்ட யுத்த சமயத்தில் இந்தக் குற்றச்சாட்டு மிகப்பெரிய அளவில் புலிகளின்மீது சுமத்தப்பட்டது. மக்களை அவர்கள் தற் காப்பு ஆயுதங்களாக முன்னிறுத்துகிறார்கள். நூற்றுக்கணக்கான பொதுமக்கள் அதனால் அநியாயமாக உயிரிழக்கிறார்கள். இது அப்பட்டமான மனித உரிமை மீறல்.

ஆனால் யார் போய்ப் பார்த்தது? இது விஷயத்தில் இலங்கை அரசும் சரி, விடுதலைப் புலிகளும் சரி. ஊடகங்களைச் சுதந்தர மாக இயங்க விடுவதில்லை. அவர்கள் தருவதுதான் செய்தி. அவர்கள் சொல்வதுதான் தகவல். என் தரப்பை நான் சொல் கிறேன். அவன் தரப்பை அவன் சொல்கிறான். தீர்ந்தது விஷயம்.

இரண்டாம் உலகப்போர் சமயத்தில்கூட போர்க்களத்திலிருந்து நேரடி ரிப்போர்ட்கள் வந்திருக்கின்றன. செஞ்சிலுவைச் சங்கத் தின் உதவியுடன் பத்திரிகையாளர்கள் களத்தில் நேரடியாகச்

செய்தி சேகரித்திருக்கிறார்கள். முப்பதாண்டு கால இலங்கை யுத்தத்தில் ஏதாவது ஒரு சந்தர்ப்பத்திலாவது அப்படியொரு வாய்ப்பு ஊடகங்களுக்குக் கிடைத்திருக்கிறதா என்று யோசித்துப் பார்க்கலாம்.

எந்தத் தனிமனிதரையும் துடைத்தெடுத்துத் தூக்கி நிறுத்திப் புனிதராக்கி விடுவது சுலபம். அவசியமில்லை அதற்கு. புலிகள் இயக்கம் மீதான குற்றச்சாட்டுகள் அனைத்தும் பிரபாகரனின் சர்வாதிகார மனோபாவத்தின் விளைவாக உதித்தவை.

அந்தக் காரணத்தினாலேயே அவர் செய்தவை அனைத்தும் தவறு, அல்லது அவரது இருப்பே தவறு என்று வாதிடுவதுதான் பிழை. யாருடைய தயவையும் எதிர்பாராமல் முப்பதாண்டு காலமாக ஓர் இனத்தின் விடுதலைக்காகப் போராடிய மனிதரின் நியாயங்களை ஏற்க இயலாதுபோனாலும் புரிந்துகொள்ளச் சற்று முயற்சி செய்யலாம். தவறில்லை.

22. ஸ்ரீபெரும்புதூர்

அந்தத் தீர்மானத்துக்கு வர பிரபாகரன் யாருட
னும் கலந்து பேசியதாகத் தெரியவில்லை. உட்
கார்ந்து யோசித்து அவரே எடுத்த முடிவாகத்தான்
இருக்கவேண்டும். ஒரு ரகசிய விவாதமாகக் கூட
ராஜீவ் படுகொலைத் திட்டம் பற்றி இயக்கத்தில்
யாராலும் எந்தச் சமயத்திலும் பேசப்பட்டதில்லை
என்று இந்தப் புத்தகத்துக்காக நான் தொடர்பு
கொண்ட சில முன்னாள் இயக்கப் போராளிகள்
சொன்னார்கள்.

பேசியிருக்கலாம். அல்லது பேசாதிருந்திருக்கலாம்.
அவர்கள் சொன்னதுபோல் விவாதிக்கப்படா
மலேயே உத்தரவாகியும் இருக்கலாம். ஆனால் ஒரு
தீர்மானமாக திட்டம் வடிவெடுத்ததும் பொட்டு
அம்மானை மட்டும் அழைத்து விவரித்தார்
பிரபாகரன்.

நாம் ஏமாற்றப்பட்டிருக்கிறோம். புலிகள் இயக்கம்
மட்டுமல்ல. ஒட்டுமொத்த ஈழத் தமிழர்களையும்
இழுத்து உட்காரவைத்து ஏமாற்றிவிட்டார் ராஜீவ்.
எத்தனை நம்பிக்கை சொன்னார்! என்னென்ன
வெல்லாம் எதிர்பார்த்தோம். எதுவாவது
நடந்ததா? இந்திய அமைதிப்படையுடன் நாம்
நிகழ்த்திய யுத்தம் தவிர?

யுத்த காலத்திலும்கூட எத்தனை கடிதங்கள் எழுதி
யிருப்பேன்? எப்படியெல்லாம் கதறியிருப்பேன்!
எதற்காவது பதில் வந்ததா? ஒரு கடிதத்துக்காவது?

169

புலிகளை ஒழிப்பது ஒன்றே செயல்திட்டம் என்று வந்து உட்கார்ந்து வேலை செய்தது போலிருந்ததை நம் மக்கள் உணர்ந்திருப்பார்கள் அல்லவா? நாம் பேசுவோம், பொதுமக்கள் சாகிறார்கள், யுத்தத்தை நிறுத்துங்கள் என்று எத்தனை முறை கேட்டேன்? பேச்சு வார்த்தை கிடையாது என்று ஒரு வரியில் அல்லவா சொல்லிவிட்டார்? அத்தனை வேண்டாதவர்களா நாம்? நாமில்லாமல் ஈழ விடுதலை சாத்தியமா? நம்புகிறார்களா? நாம் அத்தனை முக்கியமற்றவர்களா? யார் தீர்மானிப்பது? நம் மக்களைக் கேட்டார்களா? ஒருத்தர், ஒருத்தர் அதற்குத் தலையசைப்பாரா? சிறு குழந்தையேனும்?

இங்கே நாம் யுத்தம் புரிந்துகொண்டிருந்தபோது தமிழ்நாட்டில் நமது இயக்கப் போராளிகள் நூற்றைம்பது பேரைக் கைது செய்தார்களே நினைவிருக்கிறதா? என்ன காரணம்? இதுதான் அமைதி ஒப்பந்தத்தின் விளைவா? இதற்குத்தான் அசோகா ஹோட்டலில் அறையெடுத்துத் தங்கவைத்துப் பேசினார்களா? தேசியப் பாதுகாப்புச் சட்டத்தின்கீழ் நம்மவர்களைக் கைது செய்தார்கள். அவமானமாக இல்லை? எனக்கு இருக்கிறது. இந்தியப் பாதுகாப்புக்கு நாம் எப்போதேனும் அச்சுறுத்தல் விடுத்திருக்கிறோமா? நண்பர்களாக, சகோதரர்களாக அல்லவா பழகி வந்திருக்கிறோம்? நம்மை ஒடுக்கி, நிராயுதபாணிகளாக்கி, கைது செய்யாமல் ஈழத்தை விட்டு வெளியேற மாட்டோம் என்று சிங்கள அதிகாரிகளிடம் இந்திய அதிகாரிகள் சொன்னார்களாம். கேள்விப்பட்டாயா? முடிந்ததா அவர்களால்? தோற்று, தலையைத் தொங்கப்போட்டுக்கொண்டு அல்லவா போனார் கள்? எத்தனை மரணங்கள், எத்தனை அவலங்கள்!

போதும் நண்பா. இந்தியாவில் இன்னொரு தேர்தல் வருகிறது. திரும்பவும் ராஜீவ் ஆட்சியைப் பிடிக்க வாய்ப்பிருக்கிறது என்று பேசிக்கொள்கிறார்கள். அவர் சந்தேகமில்லாமல் அங்கே மக்கள் தலைவர். ஈழத் தமிழர்களுக்கு அவர் இழைத்த துரோகம் கூட அங்கே வேறு பெயரில்தான் அழைக்கப்படும். இலங்கை அரசுடன் இந்தியா கொள்ளும் நல்லுறவு, இந்தியாவின் நலனுக்கு உகந்தது. ராஜிவ், தனது சரித்திரத்தில் இதன்பொருட்டு ராஜதந்திரி என்று குறிப்பிடப்படுவார். நமது அவலங்கள் மறக்கப்படும். நமக்கு இழைக்கப்பட்ட துரோகங்கள் நினைவி லிருந்து எளிதில் உதிர்ந்துவிடும். இந்திய மக்கள் என்பது தமிழர்கள் மட்டுமல்லர். நமக்காக அங்கே கண்ணீர் சிந்தும்

இந்தியா ஒருபோதும் தனி ஈழத்தை ஆதரிக்காது. பிரிவினை என்றுதான் பேசுவார்கள். நமது பிறப்புரிமை அங்கே புரியாது. நம் மீது திணிக்கப்படும் ஒடுக்கு முறைகள் அங்கே விளங்காது.

தமிழர்களின் எண்ணிக்கை அதிகம்தான். ஆனாலும் இந்தியா என்னும் பிரம்மாண்டத்தின் முன்னால் அவர்களின் எண்ணிக்கை சொற்பம். இந்தியாவின் உறுப்பாக அவர்களால் செய்யக்கூடியது கண்ணீர் சிந்துவது மட்டும்தான்.

எனக்குத் தெரிந்துவிட்டது. இந்தியா ஒருபோதும் தனி ஈழத்தை ஆதரிக்காது. பிரிவினை என்றுதான் பேசுவார்கள். நமது பிறப்புரிமை அங்கே புரியாது. நம் மீது திணிக்கப்படும் ஒடுக்கு முறைகள் அங்கே விளங்காது. காஷ்மீரில் கஷ்டமில்லையா, அஸ்ஸாமில் இல்லையா என்று எளிய உதாரணங்கள் தேடு வார்கள். கஷ்டங்களை மீறிய தேசிய ஒற்றுமை என்னும் மாயா வாதம் இந்திய ஜனநாயகத்துக்குச் சரி. இங்கே ஒத்து வராது.

நான் முடிவு செய்துவிட்டேன். ராஜீவ் மீண்டும் பிரதமரானால் நமக்குச் சிக்கல்.

உத்தரவு பிரபாகரனுடையது. திட்டம் பொட்டு அம்மானுடை யது. இயக்கத்தில் யாருக்கும் விவரம் தெரியாது. சொல்ல வில்லை. மாத்தையாவுக்குக் கூடத் தெரிந்ததாகத் தெரிய வில்லை. ஒருவேளை பாலசிங்கத்துக்குத் தெரிந்திருக்கலாம். ஆனால் படுகொலைச் சம்பவம் நடந்ததும் செய்தது புலிகளல்ல என்று லண்டனிலிருந்து அவர்தான் முதல் குரல் கொடுத்தார். அதற்கு அவசியமில்லை என்பதை எண்ணும் பட்சத்தில், பாலசிங்கத்துக்கும் தெரியாமல்தான் அது நிகழ்த்தப்பட்டது என்று கொள்ளவேண்டியிருக்கிறது.

ஒருநாள், ஒருவார, ஒரு மாத அவசரத் திட்டமல்ல அது. மிக தீர்க்கமாக, தீர்மானமாக, அணு அணுவாக யோசித்துத் தீட்டப் பட்ட திட்டம். பலபேருக்குத் தெரிந்திருக்க நியாயமில்லை. ஓர் ஒத்திகைகூடப் பார்க்கப்பட்டது.

வி.பி.சிங் தமிழகத்தில் பிரசாரத்துக்கு வந்திருந்தார். பொதுக் கூட்டம் ஒன்றில் அவர் பேசிக்கொண்டிருந்தபோது அதே

சிவராசன், தணு, சுபா குழுவினர் அந்தக் கூட்டத்துக்குச் சென்று கவனித்து, அருகே நெருங்கி, மாலையிட்டு, வணக்கம் சொல்லிப் பயிற்சி செய்து பார்த்திருக்கிறார்கள். எல்லாம் சரி என்று திருப்தியடைந்த பிறகுதான் ஸ்ரீபெரும்புதூர் பொதுக் கூட்டத்தைத் தேர்ந்தெடுத்தார்கள்.

ராஜீவ் காந்தி படுகொலையை நிகழ்த்த பொட்டு அம்மான் சிவராசனை முக்கியக் கருவியாகத் தேர்ந்தெடுத்ததற்குக் காரணம் உண்டு. மிகத் தீவிரமான போராளி, செயல் வீரர் என்று பெயர் பெற்றதெல்லாம் அத்தனை முக்கியமில்லை. பிரபாகர னுக்குத் தனிப்பட்ட முறையில் சிவராசனின் திறமை மீது நம்பிக்கை இருந்தது கூடக் காரணமில்லை. ஒருவேளை திட்டம் கெட்டுப்போய் சிவராசன் இடையில் மாட்டிக்கொண்டால்கூட விடுதலைப் புலிகள் இயக்கத்தின்மீது சந்தேகம் வராதிருக்க ஒரு வழி இருப்பதாகப் பொட்டு அம்மான் அப்போது நினைத்தார்.

1989 - 90 காலகட்டத்தில் சிவராசன் விடுதலைப் புலிகள் இயக்கத்திலிருந்து விலகி, வெளியேறி அமைதியாக எங்கோ வசிப்பதாக ஒரு தகவல் அல்லது வதந்தி யாழ்ப்பாணம் முழுதும் பரவியிருந்தது. யாழ்ப்பாணத்துத் துணி வியாபாரிகளுக்கும் குறி சொல்பவர்களுக்கும்கூட இது தெரியும். இது தானாகப் பரவிய வதந்தியா, திட்டமிட்டுப் பரப்பட்ட வதந்தியா என்று தெரியாது. ஆனால் அப்படியொரு வதந்தி இருந்தது உண்மை. பிரபாகரனுக்கும் இந்த விஷயம் தெரியும்.

ஆனால் சிவராசனுக்கு இயக்கத்துடன் எவ்விதக் கருத்து வேறு பாடும் இல்லை. வெகு நிச்சயமாக இல்லை. அவர் இயக்கத் தில்தான் இருந்தார். தீவிரமாகச் செயல்பட்டுக்கொண்டிருந்தார். கொடுக்கப்படும் பணி எதுவானாலும் கேள்வி கேட்காமல் செய்து முடித்துக்கொண்டிருந்தார்.

அப்படி அவர் முன்னதாக 'முடித்திருந்த' பணி, பத்மநாபா கொலை.

சென்னையில்தான் நடந்தது. கோடம்பாக்கம் ஜக்கரியா காலனி ஈ.பி.ஆர்.எல்.எஃப். அலுவலகத்தில் வைத்து பத்மநாபாவையும் அவரது சகாக்களையும் சுட்டுக்கொன்று விட்டுத் தப்பியோடிய வர்களை வெகுநாள்களாகத் தமிழ்நாடு போலிஸ் தேடிக் கொண்டிருந்தது. அந்தச் செயலைத் தலைமை தாங்கி நடத்திய

172

விடுதலைப் புலி போராளியின் பெயர் ரகு என்று மட்டும் உளவுத்துறை மூலம் தெரிய வந்திருந்தது.

ரகு என்றால் யார்? எந்த ரகு? விடுதலைப் புலி இயக்கத்தில் எத்தனையோ ரகுக்கள் பல்வேறு காலகட்டங்களில் இருந்திருக் கிறார்கள். எண்பதுகளின் மிகத் தொடக்கத்தில் திருவான்மியூரில் ஆபீஸ் திறந்து அவர்கள் வேலை பார்த்துக்கொண்டிருந்த போதுகூட ரகு என்றொரு போராளி இருந்தார். தவிரவும் அது இயற்பெயரா? இயக்கப் பெயரா?

எதுவும் தெரியாமல் வெறுமனே ஒரு பெயரையும் துப்பாக்கிச் சூடு நடத்தப்பட்ட அறையில் கண்டெடுக்கப்பட்ட சில ரவை களையும் மட்டும் வைத்துக்கொண்டு யோசித்துக்கொண்டிருந் தார்கள்.

பத்மநாபாவைக் கொன்றுவிட்டு எவ்வித சேதாரமும் இல்லாமல் அலுங்காமல் அந்த ரகு யாழ்ப்பாணத்துக்குப் போய்ச் சேர்ந்தார். பிரபாகரனையும் பொட்டு அம்மானையும் சந்தித்து, காரியம் முடிந்தது என்று தகவல் சொன்னார். அடுத்த வேலை வந்தால் சொல்லி அனுப்பச் சொல்லிவிட்டுத் தன் சொந்த ஊரான உடும்பிடிக்குப் போய், கொஞ்சநாள் வீட்டுச் சாப்பாடு சாப்பிட்டுக்கொண்டு ஓய்வெடுத்தார்.

பத்மநாபா கொலைக்கு ரகு என்கிற ரகுவரன் என்கிற சிவராசன் என்கிற பாக்கியச் சந்திரன்தான் பயன்படுத்தப்பட்டார் என்கிற தகவல் ஒருவேளை யாழ்ப்பாணத்தில் சொல்லப்படாதிருந்திருக் கலாம். ரகசியம் காத்திருக்கலாம். இயக்கத் தோழர்களுக்கு மத்தியிலேயேகூட.

சட்டென்று சிவராசன் காணாமல் போனது, திரும்பி வந்த பிறகும் அவர் களத்திலோ, முகாம்களிலோ, பணியாற்றவேண்டிய பிற இடங்களிலோ எங்குமில்லாமல் சொந்தக் கிராமத்துக்குப் போய்விட்டது, சிலகாலம் பிரபாகரனோ, பொட்டுவோ அவரை அழைக்காதிருந்தது எல்லாமாகச் சேர்ந்து அவர் இயக்கத்தை விட்டு வெளியேறி விட்டதாக ஒரு வதந்தியாக உருவெடுத் திருக்கலாம்.

எப்படியானாலும் சிவராசன் ராஜீவ் கொலைத் திட்டத்தில் இடம்பெறுவது நல்லதுதான் என்று பொட்டு நினைத்தார்.

173

சிவராசனை அடையாளம் கண்டுகொண்டால்கூட அவர் புலிகள் இயக்கத்தில் இப்போது இல்லை என்று சொல்லிவிடலாம். அவரே அதைச் சொல்லுவார். ஆமாம், அப்படித்தான் என்று இந்திய உளவுத்துறையே சர்ட்டிபிகேட் கொடுக்கும். வசதி யல்லவா? பெரிய சௌகரியமல்லவா?

அப்படித்தான் ஆகியிருக்கும். ஆகஸ்ட் 1991ல் பெங்களூருவில் கேனனகொண்டே என்கிற இடத்தில் சிவராசன் சுற்றி வளைக்கப் பட்டு, சயனைட் அருந்தி உயிர் விட்ட பிறகு உள்ளே சென்று கைப்பற்றிய அவரது ஏகே 47-ஐச் சென்னைக்கு எடுத்து வந்தார்கள். அதை வைத்துக்கொண்டு என்ன செய்வது? போட்டோ எடுத்து பேப்பரில் கொடுக்கலாம். சிவராசன் வைத் திருந்த பயங்கர ஆயுதம். தலைப்புச் செய்தியாகும். அதுதானா? அவ்வளவுதானா?

புலனாய்வு அதிகாரிகளுக்குப் பழைய பத்மநாபா கொலை விவகாரம் உறுத்திக்கொண்டே இருந்திருக்கிறது. இன்னமும் கண்டுபிடிக்கப்படாத மர்மம். யார் செய்தார்கள்? யாரோ செய்தார்கள். என்னவோ பெயர். தப்பித்துப் போயாச்சு.

அவ்வளவுதானா? ஏதோ பொறிதட்டி சிவராசனின் ஏகே 47ஐயும், பத்மநாபாவின் அறையில் கண்டெடுக்கப்பட்ட துப்பாக்கி ரவைகளையும் பொருத்திப் பார்த்தார்கள். பானர்மேனின் பாஞ்சாலங்குறிச்சி அங்கே பிடிபட்டது.

ஒரு பிடிமானம் கிடைத்தால் போதாதா? உடனே இண்டர் போலைத் தொடர்பு கொண்டார்கள். தகவல்கள் வெகு விரை வில் சேது சமுத்திரமாகப் பெருகி ஊற்றத் தொடங்கின. உளவுத் துறை சொன்ன ரகுவின் முழுப்பெயர் ரகுவரன். ரகுவரனின் இயற்பெயர் பாக்கியச் சந்திரன். பாக்கியச் சந்திரனின் இப் போதைய பெயர் சிவராசன். அவரது தாயார் சிவபாக்கியம். அப்பா சந்திரசேகரம். சகோதரன் ஒருவன் இருக்கிறான். அவன் பெயர் ரவிச்சந்திரன். இவர்களுடைய பக்கத்து வீட்டில் ஒரு பையன் இருக்கிறான். அவன் பெயர் சுதந்தர ராஜா. அவனைப் பொட்டு அம்மானுக்கு அறிமுகப்படுத்தி வைத்து, இயக்கத்தில் சேர்த்தது சிவராசன் தான். சுதந்தர ராஜா, சிவராசனுக்கு உதவியாளராகச் சென்றிருக்கிறான்.

நிறைய தகவல்கள். நிறைய துரத்தல்கள். தேடுதல் வேட்டைகள். ஆங்காங்கே சயனைட் மரணங்கள். அவ்வப்போது சில கைதுகள்.

விசாரணை சமயத்தில் சிவராசன் உள்பட இறந்து போனவர்கள் மொத்தம் பத்துபேர். கைதாகி வழக்கை எதிர்கொண்டவர்கள் பன்னிரண்டு பேர். ஆக இருபத்திரண்டு ஈழத் தமிழர்கள். சில தமிழகத் தமிழர்கள்.

ராஜிவ் கொலை குறித்து நிறையப் பேசியும் எழுதியும் ஆகி விட்டது. இன்னும் வெளிப்படாத ஒரே ஒரு விஷயம், சூத்திரதாரி யான பிரபாகரனின் மனப்பதிவுகள். 2002-ல் கிளிநொச்சியில் அவர் நடத்திய பத்திரிகையாளர் சந்திப்பும் ராஜீவ் மரணத்தை 'துன்பியல் சம்பவம்' என்று சொல்லி அடுத்தக் கேள்விக்குச் சென்றதும் யாரையும் எந்த அளவும் திருப்தியுறச் செய்யவில்லை.

ஒரு காலத்தில் இலங்கைத் தீவின் மூன்றிலொரு பகுதி நிலப்பரப்பையும் மூன்றில் இரு பங்குக் கடற்கரைப் பரப்பையும் தன் கட்டுப்பாட்டுக்குள் வைத்து ஆண்டுகொண்டிருந்த பிரபா கரனையும் அவரது இயக்கத்தவர்களையும் வன்னிப் பகுதியில் ஐந்து சதுர கிலோ மீட்டர் பரப்புக்குள் சுருக்கிவிட்டோம்; மொத்தமாகப் பிடித்துவிடுவோம் என்று இலங்கை ராணுவம் அறுதியிட்டுச் சொல்லுமளவு நிலைமை படிப்படியாக மாறிப் போனதன் தொடக்கக் கண்ணி ராஜிவ் படுகொலையில்தான் இருக்கிறது.

சரித்திரம் எப்போதும் இப்படித்தான். வெற்றிகளுக்கு மட்டு மல்லாமல் சமயத்தில் சரிவுகளுக்கும் அபார விலை சொல்லி விடும்.

23. காலில் விழு!

இந்திரா காந்தி முதல் சோனியா காந்தி வரை ஈழப் பிரச்னையை முன்வைத்து, பிரபாகரனுடன் நேரடியாக அல்லது மறைமுகமாக அரசியல் செய்தவர்களைப் பற்றி நிறையச் சொல்ல இயலும். ராஜிவ் காந்திக்குப் பிறகு, ராஜிவ் காந்தியின் நிலைபாடே ஈழத்தைப் பொறுத்தவரை இந்திய அரசியல்வாதிகளின் நிலையாகிப் போனதற்குப் பிரமாதமான வேறு காரணங்கள் தேடவேண்டிய தில்லை. அவரது மரணம் ஒன்றுதான்.

அரசாங்க விருந்தாளியாக வந்து போன தினங்கள் முதல் தேடப்படும் குற்றவாளியாக அறிவிக்கப் பட்ட தினம் வரை இந்தியாவுடனான பிரபாகரனின் உறவு எப்போதும் சிக்கலான ஒன்றாகவே இருந்து வந்திருக்கிறது. ஈழத் தமிழர்களுக்கு மீட்சியளிக்கக் கூடிய ஒரே இயக்கமாக இந்தியா ஒருபோதும் விடுதலைப் புலிகளைக் கண்டதில்லை என்பதுதான் இதன் அடிப்படை. ஈழத்தை முன்வைத்து இந்தியா மேற்கொள்ள நினைத்த அரசியல் நடவடிக்கை களைப் பிரபாகரன் எப்போதும் அங்கீகரித்ததில்லை. அடிப்படை முரண் அங்கேதான் ஆரம்பிக்கிறது.

தான் வலுவாக இருந்த நாள்களிலும் சரி. பலம் குறைந்திருந்த பொழுதுகளிலும் சரி. பிரபாகரன் இது விஷயத்தில் சமரசம் செய்ததில்லை. ராஜீவ் காந்திக்கு அதுதான் பெரிய பிரச்னையாக இருந்தது. இந்தியா என்பது ஒரு தேசம். பிராந்திய வல்லரசு.

பிரபாகரன் என்பவர் ஒரு தனி மனிதர். எதற்காகவும் தனது நிலைபாட்டை விட்டு இறங்கமாட்டேன் என்று எப்போதும் அடம் பிடிக்கும் இந்த மனிதரை என்ன செய்வது? தனது அகங்காரம் சீண்டப்பட்டதாக அவர் உணர்ந்தபோதுதான் பிரபாகரனுடனான விரோதத்தை ரகசியமாக வளர்க்க ஆரம்பித்தார்.

அமைதிப்படை இலங்கையில் துரத்தித் துரத்தி அடிக்கப்பட்டுக் கொண்டிருந்த காலத்தில் சில ராணுவ அதிகாரிகள் அங்கிருந்த படிக்கு டெல்லி மேலிடத்தில் கதறிப் பார்த்திருக்கிறார்கள். வேண்டாம். ராணுவ நடவடிக்கைகளை நிறுத்தச் சொல்லி உத்தரவிடுங்கள். குறைந்தபட்சம் குறைத்துக்கொள்ளவாவது அனுமதி கொடுங்கள்.

நடக்கவில்லை. எப்படியும் புலிகளை முற்றிலுமாக ஒழித்து விடுவது உறுதி என்று திரும்பத் திரும்ப உளவுத்துறை அளித்த பொய்யான நம்பிக்கை மட்டுமே ராஜிவிடம் எடுபட்டது. களத்தில் நேரடியாக நிலவரம் அறியக்கூடிய வாய்ப்புள்ள அதிகாரிகள் சொன்னது அனைத்தும் வீணாகிப் போயின.

கொழும்புவில் இருந்த தூதரகத்தில் சில அதிகாரிகள் இருந் தார்கள். இந்திய அதிகாரிகள். ஜக்கம்மாவைப் போல் ராஜீவுக்கு நல்ல வார்த்தை சொல்வதாக நினைத்துக்கொண்டு அநேகமாக வாரம் ஒருமுறையேனும் புலிகள் விழுந்துகொண்டிருக்கி றார்கள், பிரபாகரன் பிடிபடப்போகிறார் என்று அறிவித்துக் கொண்டே இருந்தார்கள். இடைவிடாமல் பிரபாகரன் ராஜீவுக்கு எழுதிய ('போரை நிறுத்துங்கள்' என்கிற வேண்டுகோள் சுமந்த) கடிதங்களையும் அதையும் இணைத்துத் தவறாக யோசித்து விட்டார் ராஜீவ்.

புலிகள் தோற்றுக்கொண்டிருக்கிறார்கள். அதனால்தான் பிரபா கரன் கடிதங்களாக எழுதித் தள்ளிக்கொண்டிருக்கிறார்.

> 'பிரபாகரன் இந்திய ராணுவத்திடம் மண்டியிடுவது ஒன்றுதான் போர் நிறுத்தத்துக்கு ஒரே வழி என்று ராஜீவ் தீர்மானமாக நினைக்கிறார்' என்று முரசொலி மாறன் தம்மிடம் தெரிவித்ததாக பாலசிங்கம் ஓரிடத்தில் எழுதியிருக்கிறார்.

இப்போது போரை நிறுத்துவதைக் காட்டிலும் இன்னும் தீவிரப் படுத்தினால் புலிகளை மேலும் விரைவில் ஒழித்துவிடலாம்.

அழகான தப்புக்கணக்கு. ராஜீவ் சறுக்கிய இடம் அதுதான். மட்டுமல்லாமல், யுத்தத்தைத் தீவிரப்படுத்தச் சொல்லிவிட்டு கனரக ஆயுதங்கள் ஏதும் பயன்படுத்தப்படவில்லை என்று இங்கே அவர் பேசியது இன்னும் விபரீதம். யாழ்ப்பாணம் முழுதும் இந்திய - இலங்கைப் போர் விமானங்கள் சுற்றிச் சுற்றிப் பறந்து குண்டு வீசியதில் தப்பிப்பிழைத்த மக்கள் தமிழகத் துக்குத்தான் அகதிகளாக வந்து சேர்ந்தார்கள்.

இப்படிப் பொய் பேசுகிறார்களே! எத்தனை பீரங்கிகள்! எத்தனை போர் விமானங்கள், ஹெலிகாப்டர்கள் பயன்படுத்தப்படு கின்றன! பார்த்துப் பார்த்து ஷெல் அடிக்கிறார்களே. இறந்து விழும் அப்பாவி மக்களை எடுத்துப்போடக்கூட வழியில்லாமல் வீதியிலேயே கிடக்கவிட்டு வேடிக்கை பார்க்கிறார்களே என்று அவர்கள் கதறிய கதறல் உலகெங்கும் எதிரொலித்தது.

பிரபாகரனின் கோபத்துக்கும் ராஜீவின் எரிச்சலுக்கும் தூப மிட்டது அதுவே.

இன்னும்கூடச் சில அபத்தங்கள் அரங்கேறின. புலிகளுக்கும் இந்திய ராணுவத்துக்குமான யுத்தம் தீவிரமடைந்திருந்த 1988ம் ஆண்டின் மத்தியில் விடுதலைப் புலிகளின் முக்கிய உறுப்பினர் களைத் தனியே தேடிக் கண்டுபிடித்துக் கொல்லுமாறு ஓர் உத்தரவு உளவுத்துறைக்கு வந்திருந்தது.

யுத்தம் ஒரு பக்கம் நடக்கட்டும். தனி நபர்களைத் தேட தனி அணி அமையுங்கள் என்று சொல்லப்பட்டிருந்தது. இந்த ரகசிய உத்தரவை எதிர் உளவு கண்டு பொட்டு அம்மான் பிரபாகரனிடம் எச்சரித்தார்.

பிரபாகரன் ஒரு காரியம் செய்தார். களத்தில் நின்று யுத்தம் புரியக்கூடிய தளபதிகளை வெறுமனே எச்சரித்துவிட்டு, அரசியல் பணியாற்றக்கூடிய மூத்த போராளிகள் அனைவரையும் ஈழத்தை விட்டு வெளியேறி இருக்கும்படி உத்தரவிட்டார். அதன்படித் தமிழகத்துக்குத் தப்பி வந்த விடுதலைப் புலிகளுள் அப்போது பாலசிங்கமும் ஒருவர்.

பாலசிங்கம் தமிழகத்துக்குத்தான் வந்தார் என்றாலும், தமிழகத்தில் தங்கவில்லை. யாருக்கும் சந்தேகம் எழாதவண்ணம்

பெங்களூரில் தங்கியிருந்தார். தமிழகத்தில் இருந்த சில ஈழ ஆதரவாளர்களுக்கும் மிகச் சில அரசியல்வாதிகளுக்கும் மட்டும் இந்த விவரம் தெரியும்.

அந்தச் சமயம் ராஜீவ் காந்தி, தமிழக முதல்வர் கலைஞரிடம் ஒரு வேண்டுகோள் வைத்திருந்தார். பேசிப்பாருங்கள். தமிழகத்தில் நிச்சயம் புலித் தலைவர்கள் யாராவது இருக்கத்தான் செய்வார்கள். அவர்களிடம் பேசி, பிரபாகரனுக்கு எடுத்துச் சொல்லச் சொல்லுங்கள். இந்தியாவைப் பகைத்துக்கொண்டு புலிகளால் வெகுகாலம் தாக்குப் பிடிக்க முடியாது. பணிந்து போகச் சொல்லுங்கள். ராணுவ நடவடிக்கை மேலும் தீவிரப் படுத்தப்படுவதற்குள் அவர்கள் போர் நிறுத்தத்துக்குச் சம்மதிக் கட்டும். போர் நிறுத்தம் என்றால் சரணடைவது என்று பொருள்.

பிரபாகரன் எழுதிய கடிதங்களில் கேட்டிருந்த போர் நிறுத்தத் துக்கும் ராஜிவ் ஆசைப்பட்ட இந்தப் போர் நிறுத்தத்துக்கும்தான் எத்தனை இடைவெளி!

கலைஞருக்குப் புலிகளைப் பற்றியும் பிரபாகரனைப் பற்றியும் வெகு நன்றாகத் தெரியும். ஆனாலும் கேட்பது பிரதமர். ஒன்றும் செய்வதற்கில்லை.

எனவே அவர் தமிழகத்து ஈழ ஆதரவாளர்கள் மூலம் பெங்களூரில் பாலசிங்கம் இருப்பதை அறிந்து, அவரைத் தொடர்பு கொண் டார். பேசவேண்டும். உடனடியாகச் சந்திக்க விரும்புகிறேன். எங்கே வைத்துக்கொள்ளலாம்?

பாலசிங்கம் பிரபாகரனுக்குத் தகவல் அனுப்பிவிட்டு, உத்தரவு கிடைத்ததும் சேலத்தில் கருணாநிதியைச் சந்திக்க ஒப்புக் கொண்டார். ஒரு ஹோட்டல் அறையில் ஒருநாள் நள்ளிரவுக்கு மேல் யாருக்கும் தெரியாமல் அந்த ரகசியச் சந்திப்பு நடை பெற்றது. ராஜீவ் கேட்கச் சொன்னதைக் கலைஞர் பாலசிங்கத் திடம் கேட்டார். சரணடைந்து விடுங்கள். இந்தியாவைப் பகைத்துக்கொள்வது ஆபத்து.

பாலசிங்கம் மறுத்துவிட்டார். ராஜீவ் காந்தி வாக்களித்தபடி வடகிழக்கில் ஓர் இடைக்கால அரசு நிறுவப்பட்டால் போரை நிறுத்தலாம். ஆனால் சரணடைவது, ஆயுதங்களை ஒப்படைப் பது என்கிற பேச்சுக்கே இனி இடமில்லை. உங்கள் பிரதமரிடம் சொல்லிவிடுங்கள்.

அந்தச் சந்திப்பின்போது முரசொலி மாறன் உடன் இருந்தார். மாறன், கலைஞரின் டெல்லி பிரதிநிதி. பாலசிங்கம் சொன்னதை அப்படியே ராஜீவுக்குத் தெரியப்படுத்தி விடுவதாகச் சொல்லி விட்டுக் கிளம்பிப் போனார்கள்.

மிகவும் அபத்தமான, சற்றும் பயனற்றது என்று தெரிந்தே நிகழ்ந்த இம்மாதிரியான சந்திப்புகளும் கலந்துரையாடல்களும் ராஜீவ் விஷயத்தில் பிரபாகரன் கொண்டிருந்த அதிருப்தியின் அளவைக் கணிசமாக அதிகரித்தது என்பதை மறுக்க முடியாது.

பின்னொரு தருணத்தில் 'பிரபாகரன் இந்திய ராணுவத்திடம் மண்டியிடுவது ஒன்றுதான் போர் நிறுத்தத்துக்கு ஒரே வழி என்று ராஜீவ் தீர்மானமாக நினைக்கிறார்' என்று முரசொலி மாறன் தம்மிடம் தெரிவித்ததாக பாலசிங்கம் ஓரிடத்தில் எழுதி யிருக்கிறார்.

களத்தில் இருந்த சில ராணுவ அதிகாரிகளின் கோரிக்கை கிடப்பில் போடப்பட்டதையும் போர் நிறுத்தத்தின் அவசியம் பற்றி அவர்கள் எடுத்துச் சொன்னதைக் கேளாமல் போனதையும் உளவுத்துறையின் மசாலா சேர்க்கப்பட்ட அறிக்கைகளுக்கு மட்டும் செவி சாய்த்ததையும் இதனோடு சேர்த்தே நாம் யோசிக்க வேண்டும்.

ராஜீவ் காந்திக்கு அவரது அகங்காரம் காயப்பட்டது வலித்தது. பிரபாகரனுக்கு அதன் விளைவுகள் வலித்தன. எல்லாமாகச் சேர்ந்துதான் ஸ்ரீபெரும்புதூர்.

பெரிய விலை. கணிசமான விலை. இந்தியாவும் கொடுத்தது. பிரபாகரனும் கொடுத்தார்.

24. இறுதி யுத்தம்

1976 முதல் விடுதலைப் புலிகள் என்னும் இயக்கம் செயல்பட்டு வருகிறது. யுத்தம் என்று அறிவிக்கப் படாவிட்டாலுமேகூட எண்பதுகளின் தொடக்கத் தில் இருந்தே இலங்கை அரசுக்கும் புலிகளுக்குமான மோதல்கள் முக்கியச் செய்திகளாகியிருக்கின்றன. எத்தனை குறைத்து யோசித்தாலும் இருபத்தி ஐந்தாண்டு கால யுத்தம். பல்வேறு களங்கள். பலவிதமான போரியல் நடவடிக்கைகள். இடையில் பல ஆட்சிகள் மாறின. அதிகாரிகள் மாறினார்கள். ராணுவத் தளபதிகள் மாறினார்கள். புலிகள் இயக்கத் திலும் நிறைய மாற்றங்கள் வந்தன. இயக்கத்தில் பல உட்பூசல்கள் முளைத்தன. துரோகங்கள் நிகழ்ந்தன. உமா மகேஸ்வரன் தொடங்கி இன்றைய கருணா வரை நீளும் அந்தச் சரித்திரம் தனி.

பல களங்களில் இரு தரப்பும் மாறி மாறி வெற்றி கண்டு வந்திருக்கின்றன. எந்தக் காலத்திலும் வெற்றி என்பது ஒரு கட்சிக்குரியதாக இருந்ததில்லை. நேரடி வெற்றி, மறைமுக வெற்றிகளைப் போலவே நேரடி, மறைமுகத் தோல்விகளும் இரு தரப்புக்கும் பொது வானதாகவே இருந்துவந்திருக்கிறது.

ஆனால் 2006 ஜூலை 26 அன்று தொடங்கிய நான்காம் ஈழ யுத்தம் இறுதிவரை பிரபாகரனுக்குச் சாதகமாக ஒருபோதும் அமையாதது ஏன்?

இது மிக முக்கியமான வினா. யோசிக்க வேண்டிய விஷயம். பிரபாகரனுக்கு இதன் காரணம் தெரியும்.

181

வெகு நிச்சயமாகத் தெரியும். ஆனால் வெளிப்படுத்த அவர் இப்போது உயிருடன் இல்லை.

இருபத்தி ஐந்தாண்டு காலமாக இல்லாத ராட்சச பலம் திடீரென்று இலங்கை ராணுவத்துக்கு எங்கிருந்து வந்தது? எப்படி சொல்லிச் சொல்லி அடிக்கிறார்கள், ஜெயிக்கிறார்கள்? போர் நிறுத்தம் என்கிற பேச்சுக்கே இடமில்லை, பிரபாகரன் சரணடைவதுதான் ஒரே வழி என்று மஹிந்த ராஜபக்ஷே, பி.எஸ். வீரப்பாவைப் போல் அட்டகாசச் சிரிப்புடன் அறிக்கை விட முடிவது எதனால்?

2002ம் ஆண்டு பிரபாகரன் போர் நிறுத்தத்துக்குச் சம்மதித்திருந் தார். நார்வே அமைதிக் குழுவின் ஏற்பாடு. இரு தரப்பிலும் பேசிப்பேசி ஏற்பாடு செய்த போர் நிறுத்தம். நான்காண்டு காலம் அது அமலில் இருந்தது. அந்தப் போர் நிறுத்தத்துக்கு முந்தைய நிலவரப்படி பிரபாகரனின் கைதான் மேலோங்கி இருந்தது. அவர் அமைதிப் பேச்சுகளுக்கு சம்மதித்தது இலங்கை அரசுக்கு மாபெரும் ஆறுதலாகவே இருந்தது. கொஞ்சம் சுவாசித்துக் கொள்ளலாம் என்றுதான் எண்ணினார்கள்.

2004 ஜூலைக்குப் பிறகு அமைதிப்பேச்சு மேலும் சூடு பிடிக்க ஆரம்பித்து எல்லாம், எல்லாமே நல்லபடியாகத் தான் போய்க்கொண்டிருந்தது. சட்டென்று 2006 ஜூலையில் ராஜபக்ஷே போர் அறிவித்து, அதனை இறுதி யுத்தம் என்று வருணித்ததன் காரணம் என்ன? இடையில் விடுதலைப் புலி களின் தாக்குதல் சம்பவம் என்று குறிப்பிடும்படிப் பெரிதாக ஒன் றும் நிகழவில்லை. ராணுவத் தளபதி சரத் ஃபொன்சேகாவைக் குறிவைத்து ஒரு தற்கொலைத் தாக்குதல் ஏப்ரல் 25ம் தேதி நிகழ்த்தப்பட்டது. சுற்றிச் சுற்றி யோசித்தாலும் அதைத்தான் உடனடிக் காரணம் என்று தயக்கமுடன் சுட்டிக்காட்ட வேண்டி யிருக்கிறது.

ஃபொன்சேகா தப்பித்து, மீண்டும் பணியில் சேர்ந்ததும்தான் இந்தப் போர் அறிவிப்பு வெளியிடப்பட்டது. ஜூலை 26-ம் தேதி மாவிலாறு அணைப்பகுதியை ஒட்டியிருந்த விடுதலைப் புலி களின் முகாம்களைக் குறிவைத்து இலங்கை ராணுவத்தின் போர் விமானங்கள் குண்டு வீச ஆரம்பித்தன. நிறுத்தவேயில்லை. சம்பூர், வாகரை என்று தொடங்கி கிழக்கு மாகாணம் முழுவதை யும் கைப்பற்றி, வடக்கு நோக்கி முன்னேற ஆரம்பித்தார்கள்.

பிரபாகரன் இறுதிவரை யுத்தம் நடந்துகொண்டிருந்த இடத்தில் மட்டுமே இருந்திருக்கிறார். நேரடியாக யுத்தத்தில் பங்குகொண்டு, படையை வழிநடத்தியிருக்கிறார். இறுதிக் கணம் வரை போராடித்தான் இறந்திருக்கிறார்.

சளைக்காத யுத்தம். ஓயாத யுத்தம். இரண்டு ஆண்டுகள் சமயம் பிடித்தன என்றாலும் அநேகமாக இப்போது வடக்கு கிழக்கு மாகாணங்கள் முற்றிலுமாக இலங்கை ராணுவத்தின் பிடிக்குள் வந்துவிட்டன. விடுதலைப் புலிகளின் பிராந்தியம் இருபது சதுர கிலோ மீட்டர், பதினைந்து சதுர கிலோ மீட்டர், பத்து சதுர கிலோ மீட்டர், ஐந்து சதுர கிலோ மீட்டர் என்று சுருக்கிக்கொண்டே வந்து இன்றோ நாளையோ முற்றிலும் வசமாகிவிடும் என்று சந்தோஷச் சிரிப்புடன் ராஜபக்ஷே அறிவித்தது மறந்திருக்காது.

ஏன் முடியவில்லை பிரபாகரனால்? 2004ல் கருணா என்கிற வினாயகமூர்த்தி முரளீதரன் பிரபாகரனுக்கு எதிராகப் புறப்பட்டு, கிழக்கு மாகாணத்தில் தனி ஆவர்த்தனம் செய்யத் தொடங்கியது காரணமா? இல்லை என்று பிரபாகரன் மறுத்தாலும் அங்கே புலிகளின் பலம் குறைந்து போனதுதான் உண்மையா? கருணாவுடன் பிரிந்து போன விடுதலைப் புலி போராளிகளின் எண்ணிக்கை அத்தனை அதிகமா?

இல்லை என்று புலி ஆதரவாளர்களும் ஆமாம் என்று கருணா தரப்பினரும் சொல்வார்கள். இரண்டுக்கும் இடையே உண்மை எப்போதும்போல் மௌனமாகப் புன்னகை பூக்கும்.

கருணா பிரிந்தது உண்மையில் அப்படிப் பொருட்படுத்தத் தேவையில்லாத விஷயமல்ல. முக்கியம்தான். அவர் முக்கிய மானவர்தான். மாத்தையாவுடன் இருந்தவர் அவர். படிப்படியாக முன்னேறி, பல களங்களில் தன்னை நிரூபித்து பிரபாகரனுக்கு வெகு நெருக்கமானவர். கிளிநொச்சி பத்திரிகையாளர் சந்திப்பின்போது பாலசிங்கம், தமிழ்ச்செல்வனுடன் கருணாவும் பிரபாகரனுக்கு அருகே அமர்ந்திருந்த காட்சியை யாரும் மறந்திருக்க முடியாது. அப்போதெல்லாம் அவர் துரோகி கருணா இல்லை. கருணா அம்மான்.

உளவுத்துறைத் திருவிளையாடல்களின் இருபத்தியோராம் நூற்றாண்டுப் புதிய வெளியீடு கருணா. பிரபாகரன் கிழக்கு மாகாணத்தை கவனிப்பதே இல்லை, வடக்கு வாழ்கிறது கிழக்கு தேய்கிறது என்றொரு பாடலைப் பாடி அவர் பிரிந்து போனதன் காரணங்கள் அவ்வளவு முக்கியமல்ல. பணம், பதவி, அதிகாரம், ஆட்சிக் கனவுகள்.

ஆனால் இயக்கத்துக்குள் அதிருப்திகள் அதிகரிப்பதைப் பிரபாகரன் கவனிக்காததுதான் சரிவின் தொடக்கம். எடுத்துச் சொல்ல சரியான நபர்கள் இல்லாது போனார்கள். நீரிழிவு நோய், விளைவாக சிறுநீரக பாதிப்பு, புற்றுநோய்த் தாக்குதல் என்று கடும் உடல்நலக் குறைவுகள் காரணமாக டிசம்பர் 14, 2006 அன்று ஆண்டன் பாலசிங்கம் இறந்து போனார். பிரபாகரனுக்கு அவர் மாபெரும் பலமாக இருந்தவர். சரியான வழிகாட்டி. ராஜதந்திரி. மிதவாதி. விடுதலைப் புலிகள் இயக்கம் பேச்சுவார்த்தைகளுக்கும் அமைதித் தீர்வுகளுக்கும் இறங்கிவரக்கூடிய அமைப்புதான் என்று உலக அரங்கில் எடுத்துக் காட்டியவர். இந்தியாவில் மட்டுமல்லாமல் பல மேற்குலக தேசங்களிலும் விடுதலைப் புலிகள் பற்றி இருந்த பல தப்பபிப்பிராயங்களைக் களையத் தன் வாழ்நாள் முழுதும் ஏராளமாக எழுதியும் பேசியும் வந்தவர்.

பாலசிங்கத்தின் இடத்தைச் சரியாக நிரப்புவார் என்று எதிர் பார்க்கப்பட்ட சுப. தமிழ்ச்செல்வனும் நவம்பர் 2, 2007 அன்று விமானத் தாக்குதலில் இறந்துபோனார். விடுதலைப் புலிகளின் அரசியல் பிரிவில் தமிழ்ச்செல்வன் மிக முக்கியமான நபராக இருந்தவர். யாழ்ப்பாணம் சாவகச்சேரியில் பிறந்த தமிழ்ச் செல்வன், 1984-ம் ஆண்டு விடுதலைப் புலிகள் இயக்கத்தில் இணைந்தவர். தொடக்கத்தில் ஏரியா கமாண்டராக யாழ்ப் பாணத்தில் களத்தில் இறங்கிப் போரிட்டுக்கொண்டிருந்தவரை பாலசிங்கம்தான் அரசியல் பிரிவுக்கு அழைத்துச் சென்றார். ஒரு யுத்தத்தில் காலில் அடிபட்டுப் போனதும் ஒரு காரணம்.

கிளிநொச்சியில் தமிழ்ச்செல்வன் இருந்த புலிகளின் அரசியல் பிரிவு அலுவலகத்தின்மீது ராணுவம் தாக்குதல் நடத்தியபோது அவரோடு வேறு ஐந்து பேரும் இறந்து போனார்கள்.

தமிழ்ச்செல்வனைப் போலவே ராஜதந்திர தளத்தில் பிரபா கரனுக்குப் பக்கபலமாகச் செயல்பட்டுக்கொண்டிருந்த இன்

னொருவர் பாலகுமார். மிக மூத்த போராளி. ஈரோஸில்
இருந்தவர். ஈரோஸ் இல்லாது போனபிறகு விடுதலைப் புலிகள்
இயக்கத்தில் இணைந்து, செயல்பட்டுக்கொண்டிருந்தவர்.
பிரபாகரனின் நெருங்கிய சிநேகிதரும் கூட.

ஜனவரி 9, 2009 அன்று நிகழ்த்தப்பட்ட இன்னொரு வான்
தாக்குதலில் அவரும் மிக மோசமாகக் காயமடைந்து செயல்பட
முடியாது போனார்.

அர்ப்பணிப்புணர்வுள்ள, நோக்கத்தில் தடுமாறாத, விசுவாசத்தில்
பங்கமில்லாத, சரியான வழி காட்டக்கூடிய இம்மாதிரியான
முக்கியப் போராளிகள் இந்த நான்காம் ஈழ யுத்த சமயத்தில்
பிரபாகரனுடன் இல்லாது போனது அவரது பெரிய பலவீனமாக
ஆனது. இயக்கத்தைப் பற்றிய அனைத்து ரகசியங்களையும்
அறிந்த கருணா இலங்கை அரசின் கைப்பாவை ஆனது
அவர்களுக்கு எதிர்ச்சமமான பலமானது.

இன்னொரு பலம் இந்திய உதவி. இது சற்றே தீவிரமானது.
இந்திய உளவுத்துறை இறுதி யுத்த சமயத்தில் இலங்கை அரசுக்கு
கொடுத்த ராஜதந்திர ரீதியிலான உதவிகள் மிக அதிகம். ராணுவ
ஒத்துழைப்பு, தொழில்நுட்ப ஒத்துழைப்பு, ஆயுத ஒத்துழைப்பு,
அரசியல் ஒத்துழைப்பு என்று அனைத்தும் வழங்கப்பட்டது.
எப்போதும் போல் பிராந்திய நலம் பேணும் செயல். அண்டை
நாட்டு அரசுடன் நல்லுறவு. ராஜிவ் கொலைக்குக் காரணமான
பிரபாகரன் தோற்றுக்கொண்டிருக்கிறாரா? நல்லது. என்னாலான
எளிய பங்களிப்பு. விரைவில் போரை முடிவுக்குக் கொண்டு
வாருங்கள். புலிகளை முற்றிலும் ஒழித்துக் கட்டுங்கள். நிவாரண
உதவிகளுடன் வரக் காத்திருக்கிறேன். இங்கே இன்னொரு
நாடாளுமன்றத் தேர்தல் சமயம் இது. வசதியாக இருக்கும்.
இலங்கைத் தமிழரின் இன்னல் தீர எம்மால் முடிந்தது.

அரசியல். அழகான அரசியல். காங்கிரஸ் ஒருக்காலும் தன்
நிலைபாட்டிலிருந்து மாறாது. காங்கிரசுடன் கூட்டு தேவைப்
படும் யாராக இருந்தாலும் இலங்கை யுத்தம் தொடர்பாக
அமைதி காப்பது அல்லது அசடு வழிவது தவிர வேறு
வழியில்லை.

மீண்டும் சொல்லலாம். பிரபாகரன் தன் வாழ்நாளில் செய்த
மிகப்பெரிய பிழை, ராஜிவ் படுகொலை. அதன் இரு தரப்பு

நியாய அநியாயங்களை முற்றிலும் ஒதுக்கி வைத்துவிட்டுச் சிந்தித்தாலும் அது ஒரு சரியான ராஜதந்திர நடவடிக்கை அல்ல. பிராந்திய வல்லரசு பதினெட்டு ஆண்டுகள் கழித்தும் பழி வாங்கும்.

வன்னியில் ஒரு சிறு பகுதிக்குள் முடக்கப்பட்ட விடுதலைப் புலிகள் தப்பிக்கும் வழியற்ற தருணமாக 2009 ஆகிப்போனது அவலம்தான். கூட்டம் கூட்டமாக மக்கள் வெளியேற ஆரம்பித்தார்கள். எங்கும் மரண ஓலம். குண்டு வீச்சு. பிரபாகரனை நெருங்கிவிட்டோம். எந்தக் கணமும் அவர் பிடிபடலாம். ராஜபக்ஷே அறிவிக்கிறார்.

அறிவித்துவிட்டுத்தான் அவர் ஜி 11 உச்சிமாநாட்டுக்காக ஜோர்டன் புறப்பட்டுச் சென்றார். மாநாடு முடியக்கூட இல்லை. மே 17 ஞாயிற்றுக்கிழமை காலை அவசர அவசரமாகப் புறப்பட்டு கொழும்பு வந்து இறங்கினார்.

அப்படி என்ன அவசரம்? இறங்கியதும் அவர் முகத்தில் கொப்பளித்த புன்சிரிப்புக்கும் கோலாகலத்துக்கும் என்ன அர்த்தம்? குனிந்து மண்டியிட்டு மண்ணை முத்தமிட்டாரே? என்ன காரணம்? உலகுக்கு அப்போது புரியவில்லை. இருபத்தி நான்கு மணிநேரம் கழித்து விஷயம் வெளியே வந்தது.

பிரபாகரனையும் தனி ஈழம் என்னும் கனவையும் இலங்கை ராணுவத்தினர் சுட்டுக்கொன்று விட்டிருந்தார்கள். இதன்மூலம் 1983ம் ஆண்டு முதல் இடைவிடாது நடந்துவந்த இலங்கைத் தமிழ் மக்களின் ஆயுதமேந்திய விடுதலைப் போராட்டம் இறுதியாக முறியடிக்கப்பட்டிருந்தது!

இந்த நூற்றாண்டில் தமிழர்களுக்கு இதனைக் காட்டிலும் மாபெரும் அதிர்ச்சி தரக்கூடிய சம்பவம் இன்னொன்று இருக்கப்போவதில்லை. ஓயாத யுத்தமும் தீராத ரத்தமுமாக வருடங்கள் நகர்ந்தாலும் அடிப்படையில் ஒரு நம்பிக்கை அனைவருக்குமே மிச்சமிருந்தது. எப்படியாவது பிரபாகரன் தனது 'தனி ஈழம்' என்னும் லட்சியத்தில் வெற்றி கண்டுவிடுவார் என்கிற நம்பிக்கை.

அந்த நம்பிக்கை தகர்க்கப்பட்டுவிட்டது. தனது கடைசிச் சொட்டு எதிர்பார்ப்பை மிச்சம் வைத்து, ஆயுதங்களைக் கீழே போட்டு, மே 17ம் தேதி ஞாயிற்றுக்கிழமை அமைதிப் பேச்சுக்கு

அழைத்திருந்தார் பிரபாகரன். பயனில்லை. அவரும் அவரது படையினரும் முற்றிலுமாகத் தோற்கடிக்கப்பட்டுவிட்டார்கள். இருபத்தியாறு ஆண்டு கால யுத்தம். இனி ஒன்றுமில்லை. ஈழம் என்பது துக்கம் சுமந்த கனவாக இனி தமிழர்களின் மனங்களில் மட்டும் வாழும்.

இந்திய நாடாளுமன்றத் தேர்தல் முடிவுகளுக்காக மட்டுமே காத்திருந்திருக்கிறார்கள். ராஜபக்ஷே வந்து இறங்கிய ஞாயிறு மதியம் பிரபாகரன் மரணம் என்று முதலில் ஒரு வதந்தியை வெளியே அனுப்பிவிட்டு இறுதித் தாக்குதலைத் தொடங்கிய இலங்கை ராணுவத்துக்கு அதிக அவகாசம் வேண்டியிருக்க வில்லை. பல்லாயிரக் கணக்கான சதுர கிலோமீட்டர்களை அங்குலம் அங்குலமாகக் கடந்து அவர்கள் அப்போது ஒரு கிலோ மீட்டர் பரப்பளவுக்கு நெருங்கிவிட்டிருந்தார்கள்.

யாரும் எங்கும் தப்பிக்க முடியாத சூழ்நிலை. திங்கள் அதிகாலை அப்படித் தப்பிக்க நினைத்த பிரபாகரனின் மகன் சார்ல்ஸ் ஆண்டனியின் உடல் கரியமுள்ளிவாய்க்கால் பகுதியில் கண் டெடுக்கப்பட்டது. புலிகளின் அரசியல் பிரிவுத் தலைவர் நடேசன், புலிகளின் அமைதிப் பேச்சுவார்த்தைப் பிரிவு பொறுப் பாளர் புலித்தேவன், மூத்த கமாண்டர் ரமேஷ், காவல்துறைத் தலைவர் இளங்கோ, உளவுப்பிரிவைச் சேர்ந்த கபில், சார்ல்ஸ் ஆண்டனியின் நெருங்கிய சகா என்று சொல்லப்படும் சுதர்மன் என்று அடுத்தடுத்து இறந்துகொண்டிருந்தவர்கள் பற்றிய தகவல்கள் வந்துகொண்டே இருக்க, முந்தைய ஞாயிறு மாலை தனது சர்வதேசத் தொடர்பாளர் செல்வராஜா பத்மநாதன் மூலம் 'ஆயுதங்களைக் கீழே போடுகிறோம். பேச்சுவார்த்தைக்கு உதவுங்கள்' என்று உலக நாடுகளை நோக்கி பிரபாகரன் அவசரமாக விடுத்த இறுதி வேண்டுகோள் தன் அர்த்தம் இழந்து, இறந்து போனது.

தன் மூத்த மகன் இறந்ததற்கோ, ஆண்டாண்டு காலமாகத் தன் நிழல்போல் உடனிருந்து பணியாற்றிய தளபதிகள் இறந்து கொண்டிருந்ததற்கோ நின்று ஒரு சொட்டுக் கண்ணீர் கூட விடமுடியாத அவசரத்தில் இருந்த பிரபாகரன், திங்கள் அன்று காலை தான் இறுதியாக வெளியேற ஒரு முயற்சி செய்யலாம் என்று முடிவு செய்ததாகக் கூறப்படுகிறது. அவர் திருகோண மலைக்கு ஏற்கெனவே தப்பிச் சென்றுவிட்டார், கிழக்கு மாகாணத்தில் உள்ள யால காட்டுப்பகுதியில் பத்திரமாக இருக்

கிறார், மியான்மருக்குச் சென்று இரு வாரங்கள் ஆகிவிட்டன என்பது போன்ற வதந்திகள் அனைத்தும் தம் அர்த்தத்தை இழந்தன.

பிரபாகரன் இறுதிவரை யுத்தம் நடந்துகொண்டிருந்த இடத்தில் மட்டுமே இருந்திருக்கிறார். நேரடியாக யுத்தத்தில் பங்கு கொண்டு, படையை வழிநடத்தியிருக்கிறார். இறுதிக் கணம் வரை போராடித்தான் இறந்திருக்கிறார்.

25. இறந்த கதை

★ பிரபாகரன் இறக்கவில்லை. நிச்சயமாக அவர் உயிருடன் இருக்கிறார். தமிழர்களின் தன்னம் பிக்கையைக் குலைப்பதற்காக இலங்கை அரசு திட்டமிட்டுக் கிளப்பிவிட்ட பொய்ச் செய்தி இது.

★ செல்வராஜா பத்மநாதன் சொல்லிவிட்டார். பாதுகாப்புக் காரணங்களால் அவர் எங்கே இருக்கிறார் என்று இப்போது சொல்ல முடியாது.

★ தனது செய்தியின் நம்பகத்தன்மையை அதிகரிப் பதற்காகவே போலியாக ஒரு பிரபாகரன் பொம்மையைச் செய்து போட்டோ பிடித்துக் காட்டியிருக்கிறார்கள். அது பிரபாகரனே இல்லை. உருவ ஒற்றுமை லேசாக இருக்கிறதே தவிர, உற்றுப்பார்த்தால் புருவம், மூக்கு, முகவாய், காது எல்லாமே வேறு மாதிரி இருப்பது புலப்படும்.

★ பிரபாகரன் கடந்த சில காலமாக மீசையே வைத்துக் கொள்ளவில்லை. அப்படியே வைத் திருந்தாலும் இப்படி தொங்கு மீசை வைத்துக் கொள்வது அவரது வழக்கமல்ல.

★ பிரபாகரனின் மகன் சார்ல்ஸ் ஆண்டனி என்று காட்டப்படும் உடல் கூட ஆண்டனியுடையது அல்ல. அது கடற்படையில் பணியாற்றிக் கொண்டிருந்த சார்ல்ஸ் என்னும் வேறு போராளியுடையது. பிரபாகரன் மகனுக்கு 24

189

வயதுதான் ஆகிறது. இவர்கள் காட்டும் படத்தில் இருப்ப வருக்கு எப்படியும் நாற்பது, நாற்பத்தைந்து வயது இருக்கும்.

★ இலங்கை அரசு வெளியிடும் செய்திகளே முன்னுக்குப்பின் முரணாக இருக்கிறது. நந்திக்கடல் ஏரியிலிருந்து உடல் எடுக்கப்பட்டது என்கிறார்கள். நீரில் மூழ்கிய உடல் இப்படியா இருக்கும்?

★ தப்பிச் செல்லும்போது சுட்டதாகச் சொன்னது பொய். தப்பிக்கும் தறுவாயில் ஒருவர் இருந்தால் சுத்தமாக முகச் சவரம் செய்துகொண்டு, ராணுவ உடை உடுத்திக்கொண்டு புறப்பட வாய்ப்பில்லை. அதுவும் மறக்காமல் அடையாள அட்டையை எடுத்து வைத்துக்கொண்டு புறப்படுவார் என்று எண்ணமுடியவில்லை.

★ மரபணு சோதனை செய்யப்பட்டுவிட்டதாகச் சொல்வது பொய். பிரபாகரனைக் கொன்றது உண்மை என்றே வைத்துக் கொண்டாலும் அவரது மரபணுவை வேறு யாருடைய உடலி லிருந்து எடுத்த திசுக்களுடன் ஒப்பிட்டு சோதித்திருப்பார்கள்? பிரபாகரனின் குடும்பத்தார் அத்தனை பேரும் வெளிநாடு களுக்குச் சென்று பலகாலம் ஆகிவிட்டது. அவரது சகோதரி ஒருவர் சென்னையில் இருக்கிறார். இன்னொரு சகோதரி கனடாவிலும் மூத்த சகோதரர் டென்மார்க்கிலும் இருக் கிறார்கள். இவர்கள் யாருடைய உதவியும் இல்லாமல் எப்படி மரபணுச் சோதனை சாத்தியம்? இவர்கள் கண்டெடுத்ததாகச் சொன்ன சார்ல்ஸ் ஆண்டனி உடலும், பிரபாகரனின் மகன் உடல் அல்ல.

★ மரபணு சோதனை செய்ய இலங்கையில் எவ்வித வசதியும் கிடையாது. இதனை அதிகாரிகளே ஒப்புக்கொள்வார்கள். அப்படியிருக்க, உடல் மீட்கப்பட்ட ஒரு சில மணி நேரத்துக் குள் மரபணு சோதனை முடிந்தது எப்படி? வல்லுனர்கள் அதற்குக் குறைந்தது நான்கு முதல் ஆறு தினங்கள் பிடிக்கும் என்கிறார்களே?

★ பிரபாகரன் தமிழகத்தில் சிறைப்பட்டிருந்தபோது அவரது ரத்த மாதிரி, கைரேகை, பிற அங்க அடையாளங்களை அங்கே காவல் துறை பதிவு செய்து வைத்திருக்கும். உடலைத் தமிழ் நாட்டுக்கு அனுப்பி சோதனை செய்யத் தயாரா? இந்திய அரசு கேட்கட்டும்.

பிரபாகரன் இப்போது இல்லை. இனி இல்லை. இதுதான். இது ஒன்றுதான் இப்போதைய, எப்போதைக்குமான உண்மை. 1976ம் ஆண்டு முதல் 2009ம் ஆண்டு வரை நீடித்த அவரது விடுதலைப் போராட்டம், மிகப்பெரிய தோல்வியுடன் ஒரு முடிவை எட்டியிருக்கிறது என்னும் உண்மையை, விழுங்கித்தான் தீரவேண்டும்.

இலங்கை வெளியிட்ட தகவல்களுக்கு பதிலாகத் தமிழகமும் உலகத் தமிழர்களும் இவ்வாறாக எதிர்வினை ஆற்றிக்கொண்டிருந்த சமயத்தில் அடுத்து வந்த புதன்கிழமை பிரபாகரனின் மனைவி மதிவதனி, மகள் துவாரகா, இளைய மகன் பாலச்சந்திரன் ஆகியோரின் உடல் கண்டெடுக்கப்பட்டிருப்பதாக இலங்கை ராணுவம் தெரிவித்தது.

சுட்டுக்கொன்றார்களா, தற்கொலை செய்துகொண்டார்களா என்று கூறாமல், வெறுமனே 'உடல் கண்டெடுக்கப்பட்டது' என்று மட்டும் சொல்லப்பட்டது.

அவர்களுக்கும் தலையில் மட்டுமே குண்டு பாய்ந்திருந்தது! பிரபாகரனுடனேயே நந்திக்கடல் ஏரிப் பகுதியில் தப்பிச் செல்ல முயன்றபோது சுடப்பட்டிருக்கலாம் என்று சொல்லப்பட்டது.

'சந்தேகமே இல்லை. இது பிரபாகரனின் உடல்தான். கண்டெடுக்கப்பட்டவை, அவருடைய பொருள்கள்தான். மதிவதனி, பாலச்சந்திரன், துவாரகா உடல்களும் இவையே. மதிவதனி எனக்கு அக்கா மாதிரி. குழந்தைகள் எத்தனையோ சமயம் என் வீட்டில் விளையாடியிருக்கின்றன. இப்படியாகி இருக்க வேண்டாம். பிரபாகரன் அவர்களையும் பலி கொடுத்துவிட்டார். ஆனால் ராணுவத்தைக் குறை சொல்ல முடியாது. யுத்தக் களத்தில் அவர்களைத் தங்கவைத்திருந்ததுதான் பிழை. பிரபாகரன் நிறையப் பிழை செய்துவிட்டார். அதிபர் ராஜபக்ஷே கண்டிப்பாக பிரபா குடும்பத்தாருக்கு அடைக்கலமும் பாதுகாப்பும் அளித்திருப்பார். எனக்கு வருத்தமாக இருக்கிறது...' என்று கருணா சொன்னார்.

யாரும் நம்பவில்லை. அல்லது நம்ப விரும்பவில்லை. புலிகள் இயக்கத்தின் ஆயுதக் கொள்முதல் பிரிவின் தலைவரும் சர்வதேசத்துறை பொறுப்பாளருமான குமரன் பத்மநாதன்

என்கிற செல்வராஜா பத்மநாதன் விடுத்த அறிக்கையை மட்டுமே நம்ப விரும்பினார்கள். பிரபாகரன் இறக்கவில்லை. நலமாக இருக்கிறார்.

ஆனால், பிரபாகரன் அந்தப் பதினேழாம் தேதி ஞாயிற்றுக் கிழமைக்கு முன்னதாகவே தப்பிச் சென்றுவிட்டார் என்று பரவிய தகவலை யுத்தக்கள நிலவரம் குறித்து நன்கு அறிந்த ஈழத் தமிழர்கள் சிலர் மட்டும் மறுத்தார்கள். கடைசிக் கணம் வரை யுத்தம் நடந்த இடத்தில்தான் அவர் இருந்திருக்கிறார் என்பதில் சந்தேகமில்லை. ஆனால், ஞாயிறு அன்று வெலிஓயா என்னும் காட்டுப்பகுதியில் ரமேஷ் என்னும் தளபதி காத்திருக்க, யுத்தப் பகுதியிலிருந்து இறுதியாகத் தப்பி வெளியேறலாம் என்று தீர்மானம் செய்யப்பட்டது உண்மை என்று அவர்கள் சொன்னார்கள்.

பிரபாகரன் உள்பட மிச்சமிருந்த முக்கியத் தளபதிகள் அத்தனை பேரும் பதிமூன்று படகுகளில் நந்திக்கடல் நீர்வழி ஊடாக மணலாற்றைக் கடந்து வெலிஓயா காட்டுக்குச் சென்றுவிடத் தீர்மானித்திருக்கிறார்கள். அன்று நள்ளிரவுக்குப் பிறகு இம் முயற்சி மேற்கொள்ளப்பட்டிருக்கிறது.

ஆனால் அப்படித் தப்ப முயன்றபோது ஆறு படகுகள் இலங்கை ராணுவத்தினரால் தாக்கப்பட்டிருக்கின்றன. மிச்சம் உள்ள ஏழு படகுகளும் தப்பித்துச் சென்றுவிட, தாக்கப்பட்ட படகுகளில் ஒன்றில் பிரபாகரனும் பொட்டு அம்மான், சூசை போன்ற இருந்திருக்கிறார்கள்.

'பிரபாகரனின் உடலை வேறு எங்கேயாவது கண்டெடுத்ததாக ராணுவம் சொல்லியிருந்தால் நம்பியிருக்க மாட்டோம். ஆனால் மிகமிகச் சிலருக்கு மட்டுமே அவர் நந்திக்கடல் வழியே தப்பிக்கச் செய்த முயற்சி தெரியும். ராணுவம் சரியாக, நந்திக் கடல் படுகையில் அவரது உடலைக் கண்டெடுத்ததாகக் காட்டியபோதுதான் அதிர்ச்சியாக இருந்தது. இதை நம்பாமல் இருக்கவும் முடியவில்லை. நம்பவும் விருப்பமில்லை' என்று இயக்கத்துடன் தொடர்புள்ள சில புலம்பெயர் ஈழத் தமிழர்கள் சொன்னார்கள்.

இதுவல்ல, எதுவுமே உண்மையல்ல... நடந்தது திட்டமிட்ட சதி. உள்ளே இருந்தபடியே போட்டுக்கொடுத்து கொலை

செய்திருக்கிறார்கள், புலிகள் இயக்கத்துக்குள் துரோகிகள் இருப்பது ஒன்றும் புதிதில்லையே?

இப்படியும் பேசப்பட்டது.

இறுதி யுத்தத்தின் இறுதி தினத்தில், புலிகள் இயக்கத்தின் அரசியல் மற்றும் அமைதிக்குழு உறுப்பினர்களான நடேசன், புலித்தேவன் இறந்த விதம் பற்றி செல்வராஜா பத்மநாதன் ஓர் அறிக்கை விடுத்திருந்தார். சமாதானப் பேச்சுக்கு வரவழைத்து, நயவஞ்சகமாக வழியில் அவர்கள் கொல்லப்பட்டதாகப் பத்மநாதன் புலி ஆதரவு இணையத்தளமான தமிழ்நெட்டில் சொல்லியிருந்தார். கிட்டத்தட்ட அதே விதமான நடவடிக்கை தான் பிரபாகரன் மற்றும் அவரது குடும்பத்தார் விஷயத்திலும் மேற்கொள்ளப்பட்டிருக்க வேண்டும் என்பது இன்னொரு வாதம்.

பிரபாகரன், சார்ல்ஸ் ஆண்டனி, மதிவதனி, துவாரகா, பாலச் சந்திரன் என்று ஒரு குடும்பத்தைச் சேர்ந்த அத்தனை உறுப்பினர் களும் கொல்லப்பட்டிருக்கிறார்கள். யுத்தக் களத்தில் இத்தனை பேரைச் சரியாகத் தலையில் குறிபார்த்துச் சுட்டுக் கொல்வது என்பது எப்படிச் சாத்தியம்? ஆம்புலன்ஸில் பிரபாகரன் தப்பிக்க முயற்சி செய்ததும் ராக்கெட் தாக்குதல் நிகழ்த்தப்பட்டு கொல்லப்பட்டதும் உண்மையானால், உடலில் வேறு காயமே இருக்காதா? ஒரு ராக்கெட் தாக்குதலில் தூக்கியெறியப்பட்ட வண்டியிலிருந்து மீட்கப்பட்டது உண்மையானால் இப்படியா இருக்கும் உடல்? அந்த ஆம்புலன்ஸின் கதிதான் என்ன? ஒரு போட்டோகூடக் கிடையாதே.

சரி, ஆம்புலன்ஸ் வேண்டாம். படகில் தப்பிச் செல்லும்போது சுட்டுக்கொல்லப்பட்டதாகவே வைத்துக்கொண்டாலும், இரவுப் பொழுதில் ஒரு குடும்பத்தையே சரியாகத் தலையில் குறி பார்த்துச் சுட்டு வீழ்த்த முடியுமா?

எனவே யாரோ நம்பிக்கை துரோகி, தப்பிக்க வைப்பதாகச் சொல்லி அழைத்துச் சென்று பிடித்துக்கொடுத்து, சுட்டுக் கொன்றிருக்கிறார்கள் என்பதே உண்மை என்று விவரமறிந்தவர் கள் சொன்னார்கள்.

என்ன நடந்திருக்கக்கூடும்? யோசிக்கலாம். பிரபாகரன் மரணத்தைப் பொருத்தவரை முழு உண்மை என்ற ஒன்று

193

இல்லவே இல்லை என்பது கிட்டத்தட்ட உறுதியாகிவிட்ட நிலையில் இருளில் உறுப்பு தடவித்தேடி யானையைச் சமைக்க வேண்டியதைத் தவிர வேறு வழியில்லை.

பதினேழாம் தேதி ஞாயிற்றுக்கிழமை காலை இலங்கை அதிபர் மஹிந்த ராஜபக்ஷே தனது ஜோர்டன் சுற்றுப்பயணத்தை அவசரமாக முடித்துக்கொண்டு கொழும்பு திரும்பினார். என்றுமில்லாத பரவசத்தையும் வெற்றி பெற்றுவிட்ட மகிழ்ச்சியையும் அவர் விமானத்திலிருந்து இறங்கும்போதே முகத்தில் காண முடிந்தது. மிகவும் உணர்ச்சிவசப்பட்டு, மண்ணில் கால் வைத்ததுமே மண்டியிட்டு நிலத்தில் முத்தமிட்டார். அன்றைக்கே வெற்றி அறிவிப்பை அவர் வெளியிடுவார் என்றும் எதிர்பார்க்கப்பட்டது.

என்ன தகவல் அவருக்குக் கிடைத்து, அத்தனை பரவசப்பட்டிருக்க முடியும்? பிரபாகரன் பிடிபட்டுவிட்டார் அல்லது கொல்லப்பட்டுவிட்டார் என்பதைத் தவிர வேறு எதுவும் இருந்திருக்க வாய்ப்பில்லை.

ஆனால் ஞாயிற்றுக்கிழமைக்கு முன்னதாக, பிரபாகரன் கொல்லப்பட்டதாகவோ அல்லது பிடிபட்டுவிட்டதாகவோ, தற்கொலை செய்துகொண்டதாகவோ எந்தத் தகவலோ அல்லது வதந்தியோகூட எழவில்லை. அவர் பாதுகாப்பாக இருக்கிறார் என்றே சொல்லப்பட்டது. ஆனால் யுத்தக் களத்தில் நூற்றுக் கணக்கான விடுதலைப் புலிகள் இறந்து கிடப்பதாக மட்டும் செய்திகள் வந்துகொண்டிருந்தன.

ஞாயிறு மதியத்துக்கு மேல் - ராஜபக்ஷே கொழும்பு திரும்பிய அதே தினம் - பிரபாகரன் சுட்டுக்கொல்லப்பட்ட செய்தியை ஒரு வதந்தியாக முதலில் பரப்ப ஆரம்பித்தார்கள். ஆதாரம் எதையும் காட்டாமல், ராணுவ உயர் அதிகாரிகள் அதிகாரபூர்வமாக அறிவிக்காமல், ஆனால் ராணுவத் தரப்புத் தகவலாகவே இந்த வதந்தி பரப்பப்பட்டது. இது 'உண்மையான வதந்தியாக' இருந்திருக்கக்கூடிய பட்சத்தில் இலங்கை ராணுவம் உடனே இதனை மறுத்திருக்கும். ஆனால் செய்யவில்லை. மாறாக, 'ஆயுதங்களைக் கீழே போட புலிகள் முடிவு செய்திருக்கிறார்கள். நான்கு மணிநேரம் பிரபாகரனுடன் பேசினேன். அவர்தான் இந்த உத்தரவை அளித்தது' என்று தமிழ் நெட்டில் அறிவித்து பிரபாகரன் உயிருடன் இருக்கும் விஷயத்தைப் பத்மநாதன் உறுதிப்படுத்தினார்.

ஆனால், மறுநாள் திங்கள் அதிகாலை பிரபாகரனின் மகன் சார்ல்ஸ் ஆண்டனியின் உடல் கண்டெடுக்கப்பட்டதாக ராணுவம் அறிவித்தது. நடேசன், புலித்தேவன் ஆகியோர் உடல்களும் கைப்பற்றப்பட்டதாகத் தொடர்ந்து அறிவிப்பு வந்தது. பல விடுதலைப் புலி முக்கியப் பிரமுகர்களின் உடல்கள் கண் டெடுக்கப்பட்டுக்கொண்டிருப்பதாகவும் அடையாளம் காணப் படும் முயற்சியில் இருப்பதாகவும் சொல்லப்பட்டது.

இப்போதுதான் பிரபாகரன் நிலைமை பற்றிய கவலை மக்கள் மத்தியில் தீவிரமாக எழத் தொடங்கியது. வந்த வதந்தி ஒருவேளை உண்மையாக இருக்குமோ என்று அச்சம் ஏற்படத் தொடங்கிய வேளை, திங்களன்று காலை பிரபாகரனின் உடல் நந்திக்கடல் பகுதியில் கண்டெடுக்கப்பட்டதாக இலங்கை ராணுவம் திட்டவட்டமாக அறிவித்துவிட்டது. இது தொடர் பான அதிர்ச்சி அலைகள் சற்றே வடியத்தொடங்கிய பிறகு புதன் கிழமை அன்று பிரபாகரனின் குடும்பத்தினர் உடல்களும் அதே நந்திக்கடல் படுகையில் கண்டெடுக்கப்பட்டதாகத் தெரிவித்தார் கள். (பின்னால் அதை ராணுவமே மறுத்தது. பெண் மற்றும் குழந்தைகளின் உடலைக் காட்டினால் பெரிய பிரச்னையாகக் கூடும் என்று அஞ்சியதே இதற்குக் காரணம் என்று பேசினார்கள்.) இடையில் இருந்த ஒரு நாளில் போர் முடிந்த அறிவிப்பு, அதிபரின் மகிழ்ச்சிப் பிரகடனம், ஒருநாள் தேசிய விடுமுறை, கொண்டாட்டங்கள் யாவும் நடந்தேறின. ஏராள மான உடல்கள் கிடைத்திருப்பதாகவும் ஒவ்வொன்றாக அடை யாளம் காணப்பட்டுக்கொண்டிருப்பதாகவும் சொல்லப்பட்டதே ஒரு வசதிக்காகத்தான்.

உண்மையில் பிரபாகரன் - குடும்பத்தார் கொலை என்பது யுத்தக் களத்தில் நிகழ்ந்ததே இல்லை. அறிவித்தபடி பதினெட்டாம் தேதி திங்களன்று நிகழ்ந்ததும் இல்லை. நிச்சயமாக, ஞாயிற்றுக் கிழமைக்கு முன்பே அவர்கள் முடித்திருக்க வேண்டும். அறிவிப்பில்தான் தாமதம்.

மஹிந்த ராஜபக்ஷே ஜோர்டனில் இருந்தபோதே யுத்தம் கிட்டத்தட்ட அதன் இறுதிக்கட்டத்தை எட்டிவிட்ட நிலையில், பிரபாகரனும் முக்கியத் தளபதிகளும் மட்டுமேனும் உயிர்தப்ப ஏதேனும் வாய்ப்பிருக்கிறதா என்று பார்க்கப்பட்டிருக்கிறது. நடேசனும் புலித்தேவனும் சரணடைய ஏற்பாடு செய்யும்படித் தன்னிடம் சொன்னதாகவும் தான் அதற்கான முயற்சிகளை

195

எடுத்ததாகவும் Marie Colvin என்கிற டைம்ஸ் நிருபர் பிரபாகரன் இறந்து, சரியாகஒருவாரம் கழித்து அறிவித்தார்!

பிரபாகரனுக்கு மிகவும் நெருக்கமான, அதே சமயம் இலங்கை விவகாரம் குறித்து சர்வதேச மட்டத்தில் தொடர்ந்து பேசியும் அரசியல் - ராஜதந்திர ரீதியிலான செயல்பாடுகளுக்கு வடிவம் கொடுத்துக்கொண்டும் இருக்கக்கூடிய நபர்கள், நம்பகமான மூன்றாம் தரப்பினர் யாரிடமாவது சரணடைந்து பேச்சு வார்த்தைகளுக்கு முயற்சி செய்யலாம் என்று சொல்லியிருக்க வேண்டும்.

அந்த ஏற்பாடுகளின் முதல் கட்டமாகத்தான் இலங்கை ராணுவத்தின் 53வது படைப்பிரிவுடன் பேச்சுவார்த்தை நடத்த நடேசன், புலித்தேவன் ஆகியோர் புறப்பட்டுச் சென்றிருக்கி றார்கள். முதலில் அவர்கள் ஐ.நா. அதிகாரிகளைத்தான் தொடர்பு கொண்டதாகவும், அவர்கள்தாம் இலங்கை ராணுவத்தின் குறிப் பிட்ட பிரிவுடன் பேசும்படி சொல்லி அனுப்பியதாகவும் புலிகள் தரப்பில் சொன்னார்கள்.

சரணடையச் சென்ற நடேசன் குழுவினர் வழியிலேயே நயவஞ்சகமாக சுட்டுக்கொல்லப்பட, அந்தத் தகவல் பிரபாகர னுக்குத் தெரியாமல் திறமையாக மறைக்கப்பட்டிருக்கிறது. அதே போன்ற முயற்சியில் பிரபாகரன் தனது குடும்பத்தாருடன் அடுத்து ஈடுபட்டபோது அவருக்கும் அதே விதி எழுதப் பட்டிருக்கிறது!

நந்திக்கடல் பகுதி வழியே மணலாற்றைக் கடந்து வலி ஓயா காட்டுப்பகுதிக்குச் செல்வது, அங்கிருந்து தகவல் அனுப்பி வர வழைத்து, மூன்றாம் தரப்பு (அநேகமாக நார்வே) யாரிடமேனும் சரணடைவது, மேற்கொண்டு பேச்சுவார்த்தைகளுக்கும் போர் நிறுத்தத்துக்கும் ஏற்பாடு செய்வது என்னும் திட்டமுடன் பிரபாகரன் தம் குடும்பத்தாருடனும் உடனிருந்த தளபதிகளுட னும் பதிமூன்று படகுகளில் புறப்பட்டிருக்கிறார்.

அப்படிப் புறப்பட்டு வந்தவரைக் கூப்பிட்டு உட்காரவைத்துப் பேசுவதுபோல் பாவனை காட்டி, தலையில் சுட்டுக் கொன்றிருக் கிறார்கள். இது என்றைக்கு நடந்தது என்பது என்றைக்கும் தெரியப்போவதில்லை. அறிவிப்பு வந்தது மே பதினெட்டு, திங்களன்று.

பிரபாகரன் இலங்கை ராணுவத்திடமே நேரடியாகச் சரணடைய முடிவு செய்து புறப்பட்டதாகவும், பேச்சுவார்த்தை நடத்துவது போல பாவனை காட்டி இறுதியில் மொத்தமாகக் கொன்று விட்டதாகவும் சொல்பவர்கள், இதற்கு ஆதாரமாக இலங்கை ராணுவம் வெளியிட்டிருக்கும் பிரபாகரனின் மகனது இரண்டு புகைப்படங்களை முன்வைக்கிறார்கள்.

சார்ல்ஸ் ஆண்டனி சமீப நாள்களில் எம்மாதிரியான தோற்றத்தில் இருந்தார் என்று எடுத்துச் சொல்ல யாரும் கிடையாது. அவரது புகைப்படங்கள் என்று நமக்குக் கிடைக்கும் அனைத்தும் மிகப் பழைய படங்களே. இலங்கை பாதுகாப்புத்துறையின் இணையத் தளத்தில் ஒரு மாதம் முன்னர் வெளியிடப்பட்ட பிரபாகரனின் குடும்ப போட்டோ ஆல்பத்தில் காணப்படும் ஆண்டனியின் படங்களும் மிகப் பழையவை. அவர் குண்டான நபர் என்பதைத் தவிர வேறு அடையாளம் ஏதும் பார்த்ததும் கண்டுபிடிக்கக்கூடிய நிலையில் இல்லை.

இந்நிலையில் பதினெட்டாம் தேதி திங்களன்று அதிகாலை சார்ல்ஸ் ஆண்டனி இறந்து கிடக்கும் படத்தையும் அவர் உயிருடன் இருக்கும்போது எடுக்கப்பட்ட படம் என்ற ஒன்றை யும் இலங்கை ராணுவம் வெளியிட, அதில் அதிர்ச்சிதரக்கூடிய சில தடயங்கள் இருந்தன.

முதலாவது, சார்ல்ஸ் ஆண்டனி சந்தோஷமாகச் சிரிக்கும் க்ளோசப் படத்தில் அவர் அணிந்திருக்கும் சட்டை. அதே நீல நிறச் சட்டை அணிந்த நிலையில்தான் அவர் கொல்லப் பட்டிருக்கும் படமும் வெளியிடப்பட்டிருந்தது. மேலே படிந்திருக்கும் ஏரிப்படுகை மணல், அதன் ஈரம் ஆகியவற்றை ஒதுக்கிவிட்டுக் கூர்ந்து பார்த்தால் இரண்டும் ஒரே சட்டை, ஒரே நபர் என்பது உறுதியாகும். அங்க அடையாளங்களும் மிகத் துல்லியமாக ஒத்துப்போயின.

சிரிக்கும் புகைப்படம் எடுக்கப்பட்ட சில மணி நேரங்களுக் குள்ளாகவே இறந்து கிடக்கும் புகைப்படம் எப்படி சாத்தியம்? இவை வேறு வேறு தினங்களில் எடுக்கப்பட்டிருக்கலாம், ஒரே சட்டையாக அமைந்தது தற்செயல் என்று வாதிடலாம்.

ஆனால் சார்ல்ஸ் ஆண்டனியின் உடல் முதல் முதலில் காட்டப் பட்டபோது அவரருகே அப்போதுதான் பீறிட்ட ரத்தம்

கொப்பளித்ததைத் தொலைக்காட்சியில் பார்க்க முடிந்தது. வீடியோ கேமராவைத் தயாராக வைத்துக்கொண்டு சுட்டுக் கொன்றால் ஒழிய பொங்கும் ரத்தம் படமாவது சாத்தியமில்லை.

எனவே பேச்சுவார்த்தைக்கு வரவழைத்து, புகைப்படமெல்லாம் எடுத்துக்கொண்டு, அதன்பின் சுட்டுக்கொன்றுவிட்டு அதை வீடியோவில் பதிவு செய்து ஒளிபரப்பியிருக்கிறார்கள்.

ஈழத் தமிழர்களால் இந்த வாதத்தை ஜீரணிக்கவே முடிய வில்லை. தனது இறுதி மூச்சுவரை இலங்கை அரசுக்கும் ராணு வத்துக்கும் எதிராக யுத்தம் நடத்திவந்த பிரபாகரன், கனவிலும் அவர்களிடம் சரணடைய நினைத்திருக்க வாய்ப்பில்லை அல்லவா? 'வேண்டுமானால் மூன்றாம் தரப்பிடம் சரணடைய ஒப்புக்கொண்டு அவர் புறப்பட்டிருக்கலாம். பேச்சுவார்த்தை நடத்துவதுபோல் பாவனை காட்டி, புகைப்படங்கள் எடுத்துக் கொண்டு தலையில் சுட்டுக்கொன்றிருக்கலாம். பிறகு உடல்கள் இலங்கை ராணுவத்திடம் ஒப்படைக்கப்பட்டிருக்கலாம்' என்று பெரும்பாலானவர்கள் சொன்னார்கள்.

ஐநா, நார்வே குழுவினர், இந்திய உளவுத்துறை என்று அத்தனை பேரையும் சந்தேகப்பட்டு ஈழத்தமிழர்கள் புலம்பிய காட்சி மிகவும் உருக்கமாக இருந்தது. அது ஒரு கையறு நிலை. தலைவன் இனி இல்லையே என்கிற ஏக்கம் கலந்த கோபம். இயலாமையின் அப்பட்டமான வெளிப்பாடு.

எப்படியானாலும் இயக்கத்துக்குள்ளேயே யாரோ ஒருவர் காட்டிக்கொடுக்காமல் பிரபாகரன் குடும்பத்தாருடன் சுட்டுக் கொல்லப்பட வாய்ப்பே இல்லை.

இந்நிலையில் அவர் தப்பிக்கும்போது சுடப்பட்டாரா, தண்ணீரில் விழுந்து சுடப்பட்டாரா, தற்கொலை செய்துகொண்டு இறந்தாரா அல்லது இறக்கவே இல்லையா என்பது போன்ற வாதங்கள் அர்த்தமற்றுப் போய்விடுகின்றன. காட்டிக்கொடுத்தது யார், 84ம் ஆண்டிலிருந்து இயக்கத்தில் இருந்தாலும் இந்த 2009 மே வரை ஒருவார்த்தை கூடப் பேசாதிருந்துவிட்டு, பிரபாகரன் இறந்த பிறகு நாளொரு அறிக்கை விடுத்து, தன் அறிக்கையைத் தானே மறுத்து, பிரபாகரன் இறந்ததை அறிவித்த செல்வராஜா பத்மநாதனா, வேறு யாராவதா என்பதெல்லாம் இனி மெதுவாக வெளிவரும்.

பிரபாகரன் இப்போது இல்லை. இனி இல்லை. இதுதான். இது ஒன்றுதான் இப்போதைய, எப்போதைக்குமான உண்மை. 1976ம் ஆண்டு முதல் 2009ம் ஆண்டு வரை நீடித்த அவரது விடுதலைப் போராட்டம், மிகப்பெரிய தோல்வியுடன் ஒரு முடிவை எட்டி யிருக்கிறது என்னும் உண்மையை, விழுங்கித்தான் தீர வேண்டும்.

இனி விடுதலைப் புலிகள் என்னும் இயக்கம் பழைய வீரியத் துடன் செயல்படும் வாய்ப்பு அநேகமாக இல்லை. யுத்தத்தில் சிலர் தப்பியிருக்கிறார்கள். அது உண்மை. ஆனால் கட்டுக் கோப்புடன் வழி நடத்தக்கூடிய அடுத்த தலைமை ஏதும் இருப்பதாகத் தெரியவில்லை. அப்படியே வழி நடத்த யாராவது வந்தாலும் உலகு பரவிய ஈழத் தமிழர்கள் இனி ஆயுதப் போராட்டத்துக்குத் தோள் கொடுப்பார்கள் என்று தோன்ற வில்லை.

விழுந்த அடிகள் அதிகம். இனி அவர்களுக்கு வேண்டியது அமைதி மட்டும்தான்.

26. அடுத்தது என்ன?

மெஜாரிடி - மைனாரிடி, சிங்களர் - தமிழர் வேறுபாடு இனி இல்லை. தேசப்பற்றாளர்கள் - தேசத் துரோகிகள். தீர்ந்தது விஷயம். தமிழர்கள் இனி நிம்மதியாக வாழலாம். அச்சமில்லாமல் வாழலாம். அவர்களது சகவாழ்வுக்கு நான் பொறுப்பு.

மே பத்தொன்பதாம் தேதி, செவ்வாய்க்கிழமை காலை இலங்கை நாடாளுமன்றத்தில் அதிபர் ராஜபக்ஷே ஆற்றிய உரையில் குறிப்பிட்டது இது. இலங்கை சுதந்தரம் அடைந்த நாளாக (அப்போது மாண்புமிகு அதிபருக்கு மூன்று வயது) தமிழ் மக்கள் போராடிக்கொண்டிருப்பதே இதற்காகத் தான் அல்லவா? பிரபாகரன் துப்பாக்கி எடுத்த தெல்லாம் எழுபதுகளின் பிற்பகுதியில் தானே? அதற்கு முன்னால் இந்த மெஜாரிடி, மைனாரிடி பாகுபாடுகள், அடக்குமுறைகள், அத்துமீறிய குடியேற்றங்கள், இன ஒழிப்பு நடவடிக்கைகள் இல்லாதிருந்திருந்தால் பிரபாகரன் சமர்த்தாகப் படித்து ஏதாவது உத்தியோகத்துக்குப் போயிருப் பாரே? அவருக்கு முந்தைய தலைமுறையினர் அமைதியாகப் போராடிப் போராடி ஓய்ந்து போனதைப் பார்த்து விட்டல்லவா பிரபாகரன் தலைமுறையினர் ஆயுதம் எடுத்தார்கள்? வேறு வழி தெரியாமல்தானே மக்களும் ஆதரித்தார்கள்? அதிபர் இப்படியெல்லாம் சகவாழ்வு, சுக வாழ்வு என்று பேசினால் சிங்களப் பேரினம் சும்மா இருந்துவிடுமா?

சரித்திரம் அப்படித்தான் இருக்கிறது. தமிழர்களுக்கு ஆதரவாக எந்த ஒரு சிறு நடவடிக்கை அரசால் எடுக்கப்பட்டாலும் அரசையே ஒழித்துக்கட்டுமளவுக்குத்தான் சிங்கள மக்களும் பவுத்தத் துறவிகளும் இலங்கையில் இதுநாள்வரை நடந்து கொண்டிருக்கிறார்கள். செல்வா - பண்டா ஒப்பந்தம், செல்வா - சிறிமாவோ ஒப்பந்தம் பற்றியெல்லாம் நாம் யுத்தம் சரணம் தொடக்க அத்தியாயங்களில் பார்த்திருக்கிறோம். எது ஒன்றும் உருப்பட்டதாக வரலாறில்லை.

இந்நிலையில் விடுதலைப் புலிகளை அழித்துவிட்டு யுத்தத்தை முடிவுக்குக் கொண்டுவந்துவிட்ட காரணத்தினாலேயே சிங்கள மக்கள் தமிழர்களைச் சொந்த சகோதரர்களாக ஏற்றுக்கொண்டு விடுவார்கள், சம உரிமை கொடுத்துவிடுவார்கள், சகோதரத் துவம் மேலோங்கிவிடும் என்று எதிர்பார்க்கலாமா? அதிபருக்கு இது தெரியாதா? தமிழர்களுக்கு இப்போது ஆறுதலும் நம்பிக்கையும் சொல்லவேண்டியது அவசியம்தான். அதற்காகத் தமது சொந்த இன மக்களை, தேசத்தின் பெரும்பான்மை வாக்காளர்களைப் பகைத்துக்கொள்ள அவர் விரும்புவாரா? எதிர்க்கட்சிகள்தான் தமிழர்களுக்குச் சம உரிமை கொடுக்கச் சம்மதித்துவிடுவார்களா? ராஜபக்ஷேவுக்கே அப்படியொரு எண்ணம் இருக்குமானால், அவர் ஆட்சிக்கு வந்த உடனேயே செய்திருக்க முடியுமே? மொழி முடக்கம், கல்வி முடக்கம், வேலை வாய்ப்புகளில் முடக்கம் என்று தொடங்கி சரித்திரம் முழுதும் தமிழர்களைக் கொத்தடிமைகள் மாதிரி வைத்திருந்ததன் விளைவல்லவா இத்தனை பெரிய அவலம்?

எனில் அதிபரின் பேச்சுக்கு என்ன அர்த்தம்?

பாகுபாடு இல்லை, வித்தியாசம் இல்லை என்று சொல்வதன் மூலம் இனம் சார்ந்த அடையாளத்தை முதலில் மறைக்க விரும்புகிறார் அதிபர். இந்த அடையாள மறைப்பு அல்லது அழிப்பு நிச்சயமாக சிங்கள இனத்தவர்களுக்கு இல்லை. தமிழர் களுக்கு மட்டுமே. நீங்கள் தமிழர்கள் இல்லை, இலங்கையின்

ஓர் ஐந்தாண்டு காலத்துக்குள் தமிழர் பகுதி என்று எதுவுமில்லாமல், எங்கும் சிங்களர்கள் பரவிப் படர்ந்து விட்டபிறகு அடையாள ஒழிப்பு முழுமை பெற்றுவிடுவதைத் தவிர்க்க முடியாது.

குடிமக்கள் என்று சொல்வதன்மூலம் அதிபர் திணிக்கும் அடையாள அழிப்பு நடவடிக்கையை வலுக்கட்டாயமாக ஏற்றாக வேண்டிய சூழ்நிலை உண்டாகிறது. இல்லையா? என்னதான் தனது சொற்பொழிவில் நாலு வரி அவர் தமிழில் பேசி, தனக்கு எந்த வித்தியாசமும் இல்லை என்று காட்டிக் கொண்டாலும் நோக்கம் தெளிவானது.

எதிர்த்து நின்று போராட இனி யாருமற்ற சூழலில் தமிழரின் இன அடையாளத்தை இல்லாமல் செய்வதன்மூலம் அவர்களுடைய பலத்தை மேலும் குறைக்க நினைக்கும் உத்தியாக இது கருதப்பட வாய்ப்புள்ளது.

இரண்டாவது, என் மக்களுக்கு என்ன வேண்டுமோ அதை நான் செய்வேன், வெளிநாடுகள் இனி இதில் தலையிட வேண்டாம் என்கிற மறைமுக எச்சரிக்கை. இதுவும் அவரது உரையில் வெளிப்பட்டதுதான்.

மிகவும் கவனமாக உலகத்தின் பார்வையிலிருந்து சிறுபான்மைத் தமிழர்களைத் துண்டிக்க இது ஒரு முயற்சி. எல்லோரும் ஓர் குலம். எல்லோரும் ஓரினம். இது முதல் வரி. எல்லோரும் என் மக்கள். இது அடுத்தது. நான் பார்த்துக்கொள்வேன், நீ தலையிடாதே என்பது மூன்றாவது.

எப்படியும் சில தினங்களுக்குள் புனர்வாழ்வு நடவடிக்கைகள் ஆரம்பமாகிவிடும். யுத்தத்தில் பாதிக்கப்பட்ட மக்களுக்கு மருத்துவ உதவி, இழந்த வீடுகளைப் புதுப்பித்துத் தருதல், உணவு, உடைக்கான அடிப்படை வசதிகள், சாலைகள் சீரமைப்பு, குடிநீர், மின்சாரம் போன்ற அத்தியாவசிய வசதிகளைப் புதுப்பித்தல் என்று எதிலும் குறையிருக்கப் போவதில்லை. இந்தியாகூட வரிந்து கட்டிக்கொண்டு உதவி செய்ய இப்போதே தயார்.

யுத்த நிலவரம் பார்க்க மீடியாவை உள்ளே விடாத சிங்கள அரசு, இப்போது அவசியம் கப்பல் கப்பலாகப் பத்திரிகைக்காரர்களை ஏற்றி வந்து சுற்றிக்காட்டும். சந்தேகமே இல்லை. எல்லாம் கொஞ்சநாள். பிறகு? உலகின் கவனத்திலிருந்து இலங்கை மெல்ல மெல்ல நகரத் தொடங்கியபிறகு சிறுபான்மைத் தமிழர்கள் அதே சகவாழ்வை ஆயுசுக்கும் தொடர இயலுமா? கல்வி, வேலை வாய்ப்புகளில் சிங்களர்களுக்குச் சமமான உரிமை அவர்களுக்குக் கிடைத்துவிடுமா? தமிழர் பகுதிகள், தமிழர் பகுதிகளாகவே இருக்குமா?

வாய்ப்பில்லை. வித்தியாசமே கூடாது. எல்லாம் சமம். எல்லோரும் சமம். இதன் சரியான பொருள், வடக்கு, கிழக்கு மாகாணங்களில் முஸ்லிம்களைக்காட்டிலும் அதிகமான சிங்களக் குடியேற்றங்கள் இருக்கும் என்பதுதான்! இப்போது எதிர்ப்பு சக்தி என்ற ஒன்று இல்லாத நிலையில் இந்தக் குடியேற்றங்கள் இலங்கையில் வசிக்கும் தமிழர்களின் வாழ்வாதாரங்களை - அப்படியேதும் மிச்சமிருந்தால் ஒட்டுமொத்தமாகக் கபளீகரம் செய்துவிடும் என்பதில் சந்தேகமில்லை.

இலங்கையின் தமிழர் பிரதேசங்களாகச் சொல்லப்படும் வடக்கு மற்றும் கிழக்கு மாகாணங்களில் மொத்தமாக இப்போது சுமார் பதினைந்து லட்சம் பேர் வசிக்கிறார்கள். இந்த இரு மாகாணங்கள் நீங்கலாக, மலையகத்தில் சுமார் பத்து லட்சம் தமிழர்கள் வசிக்கிறார்கள். கொழும்பு, அதன் சுற்றுவட்டாரப் பகுதிகளில் வசிக்கும் தமிழர்களின் எண்ணிக்கை அநேகமாக அறுபதாயிரம் இருக்கக்கூடும். இவர்களைத் தவிர தமிழ் பேசும் முஸ்லிம்களின் எண்ணிக்கை சுமார் 18-20 லட்சம். எப்படிப் பார்த்தாலும் இன்றைய தேதியில் உயிருடன் இருக்கும் சிறுபான்மைச் சமூகத்தினரின் எண்ணிக்கை நாற்பது, நாற்பத்தி ஐந்து லட்சத்தைத் தாண்ட வாய்ப்பில்லை.

இதில் மலையகத் தமிழர்கள் மற்றும் தமிழ் முஸ்லிம்களை நாம் கழித்துவிடலாம். பிரச்னையின் மையத்துக்கும் அவர்களுக்கும் பெரிய தொடர்புகள் இல்லை. அவர்களுடைய வாழ்க்கை முறை, அவர்களுடைய அரசியல், அவர்களுடைய யதார்த்தம் வேறு. அவர்களும் சிங்கள மேலாதிக்கத்துக்கு உட்பட்டு அவதிப் படுபவர்களே என்றாலும், வடக்கு கிழக்கு மாகாணத் தமிழர்கள் அளவுக்கு அல்ல. (வடக்கு கிழக்கு மாகாணத் தமிழர்கள் கொழும்பில் வசிப்பதென்றால் இன்றளவும் தம் பெயரை போலீஸ் நிலையத்தில் பதிவு செய்துகொண்டாகவேண்டும்! தங்குவதற்குச் சரியான காரணம் சொல்லவேண்டும். விசா வாங்கிக்கொண்டு வெளிநாடு போவது போலத்தான்.)

தவிரவும் வேறு வேறு தளங்களில் அவர்களால் சிங்களர்களுடன் சமரசம் செய்துகொண்டுவிட முடியும். அடிபணிந்து போய்விட முடியும். அதனாலேயே வடக்குப் பகுதி, கிழக்குப் பகுதி மக்கள் அளவுக்கு மலையக மற்றும் முஸ்லிம் மக்கள் கஷ்டப்பட வில்லை என்று சொல்லலாம்.

மாட்டிக்கொண்டவர்கள் வடக்கு, கிழக்குத் தமிழர்கள்தாம். கிழக்குக்கு ஒரு கருணா, பிள்ளையான் கிடைத்ததுபோல வடக்குக்கும் எளிதில் யாராவது ராஜபக்ஷேவுக்கு அகப்படு வார்கள். அரசின் முடிவுகளை அப்படியே செயல்படுத்தக்கூடிய ஆட்சியாளர்கள். அது பிரச்னையில்லை. ஆனால், தனி ஈழம், சுயாட்சி அதிகாரம் போன்ற விருப்பங்களுக்கு இனி வழியில்லை என்றாலும் சக வாழ்வுக்கான உத்தரவாதமாக இந்த பொம்மை ஆட்சியாளர்களால் நாளை எதைக் கொடுக்க இயலும்?

ஓர் ஐந்தாண்டு காலத்துக்குள் தமிழர் பகுதி என்று எதுவுமில்லா மல், எங்கும் சிங்களர்கள் பரவிப் படர்ந்து விட்டபிறகு அடையாள ஒழிப்பு முழுமை பெற்றுவிடுவதைத் தவிர்க்க முடியாது. இப்போதைய, எல்லோரும் சமம் என்கிற அறிவிப்பு அன்றைக்கும் இருக்கும் என்பதற்கும் எந்த உத்தரவாதமும் இல்லை. இன ஒழிப்பு நடவடிக்கைகள் அப்போது மீண்டும் சூடு பிடிக்கத் தொடங்கினால் என்னாகும்? அப்படி ஏதும் நடக்காது என்பதற்கு என்ன அல்லது யார் உத்தரவாதம்?

ஐந்தாண்டுகள் என்பதே அபத்தம். திங்களன்று பிரபாகரன் கொல்லப்பட்டுவிட்டார் என்னும் செய்தி வெளியான உடன் கொழும்பு வீதிகளில் மக்கள் சிங்களக் கொடி பிடித்து ஆடிப் பாடியதைத் தொலைக்காட்சியில் பார்த்திருப்பீர்கள். அந்தக் கொடிகளைச் சற்று உற்றுப்பார்த்தால் ஓர் உண்மை புரியும்.

அனைத்தும் இந்தக் கொண்டாட்டங்களுக்காகவே புதிதாக அச்சிடப்பட்டு அரசால் விற்பனை செய்யப்பட்ட கொடிகள். சிங்கள தேசியக் கொடி.

சிங்களக் கொடியில் மூன்று வண்ணங்கள் இருக்கும். பிரதான மான கருஞ்சிவப்பு வண்ணம், பெரும்பான்மை மக்களான சிங்களர்களைக் குறிப்பது. பச்சை வண்ணம், இலங்கையின் முஸ்லிம்களைச் சுட்டுவது. அதன் அருகே இருக்கும் செம்மஞ்சள் நிறம் தமிழர்களுக்கானது. கொடியை உருவாக்கியபோது இது சுட்டிக்காட்டப்பட்டு, விளக்கம் தரப்பட்டது. நேற்றைக்கு வரை சிங்களக் கொடி இப்படித்தான் இருந்தது.

புதிய கொடிஆனால் பிரபாகரன் கொல்லப்பட்டுவிட்டார், புலிகளை ஒழித்தாகிவிட்டது என்று அறிவித்ததும் சடாரென்று உருவாக்கப்பட்ட இந்தப் புதிய கொடிகளில் மிகக் கவனமாக

தமிழர்களுக்கான செம்மஞ்சள் நிறக் கோடே இல்லை. பச்சை, சிவப்பு. தீர்ந்தது விஷயம்!

அரசால் வெளியிடப்படும் தேசியக் கொடியில், கவனக்குறை வாக இது நேர்ந்திருக்கலாம் என்றெல்லாம் அபத்தமாக நினைத்துவிட முடியாது. மிகக் கவனமாகத் திட்டமிடப்பட்டு மேற்கொள்ளப்பட்ட இன அழிப்பு நடவடிக்கையின் புதிய அத்தியாயத் தொடக்கம் இது. இந்த அபாயம் இன்னும் எங்கெங்கு கொண்டு போகுமோ என்று இப்போதே பல இலங்கைத் தமிழர்கள் அச்சம் கொண்டிருக்கிறார்கள்.

'ஒரே நாடு, ஒரே இனம், ஒரே மக்கள் என்கிறார் அதிபர். ஆனால் ஒரு சம்பவம் நடந்திருக்கிறது. ஓரினம் உரத்து அழக்கூடத் தெம்பில்லாமல் தேம்பிக்கிடக்கிறது. இன்னோர் இனம் இனிப்பு வழங்கி, ஆடிப்பாடிக் கொண்டாடுகிறது. எப்படி இந்த இரு வரும் ஒன்றாக இருக்கமுடியும்?' என்று என்னிடம் கேட்டார் ஓர் இலங்கைத் தமிழ் நண்பர்.

இல்லை. இது தமிழர்களுக்கு எதிராக மேற்கொள்ளப்பட்ட நடவடிக்கையே இல்லை. புலிகளுக்கு எதிரான நடவடிக்கை மட்டுமே. தெளிவாகச் சொன்னார் ராஜபக்ஷே.

இருக்கலாம். ஆனால் இறந்தது மொத்தம் சுமார் முப்பதாயிரம் விடுதலைப் புலிகளும் சுமார் ஒரு லட்சத்துக்கும் மேற்பட்ட அப்பாவித் தமிழர்களுமே அல்லவா? இதுநாள் வரை இறந்த அத்தனைபேருமே விடுதலைப் புலிகள்தான் என்று சொல்லிவிட முடியுமா?

வன்னிப் பகுதியில் முக்கிய இடங்களுக்கு, போரில் வெற்றி பெற உதவிய சிங்களத் தளபதிகளின் பெயர்கள் வைக்கப்படும் என்று ராஜபக்ஷே சொல்லியிருக்கிறார். இது திணிப்பின் இன்னொரு வடிவம். இனி புதுக்குடியிருப்பு, பொன்சேகா குடியிருப்பாகும். கரிய முள்ளிவாய்க்கால், கோத்தபய முள்ளிவாய்க்காலாகும். வடகிழக்கு மாநிலங்களே ராஜபக்ஷே பீடபூமியாகலாம். யார் கண்டது?

எப்படிப் பார்த்தாலும் யுத்தத்துக்குப் பிறகு தமிழர்களுக்கு நிம்மதி, சகவாழ்வு என்பதெல்லாம் தாற்காலிகக் கண்துடைப்பு சந்தோஷங்களாக மட்டுமே இருக்கும் என்று தோன்றுகிறது. இந்நிலையில் இலங்கையில் வசிக்கிற தமிழர்களும், புலம்

205

பெயர்ந்து வாழ்கிற சுமார் பத்து லட்சத்துக்கும் மேற்பட்ட இலங்கைத் தமிழர்களும் இனி செய்யக்கூடியவை என்ன?

★ இந்தியா உதவும் என்று இனி ஒருபோதும் எண்ணிக் கொண்டிராமல் சர்வதேச சமூகத்தின்முன் தமது கோரிக்கை களின் நியாயத்தை அமைதியான முறையில் எடுத்துச் செல்லலாம். புலிகள் இப்போது இல்லை என்னும் நிலையில் அரசியல் ரீதியிலான - இரு தரப்புக்கும் நியாயமான தீர்வுகளை நோக்கி இலங்கை அரசைச் செலுத்த இலங்கைத் தமிழர்பால் அக்கறைகொண்ட மேற்கு நாடுகள் உதவ முன்வரக்கூடும்.

★ இலங்கை அகதிகளைப் பெருமளவு ஆதரித்து, வாழவைத்துக் கொண்டிருக்கும் கனடா, பிரான்ஸ், ஆஸ்திரேலிய அரசு களைத் தமிழர்கள் தமக்கான குறைந்தபட்ச நியாயங்களுக் காகப் பேசவைக்க முயற்சி மேற்கொள்ளலாம். தனி ஈழம் என்றெல்லாம் பேசாமல், நிம்மதியான, சுதந்தரமான, அடிப்படை உரிமைகளுக்குப் பிரச்னையில்லாத வாழ்வுக் கான உத்தரவாதங்களை ராஜதந்திர ரீதியிலான பேச்சு வார்த்தைகளின்மூலம் கோரிப் பெறலாம். புலம்பெயர்ந்து வாழும் ஈழத் தமிழர்கள் இதற்கான முயற்சிகளை மேற் கொள்ளவேண்டும்.

★ தங்களுக்கான சரியான அரசியல் பிரதிநிதிகளைத் தேடிப் பிடித்து அமெரிக்க அதிபர் பராக் ஒபாமாவுக்கு இலங்கைப் பிரச்னையை முழுக்கப் புரியவைக்க முயற்சி மேற்கொள்ள வேண்டும். ஒடுக்கப்பட்ட, சிறுபான்மை இனத்திலிருந்து வந்து அதிபராகியிருக்கும் ஒபாமாவுக்கு ஈழத் தமிழர்களின் பிரச்னை புரியாமல் போக வாய்ப்பில்லை. இலங்கை விவ காரத்தில் இதுநாள்வரை அமெரிக்கா தலையிடாதிருப்பதற் கான ஒரே காரணம், அதற்கு அங்கே லாபம் ஒன்றுமில்லை என்பதுதான். ஆனால் ஒபாமா மனிதாபிமான அடிப்படையில் ஏதேனும் செய்யக்கூடும்.